Dídúró ní Ààlà fún Àwọn Orílẹ̀-èdè

- Àwọn Àdúrà Ìlànà 320 fún Àwọn Òkè Méje Tí Ó Ní Ìpalára

Ààbò ọjọ́ ogójì fún Ìjọ, Àwọn Aṣáájú, àti Ìdásílẹ̀ Ìjọba Ọlọ́run ní Àwọn Orílẹ̀-èdè

Ṣíṣe àkójọ àwọn olùgbàlà mílíọ̀nù mẹ́wàá fún Ìpele Àwọn Orílẹ̀-èdè | 2

Láti ọwọ́

Zakaria Godseagle ;
Amb . MO Ogbe ;
C. Ladi Ogbe ;

Table of Contents

Ẹtọ́ Àṣẹ-àdáàkọ © Ojú ìwé

Dídúró ní Ààlà fún Àwọn Orílẹ̀-èdè
Àwọn Àdúrà Ìlànà 320 fún Àwọn Òkè Méje Tí Ó Ní Ìpalára - Àkíyèsí Ọjọ́ 40 fún Ìjọ, Àwọn Aṣáájú, àti Ìdásílẹ̀ Ìjọba Ọlọ́run ní Àwọn Orílẹ̀-èdè

Ṣíṣe àkójọ àwọn olùgbàlà mílíọ̀nù mẹ́wàá fún Ìpele Àwọn Orílẹ̀-èdè | 2

Àwọn Òǹkọ̀wé
Zacharias Godseagle
Ambassador Monday O. Ogbe
Comfort Ladi Ogbe

Olùtẹ̀wé
Àwọn Iṣẹ́ Ìránṣẹ́
Sékáríà Godseagle àti Godseagle Tí a tẹ̀ jáde: **Sékáríà Godseagle**
Olubasọrọ - https://www.otakada.org
ambassador@otakada.org
Foonu/SMS +13024922440;
Whatsapp +2348032835348

ÀKÍYÈSÍ ÌWÉ MÍMỌ́

Àyàfi tí a bá fi hàn pé ó yàtọ̀, a mú àwọn ọ̀rọ̀ inú Ìwé Mímọ́ láti inú àwọn ìtumọ̀ èdè Gẹ̀ẹ́sì tí a sábà máa ń lò. A ti fi àwọn ọ̀rọ̀ náà kún un ní àwọn ibi tí ó ṣe kedere àti fún ìfọkànsìn.

ÌRÒYÌN TÍTẸ

Àtẹ̀jáde Àkọ́kọ́ ti Orílẹ̀-èdè Amẹ́ríkà

Ìyàsímímọ́

A fi ìwé yìí sí mímọ́ fún **Olúwa Jésù Kristi** , Àlùfáà Àgbà ayérayé tí ó ń bẹ̀bẹ̀ fún àwọn ènìyàn Rẹ̀ nígbà gbogbo.

A fi ọpẹ́ fún **Ẹmí Mímọ́** , ẹni tí ìtọ́sọ́nà rẹ̀, ìdánilójú rẹ̀, àti agbára rẹ̀ mú kí gbogbo ẹ̀bẹ̀ tòótọ́ ṣeé ṣe.
Mo tún ya iṣẹ́ yìí sí ọ̀pọ̀lọpọ̀ àwọn onígbàgbọ́ kárí ayé tí wọ́n dúró ṣinṣin ní àlàfo fún Ìjọ àti fún àwọn orílẹ̀-èdè. Àdúrà yín, tí àwọn ènìyàn sábà má ń rí tí wọn kò sì gbọ́, ni Ọlọ́run mọ̀ tí ó sì bu ọlá fún.

Níkẹyìn, a ya ìwé yìí sí mímọ́ fún ìdílé mi, tí ìtìlẹ́yìn wọn, sùúrù wọn, àti ìṣírí wọn ti mú iṣẹ́ yìí dúró fún ọ̀pọ̀ ọdún.

Kí ohun èlò yìí fún gbogbo àwọn tó ń ru ẹrù àdúrà lókun, kí ó sì fún ọ̀pọ̀ ènìyàn lókun láti dìde dúró níbi àlàfo fún ète Ọlọ́run ní ayé.

ÀWỌN ÌKÌLỌ

Mo fi ọpẹ́ mi fún **Ọlọ́run Baba, Olúwa Jésù Kristi, àti Ẹmí Mímọ́** , tí ìtọ́sọ́nà, àánú, àti agbára wọn ti gbé iṣẹ́ ìbẹ̀bẹ̀ yìí kalẹ̀ fún ogún ọdún tó kọjá. Láìsí oore-ọ̀fẹ́ Rẹ̀ àti ìtọ́sọ́nà rẹ̀ nígbà gbogbo, kò sí èyíkéyìí nínú ìrìn àjò yìí tí ìbá ti ṣeé ṣe. Mo dúpẹ́ lọ́wọ́ **ìdílé mi gidigidi** , pàápàá jùlọ ìyàwó mi, ẹni tí agbára, ìgbàgbọ́, àti ìfaradà rẹ̀ nígbà ìṣẹ̀lẹ̀ tí ó bẹ̀rẹ̀ ìrìn àjò yìí ní ọdún 2006 jẹ́ ẹnu ọ̀nà tí iṣẹ́ yìí gbà bẹ̀rẹ̀. Àtìlẹ́yìn àti sùúrù yín ní gbogbo ọdún wọ̀nyí ti jẹ́ orísun ìṣírí nígbà gbogbo.

Mo tun dúpẹ́ lọ́wọ́ ọpọlọpọ **awọn onigbagbọ ati awọn alagbawi** ti wọn ti gbe ẹrù adura pẹlu mi pẹlu iṣotitọ. Pupọ ninu awọn eniyan wọnyi ni a ko ri ati pe a ko mọ wọn fun gbogbo agbaye, sibẹ adura wọn ti ṣe pataki lati ṣetọju iṣọra yii fun Ile-ijọsin ati awọn orilẹ-ede.

Mo dúpẹ́ lọ́wọ́ àwọn **olùṣọ́-àgùntàn, àwọn olórí ìjọ, àti àwọn iṣẹ́ ìránṣẹ́** tí wọ́n ń ṣiṣẹ́ pẹ̀lú ìṣòtítọ́ láti sọ àwọn ènìyàn di ọmọ-ẹ̀yìn àti láti mú ìhìnrere Jesu Kristi tẹ̀síwájú. Ìfẹ́ yín sí iṣẹ́ Ìjọba náà ń tẹ̀síwájú láti fún ara Kristi ní ìṣírí àti láti fún un lágbára.

Níkẹyìn, mo dúpẹ́ lọ́wọ́ gbogbo àwọn tí yóò kópa nínú ìṣọ́ àdúrà yìí nípa lílo ìtọ́sọ́nà yìí. Kí Olúwa fún ọwọ́ yín lágbára, kí ó mú ìgbàgbọ́ yín jinlẹ̀ sí i, kí ó sì fún yín lágbára láti dúró ní òótọ́ nínú àlàfo fún Ìjọ àti àwọn orílẹ̀-èdè.

Aṣojú Ọjọ́ Ajé O. Ogbe
Sakariah Godseagle

NÍPA ÌWÉ NÁÀ – Dídúró Nínú Ààlà fún Àwọn Orílẹ̀-èdè

Àwọn Àdúrà Ìlànà 320 fún Àwọn Òkè Méje Tí Ó Ní Ìpalára

Ààbò ọjọ́ ogójì fún Ìjọ, Àwọn Aṣáájú, àti Ìdásílẹ̀ Ìjọba Ọlọ́run ní Àwọn Orílẹ̀-èdè

Ṣíṣe àkójọ àwọn olùgbàlà mílíọ̀nù méwàá fún Ìpele Àwọn Orílẹ̀-èdè | 2

Fún ohun tó lé ní ogún ọdún, ìpè àsọtẹ́lẹ̀ sí ẹ̀bẹ̀ ti ṣe àgbékalẹ̀ iṣẹ́ àdúrà àrà ọ̀tọ̀ kan fún Ìjọ.
Ní ọdún 2006, nígbà tí ó jẹ́ àkókò ìṣòro tí ó jinlẹ̀ nígbà tí ìyàwó rẹ̀ wà nínú ewu ìtọ́jú ní London, **Ambassador Monday O. Ogbe** ní ìrírí ìpàdé ńlá pẹ̀lú Olúwa. Ní àkókò àìdánilójú àti ìfarabalẹ̀ yẹn, Olúwa fi àṣẹ tí ó ṣe kedere sí ọkàn rẹ̀:

"Ẹ gbàdúrà fún Ìjọ mi kí ẹ sì gbàdúrà fún àwọn olórí orílẹ̀-èdè níbikíbi tí wọ́n bá wà ní orí òkè agbára."

Láti inú ìṣẹ̀lẹ̀ yẹn ni iṣẹ́ ìbẹ̀bẹ̀ fún Ìjọ àti fún àwọn orílẹ̀-èdè ti gbogbo ayé ti bẹ̀rẹ̀—ní pàtàkì fún àwọn tí wọ́n ń ṣiṣẹ́ ní àwọn **Òkè Méje ti Ìpalára** :

• Ẹsìn
• Ìdílé • Ẹkọ́ • Ìjọba • Àwọn Ìròyìn àti Ìbánisọ̀rọ̀ • Àwọn Ọnà àti Àṣà • Iṣòwò àti Ọrọ̀ Ajé

Àwọn agbègbè wọ̀nyí ni wọ́n ń ṣe àgbékalẹ̀ àwọn ìlànà, ìtọ́sọ́nà, àti ìpinnu àwọn àwùjọ àti orílẹ̀-èdè. Nígbà tí àwọn onígbàgbọ́ bá gbàdúrà lọ́nà tó ṣe kedere fún àwọn agbègbè wọ̀nyí, wọ́n máa ń kópa nínú iṣẹ́ àyípadà Ọlọ́run nínú ayé.

Láti **ọdún 2006** , àkókò àdúrà àti ààwẹ̀ mímọ́ yìí ni a ti ń ṣe déédéé lọ́dọọdún láti **ọjọ́ kẹtàdínlógún oṣù kẹta sí ọjọ́ kẹẹ̀ẹ́dọ́gbọ̀n oṣù kẹrin** . Ohun tí ó bẹ̀rẹ̀ gẹ́gẹ́ bí ìṣe ìgbọràn ara ẹni di díẹ̀díẹ̀ tí àwọn onígbàgbọ́ tí wọ́n ní ẹrù láti gbàdúrà fún Ìjọ àti fún àwọn orílẹ̀-èdè ń gbé.

Ní báyìí, **ogún ọdún lẹ́yìn náà** , a ti ṣe ìwé kékeré yìí láti ran àwọn ẹlòmíràn lọ́wọ́ láti kópa nínú iṣẹ́ kan náà. A tún ń túmọ̀ rẹ̀ sí **èdè tó ju àádọ́ta lọ** , pẹ̀lú ìran láti kó **àwọn olùbẹ̀bẹ̀ mílíọ̀nù mẹ́wàá jọ kárí ayé** .
Di ara ẹgbẹ́ ìgbìmọ̀ abẹ̀bẹ̀ kárí ayé yìí fún ògo Ọlọ́run.
Orísun yìí pèsè ètò ìṣètò fún ìbẹ̀bẹ̀, ó sì ní nínú rẹ̀:

- **Àwọn ibi àdúrà tó dá lórí Ìwé Mímọ́ 320**
- **Ọjọ́ ogójì ti ìbẹ̀bẹ̀ tó pàpọ̀mọ́ra**
- **Àdúrà mẹ́jọ tó pàpọ̀mọ́ra lójoojúmọ́**
- **Ìpìlẹ̀ Bíbélì fún ìyípadà orílẹ̀-èdè àti àṣà**
- **Àdúrà tó pàpọ̀mọ́ra fún àwọn òkè méje tó ní ipa lórí**

Àwọn àdúrà wọ̀nyí kìí ṣe àgbéyẹ̀wò ìfọkànsìn lásán. Wọ́n jẹ́ **ìbẹ̀bẹ̀ ìjọba** —àdúrà tí ó so Ìjọ pọ̀ mọ́ ète ìràpadà Ọlọ́run fún àwọn olórí, àṣà àti orílẹ̀-èdè.
Ìwé kékeré yìí ń pe àwọn onígbàgbọ́, àwọn alágbàwí, àwọn ẹgbẹ́ àdúrà, àti àwọn ìjọ láti dara pọ̀ mọ́ wọn ní ìṣọ̀kan kí wọ́n lè:

• Ìjọ yóò dìde nínú ìwà mímọ́, ìṣọ̀kan, àti àṣẹ ẹ̀mí
• Àwọn olórí kọjá àwọn òkè agbára yóò pàdé ọgbọ́n Ọlọ́run • Ìhìnrere yóò dé ọ̀dọ̀ àwọn tí kò tíì gbàgbọ́ • Ìjọba Ọlọ́run yóò sì fìdí múlẹ̀ ní àwọn orílẹ̀-èdè

Ìpè náà ṣì wà gẹ́gẹ́ bí ó ti rí ní ìbẹ̀rẹ̀pẹ̀pẹ̀ lónìí:
Duro ni aaye naa.
Àti nípasẹ̀ àdúrà òdodo, kí ìfẹ́ Ọlọ́run kí ó di ṣíṣe **ní ayé gẹ́gẹ́ bí ó ti rí ní ọ̀run** .

Àlàáfíà.
Zakaria Godseagle
Amb . MO Ogbe
C. Ladi Ogbe
Àwọn Iṣẹ́ Ìdì Ọlọ́run
https://www.otakada.org
ambassador@otakada.org

Àwọn Àtúnyẹ̀wò Olùkàwé Ìlọsíwájú

Àwọn ohùn láti ọ̀dọ̀ àwọn alágbàwí

"Dídúró ní Ààlà fún Àwọn Orílẹ̀-èdè ju ìtọ́sọ́nà àdúrà lọ—ó jẹ́ ìwé ìtọ́ni fún ìṣàkóso ẹ̀mí. Àwọn aago tí a ṣètò, ìpìlẹ̀ ìwé mímọ́, àti àwọn àdúrà tí a fojú sí fún àwọn Òkè Méje mú kí èyí jẹ́ irinṣẹ́ alágbára fún àwọn olùbẹ̀bẹ̀ pàtàkì."
— Àlùfáà Àgbà àti Aṣáájú Ìjọba

"Ìwé yìí ní ìwọ̀n ọ̀pọ̀ ọdún ìgbọràn nínú àdúrà. Àdúrà náà jẹ́ ohun tó lágbára, ó jẹ́ ti ìwé mímọ́, ó sì jẹ́ àsọtẹ́lẹ̀. Ó ń fún àwọn onígbàgbọ́ ní agbára láti gbàdúrà ju àìní ara ẹni lọ àti láti mọ ète Ọlọ́run fún àwọn orílẹ̀-èdè."
— Aṣáájú Ìgbìmọ̀ Àdúrà Àgbáyé

"A kìí sábà rí orísun àdúrà kan tí ó so ogun ẹ̀mí jíjinlẹ̀, ẹ̀bẹ̀ fún ìdarí, àti ìran Ìjọba àgbáyé pọ̀. Ìtọ́sọ́nà yìí yóò tan ìmọ́lẹ̀ sí ìpele àdúrà tuntun nínú àwọn ènìyàn àti àwọn ìjọ."
— Aṣáájú Iṣẹ́ Àpósítélì

"Ètò ọjọ́ ogójì pẹ̀lú àwọn aago àdúrà méjọ lójoojúmọ́ ń ṣẹ̀dá ìṣètò ìbẹ̀bẹ̀ tí ó bá àwọn onígbàgbọ́ mu pẹ̀lú ètò ọ̀run. Èyí jẹ́ orísun alágbára fún àwọn ẹgbẹ́ àdúrà àti iṣẹ́ ìránṣẹ́."
— Olùdarí Nẹ́ẹ̀tìwọ́ọ̀kì Àdúrà Àdúrà Àdúrà

"Ìbáṣepọ̀ òǹkọ̀wé pẹ̀lú Ọlọ́run àti ìfaradà tí ó ṣe fún iṣẹ́ yìí fún ìwé yìí ní àṣẹ àrà ọ̀tọ̀. Ó jẹ́ ohun tí ó wúlò àti àsọtẹ́lẹ̀ jíjinlẹ̀."

— Olùdámọ̀ràn fún Ìṣàkóso Kristẹni

"Ní àkókò tí àwọn orílẹ̀-èdè bá wà nínú ìrúkèrúdò, Ìjọ nílò àwọn amọ̀nà bí èyí tí yóò pe àwọn onígbàgbọ́ padà sí pẹpẹ àdúrà. Iṣẹ́ yìí ń mú ara Kristi lágbára láti dúró ní àlàfo náà dáadáa."
— Aṣáájú Iṣẹ́ Àgbáyé

"Àwọn àdúrà tó wà nínú ìtọ́sọ́nà yìí kì í ṣe èyí tí a kò fi bẹ́ẹ̀ gbàgbọ́ tàbí èyí tí a kò gbàgbọ́. Wọ́n jẹ́ àdúrà ìjọba—àwọn ìkéde tó lágbára tó fidí múlẹ̀ nínú Ìwé Mímọ́ tó ń tú ète Ọlọ́run jáde lórí àwọn ìlú àti orílẹ̀-èdè."
— Olùṣàkóso Àdúrà Àdúrà

"Èyí jẹ́ ọ̀kan lára àwọn ìwé àdúrà tó kún jùlọ fún àwọn alágbàwí tí mo ti rí. Ìṣọ̀kan ètò àwọn òkè méje pẹ̀lú àwọn aago àdúrà tó ní ìlànà jẹ́ ohun àrà ọ̀tọ̀."
— Onkọ̀wé Kristẹni àti Onímọ̀ nípa Àdúrà

“Tí o bá jẹ́ alágbàwí, olórí ìjọ, tàbí apá kan nínú ìgbòkègbodò àdúrà, ìwé yìí yóò di alábàákẹ́gbẹ́ rẹ nígbà gbogbo nínú ìgbésí ayé àdúrà rẹ.”
— Pasitọ ati Agbẹ Ijo

"Jíjìnlẹ̀ Ìwé Mímọ́, àwọn ìkéde àsọtẹ́lẹ̀, àti ààwẹ̀ tí a ṣètò mú kí èyí jẹ́ ohun èlò ẹ̀mí pàtàkì fún àwọn tí wọ́n fẹ́ bá Ọlọ́run ṣe àjọṣepọ̀ nínú ṣíṣe àtúnṣe ọjọ́ iwájú àwọn orílẹ̀-èdè."

— Aṣáájú Àwọn Iṣẹ́ Àkànṣe Àgbáyé

"Dídúró ní Ààlà fún Àwọn Orílẹ̀-èdè ń pe àwọn onígbàgbọ́ padà sí iṣẹ́ àlùfáà wọn—láti gbàdúrà fún àwọn aṣáájú, àwùjọ, àti àṣà kí Ìjọba Ọlọ́run lè fìdí múlẹ̀ ní ayé."
— Olùkọ́ni Kristẹni

"Ìwé yìí kò kàn kọ́ni ní àdúrà nìkan—ó ń mú kí ẹ̀bẹ̀ ṣiṣẹ́. Yóò fún àwọn onígbàgbọ́ kárí ayé nísìírí láti dìde gẹ́gẹ́ bí olùṣọ́ fún Ìjọ àti àwọn orílẹ̀-èdè."
— Olùrànlọ́wọ́ Ìṣíkiri Àdúrà

Ọrọ̀ ìṣáájú

Ìpè láti Dúró Nínú Ààlà

Àwọn àkókò kan wà nínú ìgbésí ayé tí Ọlọ́run máa ń dá ìgbòkègbodò ìgbésí ayé wa dúró, tí ó sì máa ń pè wá sínú ohun tí a kò retí rárá.

Lọ́pọ̀ ìgbà, àwọn àkókò wọ̀nyẹn máa ń dé ààrín àìdánilójú, àìlera, àti ìfaradà—àwọn àkókò tí a máa ń mọ̀ pé agbára wa nìkan kò tó.

Ìtọ́sọ́nà àdúrà yìí ni èso irú àkókò bẹ́ẹ̀.
Ní **oṣù kẹta ọdún 2006** , nígbà tí ìdílé mi ní ìṣòro gidigidi nígbà tí ìyàwó mi wà ní ilé ìwòsàn ní London tí ó dojúkọ ìbímọ tí ó le koko, mo ní ìrírí ìṣírò láti ọ̀dọ̀ Ẹmí Mímọ́ tí yóò darí ìgbésí ayé àwọn ọdún tí ó tẹ̀lé e.

Ohun tí ó bẹ̀rẹ̀ gẹ́gẹ́ bí ìṣe ìgbọràn lásán—nípa ìdáhùn sí èrò láti bẹ̀rẹ̀ **ààwẹ̀ ogójì ọjọ́** —yára fi ara rẹ̀ hàn gẹ́gẹ́ bí ohun kan tí ó ju ìdánrawò ẹ̀mí ara ẹni lọ.
Ní àkókò àdúrà yẹn, ẹrù tí Olúwa gbé lé ọkàn mi kò dá lórí ipò ara mi. Dípò bẹ́ẹ̀, àwọn èrò tí ó wá sí mi ni a darí sí **Ìjọ, àwọn aṣáájú rẹ̀, àti ipò ẹ̀mí ti ara Kristi kààkiri àwọn orílẹ̀-èdè** .
Àfiyèsí àwọn àdúrà wọ̀nyẹn ń tọ́ka sí àwọn ibi tí a ti ń lo agbára nínú àwùjọ—àwọn agbègbè tí ó ń darí ìtọ́sọ́nà àwùjọ, àṣà àti ìjọba.

Bí àkókò ti ń lọ, ó hàn gbangba pé kì í ṣe ìrírí kan ṣoṣo ni èyí, bí kò ṣe ìbẹ̀rẹ̀ iṣẹ́ ìbẹ̀bẹ̀ tí ń lọ lọ́wọ́.
Láti ìgbà àkọ́kọ́ yẹn ní **ọdún 2006** , a ti ń ṣe àkíyèsí ogójì ọjọ́ àdúrà àti ààwẹ̀ ní ọdọọdún láti **ọjọ́ kẹtàdínlógún oṣù kẹta sí ọjọ́ kẹ̀ẹ́dọ́gbọ̀n oṣù kẹrin** .

Láti àwọn ọdún wọ̀nyí ni iṣẹ́ náà ti dúró ṣinṣin: láti dúró ní àlàfo fún Ìjọ, láti gbàdúrà fún àwọn aṣáájú níbikíbi tí wọ́n bá wà láàrín àwọn agbègbè agbára tí ó ń darí ayé wa, àti láti wá ète Ọlọ́run fún àwọn orílẹ̀-èdè.
Ohun tí ó bẹ̀rẹ̀ gẹ́gẹ́ bí ìṣe ìgbọràn ara ẹni, nípa oore-ọ̀fẹ́ Ọlọ́run, ti di ẹrù tí àwọn onígbàgbọ́ tí wọ́n nímọ̀lára ìpè kan náà láti bẹ̀bẹ̀ fún Ìjọ àti àwọn orílẹ̀-èdè gbé.
Ìwé yìí dúró fún àṣeyọrí pàtàkì kan nínú ìrìn àjò náà.
Bí a ṣe ń ṣe ayẹyẹ **ogún ọdún ìbẹ̀bẹ̀ olóòótọ́** , a ti pèsè ìtọ́ni àdúrà yìí láti ran àwọn ẹlòmíràn lọ́wọ́ láti kópa nínú ìṣọ́ àdúrà kan náà yìí. Ó pèsè ètò ìṣètò àwọn kókó àdúrà tí a gbé kalẹ̀ nínú Ìwé Mímọ́ tí a ṣe láti tọ́ àwọn onígbàgbọ́ sọ́nà nípasẹ̀ ogójì ọjọ́ ìbẹ̀bẹ̀ tí a fojúsùn sí.

Ireti mi ni pe orisun yii yoo fun ọpọlọpọ ni iwuri lati tun ṣawari agbara iduro niwaju Ọlọrun ni ipo awọn ẹlomiran.

Àwọn ojú ìwé tó tẹ̀lé e ní ìtàn ìpàdé tó bẹ̀rẹ̀ iṣẹ́ yìí. Ìrírí yẹn ló darí ìtọ́sọ́nà ìrìn àjò àdúrà yìí, ó sì ń rán mi létí pé Ọlọ́run ṣì ń pe àwọn ènìyàn Rẹ̀ láti dúró sí àlàfo fún ète Rẹ̀ ní ayé.

Jẹ́ kí ìtọ́sọ́nà yìí mú kí ìfẹ́ ọkàn rẹ sí àdúrà lágbára sí i, kí ó mú kí àjọṣepọ̀ rẹ pẹ̀lú Ẹmí Mímọ́ jinlẹ̀ sí i, kí ó sì fún ọ ní ìṣírí láti dara pọ̀ mọ́ iṣẹ́ ẹ̀bẹ̀ fún Ìjọ àti àwọn orílẹ̀-èdè.

Ìpàdé Tí Ó Bẹ̀rẹ̀ Iṣẹ́ Àyànfúnni náà

Ní **ọjọ́ kẹrìndínlógún oṣù kẹta, ọdún 2006** , mo ń rìn kiri àti rìn kiri ní ọ̀nà ilé ìwòsàn kan ní ìlú London. Ìyàwó mi ti ń rọbí fún ọjọ́ mẹ́ta, àwọn dókítà sì ti sọ fún wa pé tí ọmọ náà kò bá dé ní òwúrọ̀, wọ́n ní láti ṣe iṣẹ́ abẹ fún un.
A kò mọ̀ nígbà náà pé ìyá ọkọ mi ti rí ìran kan pé ìyàwó mi lè má yè bọ́ nínú ìbímọ náà. Ó ṣeun pé kò sọ fún wa nígbà náà.
Bí mo ṣe ń rìn lọ síwá-sẹ́yìn ní gbọ̀ngàn ilé ìwòsàn, ìmọ̀lára líle kan wá sí ọkàn mi—ìmọ̀lára kan tí ó hàn gbangba débi pé mi ò lè gbójú fo ó. Èrò náà rọrùn ṣùgbọ́n ó kún fún ìpayà:
Bẹ̀rẹ̀ ààwẹ̀ ogóji ọjọ́ láti ọla.
Ọjọ́ kejì ni yóò jẹ́ **ọjọ́ kẹtadínlógún oṣù kẹta, ọdún 2006** .

Ìtọ́ni yìí yà mí lẹ́nu. Mi ò tíì gbààwẹ̀ ọjọ́ ogóji rí. Síbẹ̀ mo mọ̀ pé èrò yìí kò wá láti inú èrò ara mi.
Ọ̀nà kan láti mọ ìṣípayá Ẹmí Mímọ́ ni pé Ó sábà máa ń darí wa láti ṣe ohun kan tí Ìwé Mímọ́ sọ tí àwọn ìfẹ́ ọkàn wa kì í sábà kọ̀.
Bí èrò náà ṣe ń tẹ̀síwájú, mo bẹ̀rẹ̀ sí í bá Ọlọ́run sọ̀rọ̀ nínú èrò mi.
"Bí mo bá fẹ́ gbààwẹ̀ fún ogóji ọjọ́," ni mo béèrè, "kí ni màá máa gbàdúrà nípa rẹ̀?"
Ìdáhùn náà wá bí ẹni pé ó wà lọ́kàn mi. Wọ́n ní kí n mú ìwé àkọsílẹ̀ kí n sì bẹ̀rẹ̀ sí í kọ̀wé. Níbẹ̀ gan-an ní ilé ìwòsàn ni mo ti bẹ̀rẹ̀ sí í kọ àwọn ẹrù àdúrà tí ń bọ̀ wá sí mi.

Sí ìyàlẹ́nu mi, àdúrà náà kò dá lórí ipò ìyàwó mi. Dípò bẹ́ẹ̀, àwọn èrò náà dá lórí àwọn pásítọ̀, àwọn ìjọ, àti ìṣọ̀kan nínú ara Kristi.
Ní àkókò yẹn ni mo béèrè fún ohun kan lọ́wọ́ Ọlọ́run.
"Bí mo bá fẹ́ parí ààwẹ̀ ogóji ọjọ́ yìí," ni mo gbàdúrà, "mo fẹ́ rí ọ kí ààwẹ̀ náà tó parí."
Kò sí ìdáhùn sí ìbéèrè yẹn.

Nígbà tó yá, mo lóye ìdí rẹ̀.
Ọlọ́run sábà máa ń dúró de ìgbọ́ràn wa kí ó tó fi ìgbésẹ̀ tó tẹ̀lé ètò Rẹ̀ hàn.

Ìwé Mímọ́ fi àpẹẹrẹ yìí hàn kedere. Nígbà tí Jónà sá kúrò ní ibi iṣẹ́ Ọlọ́run, Olúwa dákẹ́ títí Jónà fi padà sí ipò ìgbọràn. Lẹ́yìn náà ni ìjíròrò náà bẹ̀rẹ̀.
Ọjọ́ mẹ́ta ṣáájú òpin ààwẹ̀ ogójì ọjọ́ náà—ní **ọjọ́ kejìlélógún oṣù kẹrin, ọdún 2006, ní agogo márùn-ún òwúrọ̀** — Ọlọ́run dáhùn ìbéèrè mi.

Mo jí ní ìdajì oorun nígbà tí Ẹnìkan farahàn ní ìrísí ènìyàn. Àwọn ọwọ́ rẹ̀ di ẹ̀yìn rẹ̀, ó sì rìn lọ́ra láti ọ̀dọ̀ mi nípasẹ̀ fèrèsé sínú yàrá ìsinmi.
Mo le ri irisi Re kedere, botilẹjẹpe oju Rẹ ko han ni kikun.

Bí Ó ṣe ń súnmọ́, ààyè tí ó yí mi ká bẹ̀rẹ̀ sí í mì tìtì pẹ̀lú agbára ńlá. Ó dàbí pé agbègbè tí ó yí ẹsẹ̀ mi ká ń yọ́, ó sì ń tún ara rẹ̀ ṣe nígbà gbogbo bí Ó ṣe ń súnmọ́ mi.
Nígbà tí wíwà níbẹ̀ dé àyà àti ibi orí mi, agbára náà pọ̀ sí i ju ohunkóhun tí mo tíì rí rí lọ.
Agbára àìṣeéṣe ti àkókò yẹn ṣòro láti ṣàpèjúwe.
Mo pàdánù àkókò. Bí mo ṣe rí i pé mo ti ń rọ́ sí ilẹ̀, mo bẹ̀rẹ̀ sí í yí ara mi ká, mo ń bẹ̀ Ẹ pé kó dákẹ́ kí ó sì sọ ohun tí Ó fẹ́ kí n ṣe fún mi.
Ìrírí yẹn fi àmì sí ìbẹ̀rẹ̀ ìrìn àjò jíjìn pẹ̀lú Ọlọ́run.

Lẹ́yìn ìpàdé yẹn, mo bẹ̀rẹ̀ sí ní rí àlá àti ìran nípa ara Kristi. Nínú ìran kan, mo rí Olúwa Jésù tí ó wọ yàrá kan, ara rẹ̀ sì dàbí èyí tí ó pín sí wẹ́wẹ́—apá kọ̀ọ̀kan so pọ̀ mọ́ ara wọn pẹ̀lú àwọn okùn awọ díẹ̀.
Apá kọ̀ọ̀kan dúró fún iṣẹ́ ìránṣẹ́ kan.
Àwọn ìbáṣepọ̀ láààrín wọn kò lágbára.
Ìran náà fi òtítọ́ ìrora kan hàn: ìpínyà láààrín Ìjọ—ìdíje, ìgbéraga, àti ìdíje láàrín àwọn iṣẹ́ ìránṣẹ́—ń sọ ìṣọ̀kan ara Kristi di aláìlágbára.

Nígbà tí mo béèrè lọ́wọ́ Olúwa ibi tí mo ti lè wọ inú ara tí ó pínyà yìí, ìdáhùn Rẹ̀ ṣe kedere:
"Ẹ wá àwọn ìjọ tí wọ́n ń sọni di ọmọ-ẹ̀yìn. Ẹ má ṣe jẹ́ kí nọ́ńbà máa tàn yín jẹ."

Láti ìgbà náà lọ, iṣẹ́ náà ti di mímọ̀ kedere.
Lọ́dọọdún, bẹ̀rẹ̀ láti **ọjọ́ kẹtàdínlógún oṣù kẹta sí ọjọ́ kẹ̀ẹ́dọ́gbọ̀n oṣù kẹrin** , a máa ń ṣe àkíyèsí àdúrà àti ààwẹ̀ fún ogójì ọjọ́—tí ó dúró sí àlàfo fún Ṣọ́ọ̀ṣì, àwọn aṣáájú rẹ̀, àti àwọn orílẹ̀-èdè.

Ìtọ́sọ́nà àdúrà yìí jẹ́ ọ̀kan lára àwọn ìfihàn iṣẹ́ tí ń lọ lọ́wọ́ yìí.

Àkíyèsí Òǹkọ̀wé

Ìtọ́sọ́nà àdúrà yìí dúró fún èso ọ̀pọ̀ ọdún ti ìrònújinlẹ̀, àdúrà, àti ìgbọràn sí iṣẹ́ àyànfúnni kan tí ó bẹ̀rẹ̀ ní ọdún 2006. Ohun tí ó bẹ̀rẹ̀ gẹ́gẹ́ bí àkókò ààwẹ̀ àti ìbẹ̀bẹ̀ ara ẹni díẹ̀díẹ̀ di àkókò àdúrà tí a ń ṣe déédéé lọ́dọọdún láti **oṣù kẹta sí ọjọ́ kẹẹ̀ẹ́dọ́gbọ̀n oṣù kẹrin** .
Bí àkókò ti ń lọ, àwọn ẹlòmíràn bẹ̀rẹ̀ sí í pín nínú ẹrù yìí láti gbàdúrà fún Ìjọ, àwọn aṣáájú rẹ̀, àti àwọn orílẹ̀-èdè. Ìfẹ́ láti pèsè ohun èlò ìṣètò fún àwọn tí wọ́n fẹ́ kópa nínú àkókò àdúrà yìí ló mú kí a ṣe ìtọ́sọ́nà yìí.
Àwọn àdúrà tó wà nínú ìwé yìí jẹ́ ti Ìwé Mímọ́, wọ́n sì dá lórí ìgbàgbọ́ pé ẹ̀bẹ̀ ń kó ipa pàtàkì nínú ète Ọlọ́run tó ń ṣí payá lórí ilẹ̀ ayé. Wọ́n wà fún ìrànlọ́wọ́ láti ran àwọn onígbàgbọ́ lọ́wọ́ láti máa gbàdúrà pẹ̀lú ìrònú àti ìdúróṣinṣin nígbà tí wọ́n bá ń ṣọ́ ọjọ́ ogójì.
Àwọn ènìyàn kọ̀ọ̀kan, ìdílé, àwọn ẹgbẹ́ àdúrà, àti àwọn ìjọ lè lo ìtọ́sọ́nà yìí tí wọ́n fẹ́ dúró ní àlàfo fún ara Kristi àti fún àwọn orílẹ̀-èdè.
Àdúrà wa ni pé kí gbogbo àwọn tó ń ka àwọn àdúrà wọ̀nyí lè túbọ̀ máa ní àjọṣepọ̀ pẹ̀lú Ọlọ́run kí wọ́n sì máa lágbára sí i nínú ìfaramọ́ wọn sí ẹ̀bẹ̀.

Ki Oluwa fun gbogbo awon ti o gba ipe yii lati gbadura lokun.

Zakaria Godseagle
Amb . MO OGBE

Báwo ni a ṣe lè gbọ́ ohùn Ọlọ́run

Jákèjádò Ìwé Mímọ́, Ọlọ́run fi ara rẹ̀ hàn gẹ́gẹ́ bí Ọlọ́run tí ó ń bá àwọn ènìyàn Rẹ̀ sọ̀rọ̀. Láti àwọn ojú ìwé àkọ́kọ́ nínú Bíbélì títí dé iṣẹ́ ìránṣẹ́ Jésù àti iṣẹ́ Ẹmí Mímọ́ nínú Ìjọ, ohùn Ọlọ́run ti tọ́ àwọn tí ń wá a sọ́nà, ó ti ṣe àtúnṣe, ó sì ti darí wọn.

Jesu funra rẹ̀ sọ pé:

"Àwọn àgùntàn mi ń gbọ́ ohùn mi, mo sì mọ̀ wọ́n, wọ́n sì ń tọ̀ mí lẹ́yìn."

—Jòhánù 10:27

Nítorí náà, gbígbọ́ ohùn Ọlọ́run kì í ṣe fún àwọn ènìyàn pàtàkì díẹ̀ nìkan. Ó jẹ́ ara ìbátan tí Ọlọ́run fẹ́ ní pẹ̀lú àwọn ọmọ Rẹ̀.

Sibẹsibẹ, kikọ ẹkọ lati mọ ohùn Ọlọrun nilo idagbasoke ti ẹmi, irẹlẹ, ati ibamu pẹlu Ọrọ Rẹ.

Ọnà Àkọ́kọ́ tí Ọlọ́run gbà ń sọ̀rọ̀

Ọnà tí Ọlọ́run gbà sọ̀rọ̀ lọ́nà tó ṣe kedere jùlọ àti èyí tó ṣeé gbẹ́kẹ̀lé jùlọ ni nípasẹ̀ **Ìwé Mímọ́** . Ọrọ̀ Ọlọ́run ń fi ìwà rẹ̀, ìfẹ́ rẹ̀, àti ète rẹ̀ hàn. Èyíkéyìí èrò, ìran, àlá, tàbí èrò tó bá tako Ìwé Mímọ́ kò lè wá láti ọ̀dọ̀ Ọlọ́run.

Nítorí èyí, àwọn onígbàgbọ́ gbọ́dọ̀ dúró ṣinṣin nínú Ọrọ̀ náà.

Ẹrí Inú Ẹmí Mímọ́

Ẹmí Mímọ́ sábà máa ń sọ̀rọ̀ nípasẹ̀ ohun tí ọ̀pọ̀ àwọn onígbàgbọ́ ń pè ní **ẹ̀rí inú** . Èyí lè farahàn gẹ́gẹ́ bí ìgbàgbọ́ tó lágbára, ìtẹ̀síwájú lórí ọkàn, tàbí ìmọ̀lára ìtọ́sọ́nà tó bá Ìwé Mímọ́ mu.

Nígbà mìíràn, àwọn èrò wọ̀nyí máa ń farahàn gẹ́gẹ́ bí èrò tí ó máa ń wá sí ọkàn lójijì—àwọn èrò tí ó bá ìwà Ọlọ́run àti ète Rẹ̀ mu.

Àwọn Àlá àti Àwọn Ìran

Jálẹ̀ Bíbélì, Ọlọ́run sábà máa ń bá àwọn ènìyàn sọ̀rọ̀ nípasẹ̀ àlá àti ìran. Jósẹ́fù, Dáníẹ́lì, Pétérù, àti Pọ́ọ̀lù ní àwọn àkókò kan tí Ọlọ́run fi ìfẹ́ Rẹ̀ hàn lọ́nà yìí.

Nínú Ìṣe Àwọn Apọsteli 2:17, Àpósítélì Pétérù kéde pé: *"Àwọn ọmọkùnrin yín àti àwọn ọmọbìnrin yín yóò máa sọtẹ́lẹ̀, àwọn ọ̀dọ́mọkùnrin yín yóò máa rí ìran, àwọn àgbà yín yóò sì máa lá àlá."* Sibẹsibẹ, awọn iriri wọnyi gbọdọ wa ni idanwo lodi si Iwe Mimọ nigbagbogbo ati lati jẹrisi nipasẹ adura.

Ọlọ́run tún ń sọ̀rọ̀ nípasẹ̀ àwọn ipò àti ènìyàn

Ọlọ́run tún lè tọ́ àwọn ènìyàn Rẹ̀ sọ́nà nípasẹ̀ àwọn ipò, ìmọ̀ràn ọlọ́gbọ́n, àti iṣẹ́ ìránṣẹ́ àwọn onígbàgbọ́ mìíràn. Àwọn olùṣọ́-àgùntàn, àwọn olùdámọ̀ràn nípa ẹ̀mí, àti àwọn onígbàgbọ́ tó dàgbàsókè sábà máa ń kó ipa pàtàkì nínú rírán wá lọ́wọ́ láti mọ ìtọ́sọ́nà Ọlọ́run.
Nínú gbogbo ọ̀ràn, Ẹmí Ọlọ́run kò ní darí àwọn onígbàgbọ́ sínú ìgbéraga, ìdàrúdàpọ̀, tàbí àwọn ìṣe tí ó lòdì sí ẹ̀kọ́ Kristi láéláé.

Dán Ohun Tí A Gbọ́ wò

Nítorí pé àwọn èrò ẹ̀mí lè má yéni nígbà mìí, Ìwé Mímọ́ gba àwọn onígbàgbọ́ níyànjú láti dán ohun tí wọ́n gbà wò.
Aposteli Johannu kọwe pe:
"Ẹyin olùfẹ́ ọ̀wọ́n, ẹ má ṣe gba gbogbo ẹ̀mí gbọ́, ṣùgbọ́n ẹ dán àwọn ẹ̀mí wò bóyá wọ́n jẹ́ ti Ọlọ́run."
—1 Jòhánù 4:1
Àwọn ìbéèrè pàtàkì mẹ́ta lè ràn ọ́ lọ́wọ́ láti mọ bí a ṣe ń yanjú ìṣòro:
- Ṣé ó bá Ọrọ̀ Ọlọ́run mu?
- Ṣé ó ń fi ìwà Kristi hàn? • Ṣé ó ń mú kí òye, àlàáfíà, àti òdodo wá?

Nígbà tí àwọn ohun èlò wọ̀nyí bá wà, àwọn onígbàgbọ́ lè tẹ̀síwájú pẹ̀lú ìgbẹ́kẹ̀lé pé Ẹmí Mímọ́ ń darí wọn.

Dídàgbà nínú ìmọ̀lára sí Ọlọ́run

Kíkọ́ láti gbọ́ ohùn Ọlọ́run jẹ́ ara ìrìnàjò ìdàgbàsókè ẹ̀mí. Bí àwọn onígbàgbọ́ ṣe ń lo àkókò nínú àdúrà, tí wọ́n ń kẹ́kọ̀ọ́ Ìwé Mímọ́, tí wọ́n sì ń fiyèsí ìtọ́sọ́nà Ẹmí Mímọ́ , agbára wọn láti mọ ìtọ́sọ́nà Ọlọ́run yóò túbọ̀ ṣe kedere sí i.
Ète gbígbọ́ Ọlọ́run kì í ṣe láti lépa àwọn ìrírí àrà ọ̀tọ̀, ṣùgbọ́n láti mú ìbátan jíjinlẹ̀ pẹ̀lú Rẹ̀ dàgbà àti láti rìn ní òtítọ́ nínú ìfẹ́ Rẹ̀.
Bí o ṣe ń wọ àkókò àdúrà àti ìbẹ̀bẹ̀ yìí, béèrè lọ́wọ́ Ẹmí Mímọ́ láti tọ́ ọ sọ́nà, kí ó bá ọkàn rẹ sọ̀rọ̀, kí ó sì darí rẹ sí ìbáṣepọ̀ jíjinlẹ̀ pẹ̀lú Ọlọ́run.

Àdúrà Ojoojúmọ́, Ìkéde, àti Ìbòjú Ẹmí ti Ìwọ̀n 360

Àwọn Ìkéde Ṣíṣí àti Ìdìdì Ìlẹ̀kùn fún Àwọn Òkè Méje ti Ìpalára

(Awọn Imudara Adura 10 ti o ni imọran)

Ètò Àdúrà

A le lo awọn adura wọnyi ni ọna meji:

• **Gbadura gbogbo apa mẹwa papọ ni ọganjọ oru** ki o to bẹrẹ adura ojoojumọ.

• **Gbadura apa kan ni gbogbo wakati meji** , ki o bo gbogbo iṣọ ẹmi ọjọ naa.

Ìṣètò Agogo Tí A Dábàá:

- **12:00 AM – Ṣíṣí Èbúté àti Apá Kìíní**
- **2:00 AM – Apá Kejì**
- **4:00 AM – Apá Kẹta**
- **6:00 AM – Apá 4**
- **8:00 AM – Apá 5**
- **10:00 AM – Apá 6**
- **12:00 PM – Apá 7**
- **2:00 PM – Apá 8**
- **4:00 PM – Apá 9**
- **6:00 PM – Apá 10 (Àwọn Ìkéde Ìdìmú)**

Àwọn ìkéde wọ̀nyí fi agbára ẹ̀mí múlẹ̀, wọ́n ṣí àwọn ẹnu ọ̀nà àdúrà, wọ́n tú àtakò ká, wọ́n sì fi dí ẹ̀bẹ̀ tí ó bo **ẹni kọ̀ọ̀kan, Ìjọ, àti Òkè Méje ti Ìpalára** .

Àwọn Ìwé Mímọ́ fún Kíkà, Ṣíṣàrò àti Ṣíṣàrò fún Lílò nínú Ìgbésí Ayé Ojoojúmọ́:

Lúùkù 9:23-29 BMY - ***Ó sì wí fún gbogbo wọn pé, "Bí ẹnikẹ́ni bá fẹ́ tọ̀ mí lẹ́yìn, kí ó sẹ́ ara rẹ̀, kí ó gbé àgbélébùú rẹ̀ lójoojúmọ́, kí ó sì máa tọ̀ mí lẹ́yìn." - Biblics***

1 Tímótì 6: ***11-14 Ṣùgbọ́n ìwọ, ènìyàn Ọlọ́run, sá fún nǹkan wọ̀nyí kí o sì lépa òdodo, ìwà-bí-Ọlọ́run, ìgbàgbọ́, ìfẹ́, sùúrù, àti ìwà tútù. Ja ìjà rere ti ìgbàgbọ́, di ìyè àìnípẹ̀kun mú, èyí tí a pè ọ́ pẹ̀lú, tí o sì jẹ́wọ́ ìjẹ́wọ́ rere níwájú ọ̀pọ̀ ẹlẹ́rìí. Mo rọ̀ ọ́ níwájú Ọlọ́run tí ó fún ohun gbogbo ní ìyè, àti níwájú Kristi Jesu ẹni tí ó jẹ́rìí ìjẹ́wọ́ rere níwájú Pontiu Pilatu, kí o pa àṣẹ yìí mọ́ láìní àbàwọ́n, láìlẹ́bi títí Olúwa wa Jesu Kristi yóò fi farahàn."***

Bí ẹ̀yin bá dúró nínú ọ̀rọ̀ mi, ẹ̀yin jẹ́ ọmọ-ẹ̀yìn mi nítòótọ́. " Johannu 8:31.

Má ṣe jẹ́ kí ibi ṣẹ́gun rẹ, ṣùgbọ́n fi rere ṣẹ́gun ibi ." Róòmù 12:21.

Bákan náà , ẹ̀yin pẹ̀lú, ẹ ka ara yín sí òkú sí ẹ̀ṣẹ̀ ní tòótọ́, ṣùgbọ́n ẹ wà láàyè sí Ọlọ́run nínú Kristi Jesu Olúwa wa. Nítorí náà, ẹ má ṣe jẹ́ kí ẹ̀ṣẹ̀ jọba nínú ara kíkú yín, kí ẹ lè máa gbọ́ràn sí i nínú ìfẹ́kúfẹ̀ẹ́ rẹ̀ . Róòmù 6:11-12.

Ṣùgbọ́n bí ẹ bá fi ẹ̀mí pa àwọn iṣẹ́ ara, ẹ̀yin yóò yè . — Róòmù 8:13

Nítorí náà, níwọ̀n ìgbà tí Kristi ti jìyà nínú ara, ẹ fi irú ọkàn kan náà dì ara yín mú, nítorí ẹni tí ó ti jìyà nínú ara ti dáwọ́ ẹ̀ṣẹ̀ dúró… 1 Peteru 4:1.

APÁ KÌÍNÍ — Gbígbé Àṣẹ Ẹmí kalẹ̀

Baba, ní orúkọ Jesu, Olùpilẹ̀ṣẹ̀ àti Olùparí ìgbàgbọ́ mi, mo dìde láti fi ẹ̀tọ́ àti agbára mi múlẹ̀ lórí agbègbè yìí àti lórí gbogbo agbègbè tí ìwọ ti fún mi ní àṣẹ ìjọba.

Gẹ́gẹ́ bí **Dáníẹ́lì 9:4 ti** sọ, ìwọ nìkan ni Ọlọ́run ńlá àti ẹlẹ́rù, tí ó ń pa májẹ̀mú àti àánú mọ́ pẹ̀lú àwọn tí ó fẹ́ràn rẹ àti pẹ̀lú àwọn tí ó ń pa àṣẹ rẹ mọ́.
Mo bẹ Ọlọrun tí ó sọ nínú **2 Kronika 7:13–16 pé** :

"Bí mo bá ti ọ̀run kí òjò má baà rọ̀, bí mo bá pàṣẹ fún eṣú láti jẹ ilẹ̀ náà run, tàbí bí mo bá rán àjàkálẹ̀-àrùn sí àárín àwọn ènìyàn mi; bí àwọn ènìyàn mi tí a ń pè ní orúkọ mi bá rẹ ara wọn sílẹ̀, tí wọ́n sì gbàdúrà, tí wọ́n sì wá ojú mi, tí wọ́n sì yípadà kúrò nínú ọ̀nà búburú wọn, nígbà náà ni èmi yóò gbọ́ láti ọ̀run wá, èmi yóò dárí ẹ̀ṣẹ̀ wọn jì wọ́n, èmi yóò sì wo ilẹ̀ wọn sàn."

Nisinsinyi oju rẹ yoo ṣii, eti rẹ yoo si tẹtisi si adura ti a ṣe ni ibi yii.
Nítorí nísinsìnyìí, ìwọ ti yan ilé yìí, o sì ti yà á sí mímọ́, kí orúkọ rẹ lè wà níbẹ̀ títí láé; ojú rẹ àti ọkàn rẹ yóò sì máa wà níbẹ̀ títí láé.

Mo kéde pé ibi yìí ti di mímọ́.

Mo fi ara mi fun yin gege bi ẹbọ alãye nipa ẹjẹ Jesu, Olugbala ati Olurapada mi. Se awon adura wonyi ni mimọ ati itẹwọgba fun yin.

Mo jẹ́wọ́ ẹ̀ṣẹ̀ mi àti ẹ̀ṣẹ̀ àwọn baba wa. Jẹ́ kí oore-ọ̀fẹ́ àti àánú borí wa.

Mo kéde pé mo ní ààyè ọ̀fẹ́ fún àdúrà mi láti gòkè lọ sí ìjọba àwọn ẹ̀dá tí kò lágbára, kí n má sì ṣe dé ilẹ̀ ayé.

Mo gbà pẹ̀lú Ilé Ẹjọ́ Gíga Jùlọ ti Ọrun.

Mo jókòó ní àwọn ibi ọ̀run pẹ̀lú Kristi Jesu; nítorí náà, mo jagun láti orígun àti ilẹ̀ ọba yìí.

Mo kéde pé ìfòróróyàn Ọlọ́run ni ó ń fọ́ gbogbo àjàgà, ó ń ṣí gbogbo ẹnu ọ̀nà, ó sì ń yan àwọn áńgẹ́lì láti fún mi ní okun bí mo ṣe ń tẹ̀síwájú sí àwọn ìpele tuntun, àwọn ìpele tuntun, àwọn ìjọba tuntun, àti àwọn agbègbè tuntun.

Jẹ́ kí ìdàgbàsókè kan wà ní ọ̀run.

Mo tẹnu mọ́ àwọn ìṣàpẹẹrẹ aposteli àti àsọtẹ́lẹ̀.
Mo fọ́ àwọn òrùlé dígí náà.
Mo fọ́ àwọn ọ̀pá ẹ̀mí àti àwọn awọ irin.
Mo kéde pé a ti dá àyíká tuntun sílẹ̀.
Mo tún ṣe àtúnṣe àyíká ipò ẹ̀mí, mo sì pàṣẹ pé kí a fi iná àti ìtara Ọlọ́run rọ́pò gbogbo ìgbóná ara.

Fi Ẹmí Mímọ́ àti iná bamitísì mi.
Jẹ́ kí iná wà ní ẹnu mi bí mo ṣe ń tẹ̀síwájú nínú àdúrà yìí.
Mo gba àṣẹ lórí àwọn àyíká ẹ̀mí èṣù àti ti èṣù àti àwọn ojúọjọ́ tí ìgbòkègbodò ìsìn, àwọn àwòrán tí ń yí àyànmọ́ padà, àwọn àfọ̀ṣẹ, àwọn ọ̀rọ̀ burúkú, iṣẹ́ àjẹ́, àwọn àyíká tí ó lòdì síni, ìbẹ̀rù, ìpalára, ààtò, ìkórìíra, ìkórìíra ẹ̀yà, àti ìwà ipá dá sílẹ̀, ní orúkọ Jésù.

Mo pàṣẹ pé kí àyíká ẹ̀mí yí padà.
Ìyípadà ojúọjọ́ ọrọ̀ ajé.
Ìyípadà ojúọjọ́ àwùjọ. Ìyípadà ojúọjọ́ àṣà. Ìyípadà ojúọjọ́ ẹ̀kọ́. Ìyípadà ojúọjọ́ òṣèlú. Ìyípadà ojúọjọ́ ìjọ.

Mo pàṣẹ pé kí afẹ́fẹ́ kún fún ògo Ọlọ́run.
Baba, kun oju-aye.
Fi ogo Rẹ kun ayika naa.
Mo yi agbegbe yii pada mo si kede pe o yẹ fun bayi:

Iṣẹ́ ìránṣẹ́ mi láti gbèrú.
Àjọṣepọ̀ mi láti gbèrú. Àwọn ọmọ mi láti gbèrú. Àwọn olólùfẹ́ mi láti gbèrú. Iṣẹ́ mi láti gbèrú. Àwọn èrò mi láti gbèrú. Orílẹ̀-èdè mi láti gbèrú. Ìjọba mi láti gbèrú. Ọrọ̀ ajé mi láti gbèrú.

Mo gbé àyíká tí ó ju agbára ẹ̀dá lọ kalẹ̀ fún àwọn iṣẹ́ ìyanu láti ṣẹlẹ̀.
Mo jagun ni oruko Jesu ati nipa eje Re ti a ta sile — eje Odo agutan ti a pa ki a to fi aye sile.

Nípasẹ̀ Rẹ̀, a gbọ́dọ̀ pa ibi run.
Nítorí èyí ni a ṣe fi Ọmọ Ọlọ́run hàn kedere, kí ó lè pa àwọn iṣẹ́ òkùnkùn run.

Mo pàṣẹ, mo sì kéde pé àwọn iṣẹ́ òkùnkùn ti parun.
Mo paṣẹ pe gbogbo egún lori aye mi ni a yi pada.
Mo gba agbara okunkun ti o bori ati ti o duro lori agbegbe yii ni oruko Jesu.
Mo fi Ọrọ̀ Rẹ mú gbogbo ẹ̀mí èṣù.
Fi agbára fún àwọn ọmọ ogun áńgẹ́lì láti jagun fún mi.
Mo tako awọn odi agbegbe.
Mo ya àwọn ìdènà ẹ̀mí-ẹni-nínú-ẹni sọ́tọ̀.

Ṣí ẹnu ọ̀nà àwọn ẹ̀wọ̀n ọpọlọ kí o sì gbà wá lọ́wọ́ ẹ̀mí ìtìjú, ìtìjú, ìfòòró, àti ìwà àìtọ́.

Gba wa lọwọ ẹmi odi ati igberaga.
Gba mi lọ́wọ́ àbùkù, ìfipábánilòpọ̀, ìdènà àwùjọ, ìfàmọ́ra, àwọn ààlà Sátánì, àwọn ìtànjẹ Sátánì, àwọn ìfàmọ́ra, àwọn ìdènà ẹ̀mí èṣù, àwọn ìṣọ̀kan àṣà, àwọn ibi ààbò ìsìn, àwọn àjẹ́, àwọn àṣà, àti àwọn àyíká àṣà ìbílẹ̀ tí ó lòdì sí Kristi.

Gba mi lọ́wọ́ àwọn ìdíwọ́, àìlera, àti àwọn ìdènà.

Mo kọ̀ láti jẹ́ kí wọ́n fi mí ṣe ẹlẹ́yà, kí wọ́n tàbùkù mi, kí wọ́n má lè gbé mi dé ibi kankan, kí wọ́n dẹ́kun mi, kí

wọ́n máa dẹ́rù bà mí, kí wọ́n máa ṣe àríwísí mi, kí wọ́n máa gbà mí, kí wọ́n máa fẹ̀sùn kàn mí, kí wọ́n máa ṣe àṣìṣe, kí wọ́n máa tọ́jú mi lọ́nà tí kò tọ́, tàbí kí wọ́n máa ṣàkóso mi lọ́nà tí kò tọ́.
Mo wọ aṣọ ìbora ojurere.
Mo yọ awọn ohun ti o nfa ẹmi eṣu ati awọn bọtini ọpọlọ kuro.
Mo fi wọn kuru.

APÁ KEJÌ — Ìṣẹ̀lẹ̀ Agbègbè

Èmi kì í dáhùn sí ìnilára ẹ̀mí èṣù. Mo fi agbára mi hàn lórí agbègbè yìí nípasẹ̀ ẹ̀jẹ̀, Ọrọ̀, àti nípasẹ̀ Ẹmí Ọlọ́run.

Nítorí èyí ni mo ṣe ń rán yín létí pé Ọmọ Ọlọ́run farahàn láti pa iṣẹ́ Èṣù run. Mo pàṣẹ pé kí iṣẹ́ Èṣù paré. Wọ́n paré lórí agbègbè yìí, lórí àdúgbò mi, lórí ara mi, lórí ìdílé mi, lórí àwọn ọmọ mi, lórí àwọn olólùfẹ́ mi, lórí iṣẹ́ ìránṣẹ́ mi, lórí pásítọ̀ mi, lórí dókítà àti agbẹjọ́rò mi, àti lórí ìjọba mi.
Iṣẹ́ ibi ti Bìlísì ti parun.

Mo kéde àti pàṣẹ pé àwọn ètò àti ète Ọlọ́run yóò borí. Ọrọ̀ Ọlọ́run borí. Ìfẹ́ Rẹ̀ borí. Ète àti àyànmọ́ àsọtẹ́lẹ̀ mi borí. Ìran mi borí. Iṣẹ́ mi borí. Àwọn èrò mi borí.

Mo sọ àsọtẹ́lẹ̀ fún àwọn afẹ́fẹ́ mẹ́rin pé àwọn nǹkan tí ó ti kú láìpẹ́ tí wọ́n sì ti gbẹ nítorí àwọn ìgbòkègbodò Sátánì ni a ó mú kí wọ́n yára, tí wọn yóò sì padà sí ìyè.

Mo kéde pé àwọn apá ti àyànmọ́ mi — ìṣúná owó, iṣẹ́ ìránṣẹ́, àti ìbáṣepọ̀ — ni wọ́n para pọ̀.

Ìgbésí ayé mi papọ̀.
Owó mi papọ̀. Iṣẹ́ mi papọ̀. Àwọn ìbáṣepọ̀ mi papọ̀. Ìdílé mi papọ̀. Ara Kristi papọ̀. Iṣẹ́ ìránṣẹ́ mi papọ̀. Ìgbéyàwó mi papọ̀. Ìdílé mi papọ̀. Ìnáwó mi papọ̀.

Àwọn ìjọba wa máa ń papọ̀.
Àwọn olórí wa máa ń papọ̀.
Ohun gbogbo n ṣiṣẹ papọ gẹgẹbi ifẹ Rẹ.
Baba, mo dúpẹ́ lọ́wọ́ rẹ. Kò sí ohun tí kò ṣeé ṣe pẹ̀lú rẹ.
Nítorí náà, Baba, mo pàṣẹ, mo sì kéde pé a ṣí àwọn ilẹ̀kùn ọ̀run sílẹ̀.
Jẹ́ kí òjò rọ̀.
Ẹmí Ọlọ́run, mú wa wọ inú àkókò ìtura tí ìwọ ṣèlérí pé yóò ti ọ̀dọ̀ Olúwa wá.

Mo pàṣẹ, mo sì kéde pé kì yóò sí ọ̀dá ẹ̀mí èṣù mọ́, kò ní sí gbígbẹ ẹ̀mí èṣù mọ́, kò ní sí wàhálà mọ́, kò ní sí àrùn mọ́, kò ní sí ìbànújẹ́ mọ́, kò sì ní sí ìṣẹ̀lẹ̀ ẹ̀mí èṣù mọ́.

A wa ninu iwe kika Iwe naa, gege bi a ti ko nipa wa.

A wa ninu agbara Olorun — Olorun Joshua — a si paṣẹ ati kede pe gbogbo odi ti ko le wo lulẹ ni oruko Jesu ati ni agbara Olorun Oga Julọ .

Mo fọ́ àwọn ìdènà, àwọn ìdènà, àwọn ìdènà, àti àwọn àpáta túútúú.
Mo kéde pé mo ń tẹ̀síwájú nínú ìpè, àwọn ète, àti àwọn ètò Ọlọ́run.
Ìdí Kristi ń tẹ̀síwájú ní agbègbè yìí àti ní gbogbo agbègbè.
Mo kéde pé Jesu Kristi ni Oluwa ati Ọba awọn Ọba. Ijọba Ọlọrun ti de. Oba lori gbogbo agbegbe ati Ijọba Rẹ̀ sunmọtosi.

A gba agbara lori gbogbo odi agbara ẹmi eṣu a si fọ okùn ati ìdè ibi.
A máa ń gbọn ibi kúrò ní ipò àìtọ́ rẹ̀, a sì máa ń gba ipò àṣẹ wa.
A gba àṣẹ lórí àwọn pẹpẹ Satani ní àwọn òkè ńlá.
A dúró nínú ẹ̀mí Èlíjà, a sì pàṣẹ, a sì kéde pé Ọlọ́run tí ó dáhùn nípasẹ̀ iná ni Ọlọ́run.
A pàṣẹ pé iná Ọlọ́run yóò pa gbogbo pẹpẹ run.

A pàṣẹ pé kí a fọ́ agbára ọ̀tá kúrò nínú ìgbésí ayé wa, kí a fọ́ iṣẹ́ ìránṣẹ́ wa, kí a fọ́ ilé wa, kí a fọ́ ọkàn wa, kí a fọ́ àjọṣepọ̀ wa.
Wọ́n ti gé kúrò lára wa, kúrò nínú ìgbésí ayé wa, kúrò nínú àwọn ọmọ wa, kúrò nínú ìgbéyàwó wa, kúrò nínú ọkọ tàbí aya wa, kúrò nínú iṣẹ́ wa, àti kúrò nínú iṣẹ́ wa.

A pàṣẹ àti kéde pé ibi kò ní agbára lórí ìgbésí ayé wa mọ́.

A bọ́ lọ́wọ́ ìdarí ibi ọ̀tá.
A jáwọ́ nínú àwọn ìwà búburú.

A ń bọ́ lọ́wọ́ àwọn ìfẹ́kúfẹ̀ẹ́, àwọn ìṣẹ́, àwọn ìpara, àwọn ègé voodoo, àwọn ìṣẹ́gun, ẹ̀wọ̀n, ìdè, àwọn ìṣẹ́gun, àwọn ìjogún, àwọn ìjogún, àwọn ègún ìran, ẹ̀mí ogún, ikú, òṣì, àìnífẹ̀ẹ́, àìnírètí, ìlòkulò, àìní ìrànlọ́wọ́, àìní ìrànlọ́wọ́, àìníṣẹ́gun, àìní ìrànlọ́wọ́, àti àìgbàdúrà.

A pàṣẹ, a sì kéde pé a ti pa wọ́n run.

Ibikibi ati ohunkohun ti awon oṣó, awon olè, awon oṣó, awon amoye, ati awon oniwa-ipa esin ba n lo gege bi aaye ifọwọkan lati tu awọn eegun silẹ — nipasẹ awọn aworan, aṣọ, awọn okùn irun, awọn ohun elo ti ara ẹni, awọn aṣọ, awọn abọ, eruku, ẹjẹ, awọn ọmọlangidi voodoo, awọn pẹpẹ, awọn oṣó, omi, awọn igbálẹ, awọn adalu, tabi ohunkohun miiran — Mo paṣẹ pe ki wọn ya wọn ni orukọ Jesu.

A máa ń dá ìjíròrò láàárín àwọn ẹ̀mí tí a mọ̀ sílẹ̀, a sì máa ń dá àwọn ìgbòkègbodò àìtọ́ tí a ṣe láti ba àwọn ètò àti ète Ọlọ́run jẹ́ nínú ìgbésí ayé wa.

A paṣẹ fun gbogbo asopọ ibi lati fọ.
A paṣẹ fun awọn okùn lati fọ.
A pàṣẹ pé kí gbogbo ibi ààbò wó lulẹ̀.
A gba àṣẹ lórí àwọn ẹ̀mí iyèméjì, ìdènà, ìdènà, ìbẹ̀rù, ìbẹ̀rù, ìdàrúdàpọ̀, àìnígbàgbọ́, ìdẹ́rùbani, ẹ̀ṣẹ̀, àti àìṣedéédé.
A tú ara wa sílẹ̀ kúrò nínú àwọn odi agbára ọ̀tá àti kúrò lọ́wọ́ àwọn agbára ẹ̀mí òkùnkùn tí ó ń bò wá mọ́lẹ̀.

Baba, ni oruko Jesu, bi a se duro lati gbadura, a n fo la awon odi ogun ota ja nipa:

Ọwọ́ Ọlọ́run.
Ìka Ọlọ́run. Ọrọ̀ Ọlọ́run. Ẹjẹ̀ Jésù Kristi. Agbára Ẹmí Mímọ́. Ìfàmì òróró Ọlọ́run. Ìdásí àwọn àpọ́sítélì. Ìrànlọ́wọ́ àwọn áńgẹ́lì.

Baba, a dide ninu ẹmi Serubbabeli ati Elijah a si nsọrọ **oore-ọfẹ, oore-ọfẹ** si awọn oke-nla ati awọn pẹpẹ wọn ti o jẹ ti ẹmi buburu.
Baba, jẹ́ kí iná rẹ pa wọ́n run.

APA 3 — Ìṣàkóso lórí àwọn ibi ààbò

A fi idi agbara Kristi mulẹ lori agbegbe yii.
Mo kede pe agbara wọn ko lagbara lori agbegbe yii.
Mo kéde gẹ́gẹ́ bí **Isaiah 9:6–7** :

"Nítorí a bí ọmọ kan fún wa, a fún wa ní ọmọ kan, ìjọba yóò sì wà ní èjìká rẹ̀; a ó sì máa pè é ní Àgbàyanu, Olùdámọ̀ràn, Ọlọ́run Alágbára, Baba Ayérayé, Ọmọ-aládé Àlàáfíà. Ìbísí ìjọba àti àlàáfíà rẹ̀ kì yóò sí òpin. Lórí ìtẹ́ Dáfídì àti lórí ìjọba Rẹ̀, láti ṣètò rẹ̀ àti láti fi ìdí rẹ̀ múlẹ̀ pẹ̀lú ìdájọ́ àti òdodo láti ìsinsìnyìí lọ àní títí láéláé. Ìtara Olúwa àwọn ọmọ-ogun yóò ṣe èyí."

Ẹ gbé orí yín sókè, ẹ̀yin ẹnu ọ̀nà .
Ẹ gbé e sókè, ẹ̀yin ìlẹ̀kùn ayérayé. Ọba ògo yóò sì wọlé.

Mo tún rán yín létí lẹ́ẹ̀kan sii pé ìtara Olúwa yóò ṣe èyí.

Kò sí ẹni tí ó dàbí Ọlọ́run mi.

Kò sí ẹni tó lágbára tó Ọlọ́run mi.

Òun ni **Jèhófà Gibbor** .

Baba, a n sin O.
Baba, a n yin O.
A kò ní tẹ́rí ba fún ọlọ́run mìíràn.
Kò sí Ọlọ́run mìíràn tó dà bíi Jèhófà.
Baba, a gba aṣẹ lori ọmọ-alade agbara afẹfẹ a si fi agbara giga wa mulẹ lori agbegbe yii ni orukọ Jesu.
Mú ìnilára Sátánì, àtakò Sátánì, àti ẹrù èké wá sí òpin.

Nínú ìbínú Rẹ, tú ìgbòkègbodò àwọn ọ̀tá wa ká, kí o sì ṣètò ìpín wọn nínú ẹ̀gàn Rẹ.

A pàṣẹ, a sì kéde pé ọkàn wa ti bọ́ lọ́wọ́ gbogbo ibi ààbò.

Ẹni tí Ọmọ bá dá sílẹ̀ jẹ́ òmìnira ní tòótọ́.
A paṣẹ pe ki awọn ọrun ṣii.

Baba, pa ipa ọna naa mọ́ ki o si ṣẹda awọn opopona ti o ju ti ẹmi lọ ti ko ni gbogbo odi Satani ti yoo ṣe idiwọ fun awọn adura wa.

A mú àwọn ẹgbẹ́ tí wọ́n ń fa ìtajà ẹ̀mí èṣù ní orúkọ Jésù, a sì ń dẹ́kun ìdènà, ìdènà, àti ìdènà síwájú sí i.

Mo fi ìfúngun àsọtẹ́lẹ̀ àti ti àwọn aposteli lé ọ̀run lórí.
Mo paṣẹ fun gbogbo ẹnu-ọna ẹmi eṣu lati ṣii.

Àwọn ẹnu ọ̀nà idẹ àti ọ̀pá irin ni a ó ṣí.
Baba, ti gbogbo ẹnu-ọna Satani pa.
Má ṣe jẹ́ kí àwọn ọ̀tá wọ àwọn agbègbè tí kò ní ààlà.
Ẹ má ṣe jẹ́ kí ìkọlù ẹ̀mí èṣù tàbí ti Sátánì wà.
Bí mo ṣe ń tẹ̀síwájú, mo pàṣẹ àti kéde pé gbogbo agbára odi lórí agbègbè yìí ti bàjẹ́ kúrò ní ọkàn mi.

Mo pàṣẹ, mo sì kéde pé Olúwa mú kí ọkàn mi mọ́, ó sì fún Ẹmí Mímọ́ ní àǹfààní láìsí ìdíwọ́ àti láìsí ìdíwọ́ láti wọ inú ọkàn, ọkàn, àti ẹ̀mí mi.
Mo pàṣẹ pé kò ní sí ìjígbà ẹ̀mí èṣù láti fi àwọn ìmọ̀ tó ju agbára ẹ̀dá lọ, àwọn ìfihàn àsọtẹ́lẹ̀, àwọn èrò àròjinlẹ̀, àwọn ìṣẹ̀dá tuntun, ìmísí àtọ̀runwá, ọgbọ́n, tàbí ìmọ̀ hàn.

Àwọn wọ̀nyí yóò máa ṣàn lọ́fẹ̀ẹ́ ní orúkọ Jésù.
Gbogbo òkè gbọ́dọ̀ jẹ́ kí ó rẹlẹ̀.
Gbogbo àfonífojì ni a gbọ́dọ̀ gbé sókè.
Gbogbo ibi tí ó wọ́ ni a gbọ́dọ̀ ṣe títọ́.

Mo n lọ sí ipò tó tẹ́jú báyìí pẹ̀lú ọgbọ́n, ọgbọ́n àti ọgbọ́n àtọ̀runwá tí a pèsè fún mi nígbà tí mo bá béèrè.

Mo pàṣẹ pé kí a ṣí àwọn òkè ẹ̀mí, àwọn òkè tó ní ìbáṣepọ̀, àti àwọn òkè ìṣèlú.

Mo ya ohun tí kò ṣeé borí àti èyí tí kò ṣeé borí.

Mo ya àwọn odi àti ìdènà tí kò ṣeé yọ́ sí ilẹ̀ ayé, mo wọ inú ilẹ̀ ayé tí ó jẹ́ ti àwọn ẹ̀dá alààyè, mo wọ inú ilẹ̀ ayé tí ó kún fún ìbísí, ọ̀pọ̀lọ́pọ̀, aásìkí, agbára, ọrọ̀, àti ọrọ̀.

Mo kéde pé mo ti kọjá àwọn ìṣòro àti ipò líle koko, àti àwọn ènìyàn aláìlera tó ti kọjá tí wọ́n ń dí ọ̀nà ìjíròrò òfin, ọrọ̀ ajé, àti ẹ̀mí lọ́wọ́.

Mo paṣẹ fun ọ lati gbe nipa agbara ẹjẹ ni orukọ Jesu.

Mo gba àṣẹ lórí agbára ọ̀tá tí ó ní ẹrù iṣẹ́ kíkọ́ àwọn pẹpẹ èṣù àti ẹ̀mí ogún baba ńlá tí ó ń dí ìlọsíwájú mi lọ́wọ́ tí ó sì ń dá ìlọsíwájú mi dúró.

Mo ń la àwọn ìdènà ẹ̀mí èṣù kọjá.

Mo pàṣẹ, mo sì kéde pé gbogbo odi Jẹ́ríkò gbọ́dọ̀ wó lulẹ̀.

Mo ni ohun-ini mi.

Mo gba àṣẹ lórí àwọn ọ̀ràn tó wá láti ibùdó àwọn ọ̀tá.

Mo paṣẹ fun idasilo ati iṣẹ iyanu atọrunwa, lojiji.

Mo paṣẹ fun gbogbo ipo ati ipo lati wa si ibamu atọrunwa ni orukọ Jesu.

Mo yí gbogbo ègún padà.

Mo n wa awọn irugbin ẹmi eṣu ti a gbin ni ofin si inu ọkan mi, ẹmi mi, ati ẹmi mi, mo si n wa awọn irugbin wọn jade.

Wọn kì yóò gbòǹgbò.

A kò gbọdọ̀ fi wọ́n sínú àbà, kí wọ́n tọ́jú wọn, kí wọ́n fún wọn ní oúnjẹ, kí wọ́n fún wọn ní oúnjẹ, tàbí kí wọ́n fún wọn ní omi.

Mo pa wọ́n run nísinsìnyí.

Ohun tí ó wá láti inú èrò Ọlọ́run nìkan ni mo gbà:

Irugbin ireti.
Irugbin igbagbo. Irugbin ayanmọ. Irugbin agbara. Irugbin aṣeyọri ati aisiki. Irugbin iwa mimọ. Irugbin ododo. Irugbin iwa-bi-Ọlọrun. Irugbin iwa-rere. Irugbin iwa-rere. Irugbin iwa-rere.

Mo kọ gbogbo awọn iṣe oyun, mo yẹra fun, ati pe mo kọ gbogbo awọn iṣe oyun.

Mo n gbe gbogbo akoko.

Mo yọ kuro ninu gbogbo idiwọ ati tubu ẹmi eṣu.

Àwọn ìlẹ̀kùn idẹ àti ọ̀pá irin — ni afẹ́fẹ́ agbára Ẹmí yóò gbá.

Mo yan lati ja kuro ninu awọn ipo ti o ni idiwọn.

Mo fọ́ agbára ìdènà lórí ọkàn mi, iṣẹ́ ìránṣẹ́ mi, ọkàn mi, ẹ̀mí mi, àyànmọ́ mi, ọjọ́ iwájú mi, ohùn mi, ìdílé mi, àti ìnáwó mi.

Mo ya ara mi.

Mo jáwọ́.

Mo kéde àti pàṣẹ pé mo ní àṣẹ lórí gbogbo àwọn ìgbòkègbodò tí ń yí àyànmọ́ padà, àwọn ìjìyà Satani, àti àwọn ìfipámúni ní orúkọ Jesu.

Mo paṣẹ pe ki gbogbo tubu ẹmi eṣu ṣii.

Mo tú ìjọ mi sílẹ̀.

Mo tu ojo iwaju mi silẹ.

Mo tú orílẹ̀-èdè mi sílẹ̀.

Mo tu ijọba mi silẹ.

Mo tú ìdílé mi sílẹ̀.

Mo tú àwọn ọmọ mi sílẹ̀.

Mo tú iṣẹ́ ìránṣẹ́ mi sílẹ̀.

Mo tú ìfàmìsí mi sílẹ̀.

Mo tu ipa mi silẹ.

Mo tú orúkọ rere mi sílẹ̀.

Mo tú orúkọ mi sílẹ̀.

Mo tu alaafia mi silẹ.

Mo tú ayọ̀ mi sílẹ̀.

Mo tu ayọ mi silẹ.

Mo tu ilera mi silẹ.

Mo tú u sílẹ̀ ní orúkọ Jésù kúrò nínú ìdarí àwọn ẹ̀mí èṣù.

Mo já kúrò nínú àwọn ìdènà.

Mo já kúrò nínú àwọn ìdènà.

Mo yọ kuro ninu awọn idiwọn ni orukọ Jesu.

Mo bọ́ lọ́wọ́ ìdè ọkàn, ìdè ìmọ̀lára, ìdè ara, ìdè ìbálòpọ̀, ìdè ẹ̀mí, ìdè owó, ìdè tí àwọn ohun èlò, ìdè àjọ, ìdè ara ẹni, àti àwọn ẹgbẹ́ ẹ̀mí èṣù àti àwọn ẹgbẹ́ ẹlẹgbẹ́.

Ní orúkọ Jésù.

APÁ 4 — Ìdáǹdè, Ìràpadà àti Ìran

Gbogbo ẹni tí ó ń gbèrò ikú mi, tí ó ń fi ìkọ̀kọ̀ pamọ́ sí àṣeyọrí mi, mo dá ọkàn àti ẹ̀mí rẹ sílẹ̀ kúrò nínú odi agbára yẹn.

Mo beere pe ki o jẹ ki n lọ.

Tú mi sílẹ̀ kúrò ní ọkàn rẹ.
Tú mi sílẹ̀ kúrò ní ọkàn rẹ. Tú mi sílẹ̀ kúrò ní ọkàn rẹ.

Mo pàṣẹ, mo sì kéde pé ẹni tí Ọmọ bá dá sílẹ̀ jẹ́ òmìnira ní tòótọ́.

Tí mo bá ti ṣe ẹnikẹ́ni ní ibi tàbí tí mo ti já a kulẹ̀, Bàbá, gbà mí lọ́wọ́ àwọn ibi ìkọlù, àìdáríjì, ìkorò, ìkórìíra, àti àìbìkítà.

Mo ronupiwada kuro ninu aimokan ati aito mi.
Má ṣe jẹ́ kí ohun tí mo ti ṣe sẹ́yìn ní ipa búburú lórí ọjọ́ iwájú mi.
Mo jáwọ́ nínú àwọn ìfojúsùn tí kò ṣeé ṣe, àwọn ẹ̀wọ̀n ọpọlọ, àìṣeéṣe ojú, àwọn ìdámọ̀ èké, ìdè ara ẹni, ìdè ọkàn, àwọn àmì, àti àwọn àbùkù tí ó lè ba ẹni tí mo jẹ́ nínú Kristi jẹ́.
Mo sọ pe mo jẹ ẹni gidi.
Mo paṣẹ pe loni ni ibẹrẹ ọjọ tuntun kan.
Mo fagilé gbogbo gbèsè ẹ̀mí èṣù, ti ìmọ̀lára, àti ti ìnáwó nípasẹ̀ ẹ̀jẹ̀ Jésù Kristi.

Gba ọkàn mi àti ọkàn àwọn olólùfẹ́ mi, àwọn òṣìṣẹ́ mi, iṣẹ́ ìránṣẹ́ mi, iṣẹ́ ajé àti ìjọba padà kúrò lọ́wọ́ àwọn ọjà èṣù.

Gba mi lọ́wọ́ ẹ̀mí Júdásì — kúrò lọ́wọ́ àwọn ọ̀rẹ́, àwọn olólùfẹ́, àwọn ẹlẹgbẹ́, àwọn alábàáṣiṣẹpọ̀, àwọn òṣìṣẹ́, àti gbogbo àwọn tí wọ́n ti tà mí.

Baba, mo paṣẹ ati kede pe mo ti ni ominira.

O ti dá mi sílẹ̀.

Lónìí, gẹ́gẹ́ bí **Sáàmù 9:15** , **Sáàmù 72:14** , àti **Jeremáyà 31:11–14 ti** sọ, mo pàṣẹ pé a gbà ẹ̀mí mi sílẹ̀, a sì fi ẹ̀jẹ̀ Jésù rà á padà láti inú ọjà Sátánì àti láti inú agbára àwọn agbègbè mẹ́fà ti ilẹ̀ ayé.

A kò gbọdọ̀ fi ẹ̀mí mi pamọ́.
A kò ní há a mọ́.

Mo bọ́ lọ́wọ́ ìdẹkùn apẹja.
Mo fi ìyẹ́ mi gùn òkè bí idì.
Mo lo ẹ̀jẹ̀ Jesu Kristi, èyí tí ó ti ra gbogbo nǹkan tí ó jẹ mọ́ ìgbésí ayé mi, àyànmọ́ mi, àti ète mi padà, mo sì ń lo ó.

Mo ti gba irapada.

Ìdílé mi ti gba ìràpadà.
Ọjọ́ iwájú mi ti gba èrè.
A ti gba owó mi pada.

Mo ni aabo ọjọ iwaju ati ayanmọ mi ninu Kristi Jesu.

Mo ni aabo fun ojo iwaju awon ololufe mi, ise iranse mi, ati agbegbe mi ninu Kristi.

Mo n ṣe aabo fun ọjọ iwaju awọn arakunrin mi, awọn ọmọ mi, awọn ọmọ ọmọ mi, awọn ọmọ oriṣa mi, awọn ọmọ arabinrin mi, awọn ọmọ arakunrin mi, awọn arakunrin baba mi, awọn ibatan baba mi, awọn obi, awọn obi obi, awọn ana ati awọn ibatan mi ni orukọ Jesu.

Gba ọkàn wọn pada kúrò lọ́wọ́ agbára àwọn abẹ́ ilẹ̀.

Mo pàṣẹ, mo sì kéde pé wọn kò gbọdọ̀ di ẹni tí àgbèrè, iṣẹ́ aṣẹ́wó, àwòrán oníhòòhò, tàbí ìwà ipá ẹgbẹ́ àwọn ènìyàn.

Wọn kò gbọdọ̀ tọrọ oúnjẹ.
Wọn kò gbọdọ̀ ní ìrírí àìnílé tàbí àìní ìrànlọ́wọ́.
Wọn kò gbọdọ̀ kú láìpẹ́ tàbí láti inú àwọn àṣà ìfàmọ́ra.
Wọn kò gbọdọ̀ di oníṣirò tàbí kí wọ́n fi ilé ìwé sílẹ̀.
A kò ní tàn wọ́n jẹ kúrò nínú ìfẹ́ Ọlọ́run.

Yọ ọkàn wọn kúrò nínú ọjà àti ẹ̀wọ̀n èṣù.

Yọ ìdájọ́ ikú kúrò nínú ìgbésí ayé wọn kí o sì fi Ẹmí ìyè nínú Kristi Jesu lé ẹ̀mí ikú lórí.

Mo kọ̀, mo sì yí àwọn ègún tó wà nínú ìran wa padà.

A pàṣẹ àti kéde pé a ti gba ìdílé wa là.

A bọ́ lọ́wọ́ ìdè tí ó ní í ṣe pẹ̀lú àwọn ère, ègún, àdúrà àjẹ́, ìrúbọ ẹ̀jẹ̀, ìfẹ́kúfẹ̀ẹ́, ìgbéyàwó tí ẹ̀mí èṣù ṣètò, àwọn ìyàwó Sátánì, ìràwọ̀, àwọn àmì ìràwọ̀, ṣíṣe àfarawé nínú àwọn iṣẹ́ ọnà òkùnkùn, àwọn pátákó Ouija, juju, voodoo, àwọn àsọtẹ́lẹ̀ ìràwọ̀, àwọn ìpàdé, káàdì tarot, kíkà ewé tíì, àti kíkà ọpẹ ní orúkọ Jésù.

A pàṣẹ àti kéde pé ìdílé wa ti bọ́ lọ́wọ́ àwọn iṣẹ́ ọnà òkùnkùn.

A ti di ominira kuro ninu Santería ati kuro ninu gbogbo iru ise Satani ni oruko Jesu.
Baba, mo dupẹ lọwọ rẹ pe o n fun wa ni ibukun ni gbogbo ọjọ.

Baba, ní orúkọ Jesu àti nípa ẹ̀jẹ̀ Kristi, a yí àwọn ipa abẹ́rẹ́ ẹ̀mí èṣù, ìṣẹ́gun aláìlera, àti àwọn ohun tí a fi sínú oúnjẹ wa, àwọn fítámìnì, omi, àti àwọn ìwé ìlànà wa padà.

A máa ń yí àwọn ipa tí àwọn ohun èlò ìfàmọ́ra Satani tí ó ń fa àwọn ìfàmọ́ra, àwọn ìyípadà sẹ́ẹ̀lì, ìdàgbàsókè àrùn, àwọn àbùkù ara, àwọn àìlera ara, àwọn àìlera ara, àwọn

àbùkù ara, àwọn àbùkù ara, àwọn àbùkù ara, àwọn àbùkù ara, àwọn àbùkù ara, àwọn àbùkù ara, àwọn àrùn ọpọlọ, àìlera ara, àìlera ara, àìdàgbàsókè ara, àìdàgbàsókè ara, ìdàrúdàpọ̀, àwọn ètò ààbò ara tí a ti dínkù, àwọn àrùn tí a kò lè wòsàn, àwọn àrùn jẹjẹrẹ, àwọn ìṣòro ẹ̀yà ara, àwọn èèmọ́ ara, àwọn cysts, àwọn aneurysms, àwọn àbùkù ìbímọ, àwọn ìṣòro ìbímọ, àti àwọn ìṣẹ́yún láìròtẹ́lẹ̀.

A yi i pada ni oruko Jesu.

Baba, a ronupiwada kuro ninu gbogbo majẹmu ati adehun ti a ti ṣe pẹlu awọn ẹmi èṣu ni mimọ tabi ni aimọ.

A ronupiwada lati gba imọran lati ọdọ awọn ẹmi ẹmi ati awọn aṣoju Satani.

Baba, a pàṣẹ, a sì kéde pé àwọn ẹ̀yà ara ìbímọ ti ẹ̀mí wa wà ní òmìnira kúrò nínú gbogbo ìrísí ìtẹ̀sí Satani.

Baba, a ronupiwada nipa fifi awọn eékún wa si orisa, si awọn aworan asa ti o lodi si Kristi, gbigba awọn ẹkọ ẹmi eṣu, ati gbigba awọn imọran imọran Satani ati awọn eke ẹsin.

Baba, fi òtítọ́ rẹ gbà wá là, nítorí pé òtítọ́ ni ọ̀rọ̀ rẹ.

Dáríjì wá kúrò nínú gbogbo ìwà àìtọ́, àìlóye, ìwà ibi, ìwà ìkà, àìlóye, àìbìkítà, àti àìní ọkàn líle.

Baba, a pàṣẹ, a sì kéde pé ẹni ibi kò ní ààyè kankan nínú wa.

A kede ominira wa kuro ninu gbogbo awọn odi wọnyi.
Wẹ ọkàn wa mọ́ nípa fífọ Ọ̀rọ̀ náà.
Dá ọkàn mímọ́ sínú wa kí o sì tún ẹ̀mí títọ́ ṣe nínú wa.

Jẹ́ kí ọ̀rọ̀ ẹnu wa àti ìṣàrò ọkàn wa jẹ́ ìtẹ́wọ́gbà ní ojú rẹ, Olúwa, agbára wa àti Olùràpadà wa.

Ẹ gbé olùṣọ́ kalẹ̀ sí ẹnu wa kí ẹ sì máa ṣọ́ ẹnu wa.

Ẹ má ṣe jẹ́ kí ọ̀rọ̀ búburú kankan jáde láti ẹnu wa.

Gbé èso Ẹmí lé orí àwọn àìlera ìwà wa àti àwọn ìwà ara wa.

Fi wa pamọ́ sí ibi ìkọ̀kọ̀ rẹ àti sí ibi ìkọ̀kọ̀ Ọgá -ògo jùlọ .

Darí wa ní ọ̀nà òdodo nítorí orúkọ rẹ.

A pàṣẹ a sì kéde pé a ń rìn nínú ìwà títọ́.
Ẹni tí Ọmọ bá sì dá sílẹ̀ ní òmìnira, mo tún sọ ó di òmìnira ní tòótọ́.

APA 5 — Bíbọ́ àwọn ìdè àti ègún

Gẹ́gẹ́ bí **Deuteronomi 32:13** àti **Jobu 29:6 ti** sọ, ẹ jẹ́ kí a gun orí àwọn ibi gíga ayé, kí a jẹ èso oko, kí a mu oyin láti inú àpáta, kí a fi bọ́tà fọ ẹsẹ̀ wa, kí a sì jẹ́ kí òróró tú jáde láti inú àpáta akọ.

A pàṣẹ, a sì kéde pé ìgbà àtijọ́ wa ti kọjá, a sì ń tẹ̀síwájú sí àmì ìpè gíga Ọlọ́run nínú Kristi Jésù.

Dáríjì wá, Baba, fún ìwà-ẹran. Wẹ ọkàn wa kúrò nínú àwọn ètò ìkọ̀kọ̀.

A pàṣẹ àti kéde pé a ti tú ẹsẹ̀ wa sílẹ̀ kúrò nínú ìdẹkùn ọ̀tá tí ó ń fa ìdè, àìlègbéra, àti àìlera.

Baba, a paṣẹ ati kede pe a ni ominira lati tẹsiwaju lati mu idi wa ṣẹ ati lati mu agbara wa pọ si.

A kò le tako wa. A kò le da wa duro.
A kò le da wa duro. A kò le da wa duro. A kò le da wa duro.

A ti gbòòrò sí àwọn agbègbè wa.

A kò ní jẹ́ kí wọ́n fi wá ṣe ẹlẹ́yà, kí wọ́n yọ wá kúrò nínú ẹgbẹ́ wa, tàbí kí wọ́n dá wa dúró sínú ihò àpáta.

A kì yóò dá wa dúró, a kò ní gbà wá láàyè, a kò ní lù wá, a ó pa wá lára nínú ìrora, a ó dè wá mọ́ inú ìpalára, a ó so wá mọ́ inú ìbínú, a kò ní fi ìbànújẹ́ dì wá mọ́ nínú àìnígbàgbọ́ tàbí ìbànújẹ́.

A kò ní jẹ́ kí ogún wa tàn wá jẹ tàbí kí a dí wa lọ́wọ́ ìlọsíwájú àti ìgòkè.
Baba ọ̀run, Ọlọ́run alágbára, Ọlọ́run Ábúráhámù, Ísákì, àti Jákọ́bù, Ọlọ́run tí ó ń ṣe májẹ̀mú àti tí ó ń pa májẹ̀mú mọ́, fún

wa ní oore-ọ̀fẹ́, ìgboyà, àti agbára láti rìn kúrò nínú àtijọ́ àti sínú tuntun.

Ya gbogbo ìdè àti ìdè ọkàn tí kò yẹ àti èyí tí ó jẹ́ ti èṣù kúrò.

Fun wa ni ọgbọn, oye, ati ẹkọ fun atunse awọn ibatan majẹmu atijọ.

Fi awọn ẹnu-ọna ti Ọlọrun ti ṣii han wa.

Ṣàfihàn àwọn iṣẹ́ ojoojúmọ́ rẹ, àwọn ètò ìṣètò rẹ, àti àkókò ìṣètò rẹ fún wa kí a lè ṣiṣẹ́ ní àkókò tó tọ́.

Baba, a kede pe ko si ẹmi tabi eniyan kan ti yoo mu wa kuro ni akoko Oluwa.

A n mu ara wa ṣiṣẹpọ pẹlu akoko atọrunwa Rẹ ati akoko atọrunwa Rẹ .

Nítorí náà, Baba, ní orúkọ Jesu àti nípa àṣẹ Ẹmí Mímọ́, a ń rú ègún tí ó ní í ṣe pẹ̀lú ọ̀rọ̀ àti ìṣe aláìlágbára.

Pa àwọn iná Satani.

Àwọn ìyípo èṣù padà.

Tú wa sílẹ̀ kúrò nínú àwọn ìbáṣepọ̀ tí kò ní èrè àti àwàdà.

Yí gbogbo ètò búburú padà.

A kọ àwọn ẹ̀tàn àti àwọn olùṣe àfọwọ́kọ sílẹ̀, a sì kọ̀ wọ́n sílẹ̀.

A n yi iwa ibajẹ pada ni orukọ Jesu.

Baba, gbà wá lọ́wọ́ àwọn nǹkan, ipò, ìwà, èrò inú, ìgbòkègbodò, àti àwọn ènìyàn tí wọ́n ti dẹ́kun wa, tí wọ́n ti dè wá, tí wọ́n ti sọ wá di ẹlẹ́gbin, tí wọ́n ti darí wa, tí wọ́n ti pín ọkàn wa níyà, tí wọ́n sì ti darí wa.

Gba ọkàn wa là kúrò ní ẹnu kìnnìún àti kúrò nínú oró ejò.

Pa ẹ̀mí ejò run pẹ̀lú iná rẹ, gẹ́gẹ́ bí o ṣe darí àwọn ọmọ Israẹli la aginjù ńlá àti ẹlẹ́rù náà já níbi tí ejò àti àkékeré ń gbé, níbi tí ọ̀dá àti omi kò sí.

Gẹ́gẹ́ bí **Lúùkù 10:19 ti sọ** , mo gba ipò àṣẹ mi lórí ejò àti àkéekè, mo sì pàṣẹ pé kí a má ṣe ní ìpalára kankan.

A gbọn gbogbo ìsopọ̀ ẹ̀mí èṣù kúrò.

Baba, nipa ina re fa emi ejo jade lati inu awon apata ti o farasin.

Jẹ́ kí iná rẹ pa á run pátápátá ní orúkọ Jésù.
Baba, a kede pe a ni ominira.

Jẹ́ kí agbára ìdènà oró ẹ̀jẹ̀ Jésù Kristi dáàbò bò wá kúrò nínú àwọn ìgbòkègbodò oró ẹ̀mí ejò.

Jẹ́ kí àwọn ìgbòkègbodò rẹ̀ di aláìlera nínú ìgbésí ayé wa àti nínú ìgbésí ayé àwọn olólùfẹ́ wa, àwọn alábàáṣiṣẹ́pọ̀ wa, àwọn òṣìṣẹ́ wa, àti àwọn ẹlẹgbẹ́ iṣẹ́ òjíṣẹ́ wa.

Fi ìkọ́ kan sí ẹnu Leviathan.

A mọ̀ pé a kò lè dá ara wa jà agbára yìí.
Ìwọ ni **Jèhófà Gibbor** , Ọlọ́run Alágbára.

Ní orúkọ Jésù , a ń ké pè ọ́ láti pa àwọn ipa tí Sátánì ti ní lórí àwọn àwùjọ wa, àwọn orílẹ̀-èdè wa, àti àwọn orílẹ̀-èdè wa run.

A n pariwo fun gbogbo ile-iṣẹ.

Baba, a n bori ninu adura fun idile, fun igbeyawo, fun ijo, fun awon ile-iwe, ati fun ijoba.

Gba wa silẹ kuro ninu awọn odi agbara.

A paṣẹ ati kede pe awọn eto-ọrọ aje wa ko ni ipa ninu eto-ọrọ aje ati ẹjọ.

Ní orúkọ Jésù , a pàṣẹ àti kéde pé àwọn àwùjọ àti àwùjọ wa wà ní òmìnira kúrò lọ́wọ́ ìwà ipá, àìníṣẹ́, àìmọ̀ọ́kọ, òṣì, àìnílé, ìfipábánilòpọ̀, ìwà ipá ilé, àìlófin, ìbálòpọ̀ láàárín ìbátan, ọtí líle, ìlòkulò oògùn olóró, ìbàjẹ́, ìbàjẹ́ ayé, iṣẹ́ àjẹ́, ìgbòkègbodò ẹgbẹ́ òkùnkùn, ìmọ̀ ẹ̀rọ èṣù, àjẹ́, ọ̀dá, ìṣòro ọrọ̀ ajé, àwọn àrùn àwùjọ tí ó lè ranni, ìtakora sí àwọn Júù, ìṣẹ́yún, ìwà ọ̀daràn ìkórìíra, ìwẹ̀nùmọ́ ẹ̀yà, àìbìkítà, àti ìwà òmùgọ̀ Sátánì.

Baba, a pàṣẹ àti kéde pé àwọn ìdílé wà ní òmìnira kúrò lọ́wọ́ ìwà ipá ilé ẹ̀mí èṣù, ìbálòpọ̀ láàárín ìbátan, àìlera, ebi, àìní, ìtìjú, ìfiyàjẹni àwọn ọmọdé, àti ìkọ̀sílẹ̀.

Àwọn ìgbéyàwó wa kò ní ẹ̀tàn, panṣágà, ìfiyàjẹni pẹ̀lú ọkọ tàbí aya, ìrúfin májẹ̀mú, ìkọ̀sílẹ̀, àti ìkọ̀sílẹ̀ ní ti ìmọ̀lára, ti ara, àti ti ìnáwó.

Àwọn ilé iṣẹ́ wa kò ní ìwà ọ̀daràn, ìfowópamọ́, àti pípadánù àwọn oníbàárà àti àwọn oníbàárà.

APA 6 — Itoju ati Ijoba

Àwọn ilé ìwé, kọ́lẹ́ẹ̀jì, àti yunifásítì wa lómìnira kúrò lọ́wọ́ àìmọ̀kan, ẹ̀kọ́ ìsìn àti ti ènìyàn, ìwà ìbàjẹ́, ìwà ipá ẹgbẹ́ àwọn ènìyàn, oògùn olóró, ìbẹ̀bẹ̀ àìlófin, ìyapa, àti àìmọ̀wé.

Àwọn ìjọ wa kò ní ìforígbárí, ìwà ara, ìgbóná ara, ìwà ayé, ìtako àwọn Júù, ìfọkànsìn ènìyàn, àìṣọ̀kan, inúnibíni, ìṣàkóso ìsìn, ìjọ́sìn, ìwà àìtọ́, àti àwọn ìṣe àìtọ́.

Àwọn ìjọba wa kò ní agbára ìjẹgàba, ìjọba apàṣẹwàá, ìdìtẹ̀, ojúkòkòrò, ìwà ìbàjẹ́, olè jíjà, ìwà ìkà, ìkà, ìkà, àìnímọ̀lára, ẹ̀tanú, àti ẹ̀tanú.

A kéde àti pàṣẹ pé ìjọba òdodo àti ìwà rere rọ́pò ìjọba apànìyàn.

A kéde pé àwọn tí wọ́n wà ní ipò gíga àti ipò àṣẹ tí kò ní èrò rere fún wa ni a fi àwọn tí wọ́n ní èrò rere rọ́pò.

Mu ìbáṣepọ̀ wa pẹ̀lú àwọn ìjọba àti àwọn aṣáájú ayé.

A mọ̀ pé ọkàn àwọn ọba, àwọn ayaba, àwọn ààrẹ, àwọn igbákejì ààrẹ, àti àwọn olórí ìjọba wà ní ọwọ́ Olúwa.
Gba awọn aṣaaju agbaye wa là ki o si daabobo ọkan ati ọkan wọn kuro lọwọ ìnilára ati ẹtan Satani.

Fun wọn ni ọgbọn lati dari pẹlu otitọ ati aanu gẹgẹbi awọn ẹlẹgbẹ wọn.

Fún wọn ní ìtọ́sọ́nà ìwà rere àti ìwà rere.

A gbàdúrà fún àwọn adájọ́, àwọn gómìnà, àwọn ilé ìgbìmọ̀ aṣòfin, àwọn aṣòfin ìlú, àwọn aṣòfin aṣòfin, àwọn obìnrin aṣòfin ilé, àwọn ilé ẹjọ́ gíga, àwọn adájọ́ àlàáfíà, àwọn ọlọ́pàá, àwọn onínáinà, àwọn aṣòfin ìpínlẹ̀, àwọn gómìnà àpapọ̀ àti ti ìpínlẹ̀, àwọn olùṣètò ìlú, àwọn olóṣèlú, àti àwọn olùṣe ìlànà.

A n pariwo pe ki a mu gbogbo eto wa sinu eto atorunwa ni oruko Jesu.

Mú ìbáṣepọ̀ àtọ̀runwá wá sí gbogbo apá ti àwọn ètò wọ̀nyí:

Ètò àyíká.
Ètò ẹ̀kọ́. Ètò ọrọ̀ ajé. Ètò àṣà. Ètò ààbò. Ètò ẹ̀mí. Ètò

ìṣègùn. Ètò eré ìnàjú. Ètò ìmọ̀ ẹ̀rọ. Ètò ìjọba àti ìṣèlú. Ètò ìmọ̀ ìjìnlẹ̀. Ètò ìmọ̀ sáyẹ́ǹsì.

Mo pàṣẹ, mo sì kéde pé àwọn agbègbè wa, àwọn agbègbè wa, àwọn ìlú ńlá wa, àwọn agbègbè wa, àwọn agbègbè wa, àti àwọn orílẹ̀-èdè wa yóò dìde, wọn yóò sì tàn, nítorí ìmọ́lẹ̀ rẹ ti dé, ògo Olúwa sì ti tàn sórí rẹ.

O yoo ṣe rere ki o si wa ni ilera eto-ọrọ ti o dara paapaa bi awọn ẹmi ilu, agbegbe, ati awọn orilẹ-ede wọnyi ṣe n ṣe rere.

Ẹ gbọ́dọ̀ tẹ̀lé àwọn àṣẹ Ọlọ́run.

Ẹ óo mọ Ọlọrun Abrahamu, Isaaki, ati Jakọbu.

A o yi oro okun pada ti yoo si ni ipa rere lori eto-ọrọ awọn orilẹ-ede.

Ìwọ yóò mọ Jèhófà, Ọlọ́run tòótọ́ kan ṣoṣo náà.

Àwọn ẹnubodè rẹ yóò gba ọrọ̀ àwọn orílẹ̀-èdè.

A o fun ọ ni ounjẹ ati itọju niwaju awọn ọba.
Dípò idẹ, Ọlọ́run yóò fún ọ ní wúrà.

Dípò òkúta, Ọlọ́run yóò fún ọ ní fàdákà.

A kò ní gbọ́ ìwà ipá mọ́ ní ilẹ̀ yín.

Àlàáfíà ni yóò jẹ́ gómìnà rẹ àti òdodo ni yóò jẹ́ alákòóso rẹ.

Ìwọ kì yóò ní ìrírí ìparun àti ìparun.

Gẹ́gẹ́ bí orílẹ̀-èdè, ìwọ kì yóò wó lulẹ̀, bẹ́ẹ̀ ni ìparun kì yóò wà ní ààlà rẹ.

A óo pa ìwà ibi ati òkùnkùn run, nítorí pé Ọlọrun ni yóo jẹ́ ìmọ́lẹ̀ ayérayé ati ògo rẹ.

Àwọn ọjọ́ ìbànújẹ́, ìjàkadì, àti ìṣòro rẹ ń lọ sí òpin.

Ọkàn àwọn ènìyàn yóò tún yọ̀ bí wọ́n ṣe ń fi ìrètí wọn lé Ọlọ́run.

A o fi ayọ Oluwa rọpo ibanujẹ ati ibanujẹ rẹ.

A óo fi ọpọlọpọ nǹkan rọ́pò àìní rẹ.

A ó fi ayẹyẹ àwọn ènìyàn àti àṣà onírúurú rọ́pò ẹ̀tanú àti ìwà àrékérekè rẹ.

Oore-ọ̀fẹ́ Olúwa yóò yí ọ ká bí omi ti bo òkun.
Àwọn ọmọkùnrin àti ọmọbìnrin ilẹ̀ yín yóò dàgbàsókè láti di aṣáájú ńlá, àwọn olùdásílẹ̀, àwọn olùdarí, àti àwọn ìlànà ìtayọ, òtítọ́, ìwà rere, ìgbẹ́kẹ̀lé, òdodo, àti ìwà rere.

APA 7 — Ogun Ara Ẹni

Mo gé orí àwọn agbára bíi boa-constrictor tí wọ́n ń gbìyànjú láti fún ní ọgbẹ́, láti pa, láti dákẹ́, láti pa, àti láti fọ́.

Jẹ́ kí idà Ẹmí gé orí ẹ̀mí bíi ejò tí ó ń fi ahọ́n rẹ̀ lu, tí ó sì ń fa ìrísí ìfẹ́kúfẹ̀ẹ́ , ìpayà, ìdènà ẹ̀mí, àrékérekè, ìṣàkóso ọkàn, àwọn ìgbòkègbodò tí ń yí àyànmọ́ padà, iṣẹ́ òkùnkùn, iṣẹ́ òkùnkùn funfun, iṣẹ́ àfọ̀ṣẹ, ìmọ̀ ẹ̀mí èṣù, ìgbìmọ̀ Ayé Tuntun, Santería , àwọn ìṣẹ́gun, iṣẹ́ àfọ̀ṣẹ, iṣẹ́ àfọ̀ṣẹ, wíwọ àlá, ẹ̀tàn, àti ìfọkànsí tí ó bàjẹ́.

Jẹ́ kí iná Ọlọ́run tó ń jó gbogbo nǹkan run pa ẹ̀mí tó dà bí python tó ń borí, tó ń dá ẹrù èké sílẹ̀, tó ń múni bínú, tó sì ń gbé ìbùkún mì.

Gbogbo ohun tí ọ̀tá ti gbé mì, tí ó ti borí, tàbí tí ó ti bínú, ni mo pàṣẹ pé kí a tutọ́ síta, kí a yọ́ ọ, kí a sì tú u sílẹ̀.

Mo paṣẹ fun awọn ọmọ wa lati tu silẹ.
Mo paṣẹ pe ki a tu awọn igbeyawo wa silẹ.
Mo paṣẹ pe ki a tu owo wa silẹ.
Mo paṣẹ pe ki a tu awọn iṣowo wa silẹ.
Mo paṣẹ fun awọn anfani wa lati ni idasilẹ.
Mo paṣẹ pe ki a tu awọn ọrọ̀ wa silẹ.
Mo paṣẹ pe ki a tu ayanmọ wa silẹ.
Mo paṣẹ pe ki a tu aṣeyọri wa silẹ.
Mo paṣẹ pe ki a tu awọn ile wa silẹ.
Mo paṣẹ pe ki a tu idi wa silẹ.
Mo paṣẹ pe ki a tu awọn iṣẹ iyanu wa silẹ.
Ní orúkọ Jésù, tú ìbùkún wa sílẹ̀ .

Baba, a yin Ọ.

A mọ̀ pé o gbọ́ tiwa nísinsìnyìí.
A duro lati yin O.

A fi ogo fun O.

A fi ọlá fún ọ, Ọlọ́run, nítorí a mọ̀ pé láìsí àdúrà ó dàbí ẹni pé kò sí ohun tó ń ṣẹlẹ̀.

Baba, a dide si agbara adura giga.

A yípadà sí ipò ìṣàkóso àti àṣẹ.
A dúpẹ́ lọ́wọ́ rẹ, Ọlọ́run, fún àwọn tó ń gbọ́.
A dúpẹ́ lọ́wọ́ rẹ pé wọ́n ń yí ìgbésí ayé wọn padà.
A dupẹ lọwọ rẹ fun iyipada atọrunwa.

Àwọn nǹkan yóò yípadà.

Wọ́n gbọ́dọ̀ yípadà.

Baba, a n tọrọ ẹbẹ fun yara itẹ ọrun.

A dúpẹ́ lọ́wọ́ Rẹ pé bí a tilẹ̀ ń borí nínú àdúrà, ọ̀pọ̀lọpọ̀ nínú Bíbélì gbé ọkàn àti ẹ̀mí wọn sókè nítorí wọ́n lóye pé bí ìwọ kò bá dá sí ọ̀ràn náà, kò ní sí ìdásí.
Gẹ́gẹ́ bí àwọn ọmọ Israẹli ti ké pè ọ́, tí o sì rán àwọn olùgbàlà wọn sí wọn, àwa náà ń ké pè ọ́ lónìí.

Jẹ́ kí wọ́n jáde kúrò nínú ibojì.

Jẹ́ kí wọ́n jáde láti inú ògiri.

A pe awọn ọmọ Ọlọrun.

A paṣẹ fun wọn lati tu silẹ ni orukọ Jesu.

Baba, ni oruko Jesu, tu gbogbo ohun ti ota ti di ati ti o ti di ni ilodi si silẹ.

Jẹ́ kí agbára Ẹmí Mímọ́ àti agbára láti òkè ọ̀run pa ẹ̀mí bí ejò tí ó ń fa ìbàjẹ́ olóró àti ọ̀rọ̀ burúkú run.

Jẹ́ kí ahọ́n wọn lẹ̀ mọ́ òrùlé ẹnu wọn.

Ẹmí yìí máa ń fa àwọn àjọṣe tó léwu àti tó léwu.

Ó máa ń fa ìrora àti àìbalẹ̀ ọkàn.
Ó fa ìdàrúdàpọ̀.
Ó ń fa ìṣàn ayọ̀, àlàáfíà, ìṣúná owó, àti àwọn ohun àdánidá àti ti ẹ̀mí.

Baba, mo paṣẹ, mo sì kéde pé kò ní sí ìṣàn ẹ̀jẹ̀ mọ́.

Ayọ̀ wa kì yóò jáde.
Àlàáfíà wa kò ní yọ́ jáde.
Àwọn ohun èlò wa kò ní ṣẹ̀jẹ̀ mọ́.

Di ọgbẹ́ náà.

Baba, a pàṣẹ, a sì kéde pé ìbàjẹ́, ìdààmú ọkàn, ìjákulẹ̀, àti ìparun ni a parun.
Gbogbo irú ikú tí ẹ̀mí yìí ń fà—àwọn ẹ̀sùn, ìbátan oníwà ipá, àti ikú—ni a máa yí padà.

Mo paṣẹ ati kede pe eyi ti yipada.

A ti di ominira.
Àwọn ọmọ wa ti di òmìnira.
Àwọn olólùfẹ́ wa ti di òmìnira.

A n da si i nisinsinyi nipasẹ adura.

A n da awọn iṣẹ awọn ẹmi wọnyi duro ni orukọ Jesu.

Baba, a pàṣẹ pé a kò gbọdọ̀ fi ìbínú, irọ́, owú, ọ̀rọ̀ ìbàjẹ́, owú, àtakò, tàbí ìbínú sínú ọkàn wa sí ẹnikẹ́ni.

Àwọn ẹ̀mí wọ̀nyí kò ní darí wa.

Gba wa laaye kuro ninu awọn ẹdun odi.

Baba, a dojú kọ àwọn ọdẹ alẹ́—àwọn tí wọ́n ń fi ara wọn pamọ́ àti àwọn tí wọ́n ń yọ́ lábẹ́ àpáta láti sá pamọ́, tí wọ́n ń dúró de àkókò tí ó tọ́ láti kọlu.

A fa ideri kuro ninu awọn chardes wọn.

A pàṣẹ, a sì kéde pé a ń tú àṣírí, irọ́, ìṣọ̀kan, àṣehàn, àti àgàbàgebè.
A ti tú àṣírí èké ní orúkọ Jésù.

Àṣìṣe, àwọn ìgbòkègbodò ẹ̀tàn, àìṣòótọ́, àti ẹ̀tàn—a máa pa yín run nípasẹ̀ agbára Ọlọ́run.

A pàṣẹ pé gbogbo ohun ìjà tí a ṣe sí wa kò lágbára.

Gbogbo ewu tí a kọ́ sí wa ni a ń ṣe àṣìṣe rẹ̀.
Gbogbo àdéhùn búburú ni a parẹ́.
Gbogbo ipolongo ibi-ẹgan ni o kuna.
Gbogbo ègún búburú ni a yí padà tí a sì tún fi ránṣẹ́ sí ẹni tí ó dá a sílẹ̀ ní ìlọ́po méjì.
Gbogbo ejò ẹ̀mí, ìkookò tí ó wọ aṣọ àgùntàn, ẹyẹ ìwò, igún, ewéko, àti ejò olóró ni wọ́n ti rọ ní orúkọ Jésù.

APA 8 — Ogun Ara Ẹni

Baba, pa ẹ̀mí tí ó dàbí anaconda run.

Gba wa là kúrò nínú omi ńlá, ẹ̀mí omi, ẹ̀mí ìjìnlẹ̀, àti ẹ̀mí ìsàlẹ̀ ayé.

Baba, a paṣẹ ati kede pe a ko ni bori tabi rì sinu ibanujẹ, ibanujẹ, ibanujẹ, ainiagbara, ainireti, tabi iku ni orukọ Jesu.

Ìwọ ti dá wa sílẹ̀. Ẹni tí Ọmọ bá dá sílẹ̀ jẹ́ òmìnira ní tòótọ́.

Baba, a dupẹ lọwọ rẹ, Ọlọrun. A n jade.

A kò ní pàdánù ẹ̀mí wa.

A kò pàdánù agbára wa.

Baba, Ìwọ ni o ni iṣakoso aye wa.

A dabi Jobu. A n wi pe, "Bi o tilẹ pa wa, sibẹ a o gbẹkẹle ọ," nitori a mọ pe Olurapada wa wa laaye.

Baba, jẹ́ kí ẹ̀rù ba ọkàn àwọn ọ̀tá wa pẹ̀lú àárá rẹ, òkúta yìnyín rẹ, àti èédú iná rẹ.

Pa wọ́n run pẹ̀lú iná, mànàmáná, àti ìdájọ́ jíjó.

Mú kí àwọn ọfà rẹ mọ́lẹ̀ kí o sì dá wọn dúró ní ojú ọ̀nà wọn.

Jẹ́ kí àwọn ohun ìjà olóró wọn tí ó dàbí ìfọ́nká má ṣiṣẹ́ dáadáa.

Fọ́ eyín wọn.

Fun wa ni ajesara nipa agbara egboogi-arun ti ẹjẹ Jesu Kristi.

Pa ẹyin ejò náà run—àwọn iṣẹ́ òkùnkùn tó ń gbé ilé, tó ń bímọ, àti tó ń mú kí wọ́n gbóná—kí wọ́n tó yọ jáde.

Pa ẹ̀mí bí paramọ́lẹ̀ run ní orúkọ Jésù.

A pàṣẹ, a sì kéde pé bí àwọn ẹ̀mí wọ̀nyí tilẹ̀ ń gbìyànjú láti tẹ́ ìtẹ́ wọn, tí wọ́n sì ń gbé èrò wọn kalẹ̀, ẹ̀mí Juda, Jesebeli, Ahitofeli, Absalomu, Hamani, Sanballati ará Horoni , Tobiah ará Ammoni, Farao, àti Kaini kò ní pa wá lára.

Jẹ́ kí idà àwọn ọ̀tá wa gún ọkàn wọn nígbà tí wọ́n bá tẹ ọfà wọn.

Jẹ́ kí àwọn ohun ìjà wọn fọ́ láìsí àtúnṣe.

Jẹ́ kí ọfà wọn túká.

Pa iná ejò oníná tí ń fò náà, kí o sì jẹ́ kí ó ṣubú sí ikú àti ìparun tirẹ̀.

Jẹ́ kí àwọn ọ̀tá padà sẹ́yìn kí wọ́n sì dààmú àwọn tí wọ́n ń gbèrò ìpalára wa.

Ní orúkọ Jésù, fọ́ orí ọ̀tá, kí o sì pa orí onírun àwọn ènìyàn búburú.

Jẹ́ kí ìwà ibi rẹ̀ pa á, kí ó má sì tún dìde mọ́.

Jẹ́ kí a tú ẹ̀mí ẹ̀tàn Lábánì, tí ó ń ṣiṣẹ́ ní ọjà, síta.

Fi ìtìjú àti àbùkù bo ó bí ìwọ ṣe ń mú mi ṣẹ́gun rẹ̀.

Mo gba àṣẹ lórí àwọn ẹ̀mí ènìyàn tí wọ́n ń lò gẹ́gẹ́ bí àwọn olùgbàlejò ẹ̀mí èṣù, àwọn hótẹ́ẹ̀lì, àti àwọn ilé àlejò—ìbáà ṣe àwọn ọ̀rẹ́, ìbátan, àwọn alábàáṣiṣẹpọ̀ iṣẹ́,

àwọn ẹlẹgbẹ́, àwọn ọmọ àti ọmọbìnrin ẹ̀mí, tàbí àwọn olùtọ́jú.

Baba, fi ọkàn wọn hàn.

Ṣí àwọn ète àti èrò inú wọn payá.

Fi àwọn ọ̀rẹ́ èké, àwọn alábàáṣiṣẹpọ̀, àwọn òṣìṣẹ́ àti àwọn ẹlẹgbẹ́ rẹ̀ hàn ní orúkọ Jésù.

Dá ìbòjú wọn dúró.

Ṣàwárí ẹni tí wọ́n jẹ́ gan-an.

Ṣí àwọn ètò ìkọ̀kọ̀ wọn payá.

Ṣàfihàn àwọn agbára ìdarí tí ó wà lẹ́yìn iṣẹ́ búburú wọn.

Jẹ́ kí àwọn ìwádìí ibi, àwọn iṣẹ́ ìwádìí ẹ̀bi, àwọn àsọtẹ́lẹ̀ ìràwọ̀, àti àwọn àbá búburú kùnà.

Jẹ́ kí wọ́n kùnà nísinsìnyí ní orúkọ Jésù.

Baba, a pàṣẹ, a sì kéde pé ọwọ́ rẹ ti nà jáde, ó sì mú kí ojú búburú àwọn olùwádìí àti àwọn olùṣọ́ èṣù di afọ́jú.

Pa ìjagun àti ìdíje owú run.

Ṣẹ́ egungun ìdìtẹ̀, ìkà, àti ìwà ọ̀dàlẹ̀.

Àwọn afọ́jú tí wọ́n ń wo Sátánì àti àwọn tí wọ́n ń fi ọgbọ́n ìràwọ̀ àti iṣẹ́ òkùnkùn darí nǹkan.

Jẹ́ kí etí àwọn ẹ̀mí tí ń gbọ́ ọ̀rọ̀ di adití.

A ń tako àwọn ẹ̀mí alátakò, àwọn ẹ̀mí ìgbàanì, àwọn ẹ̀mí tí ń bínú, àwọn ẹ̀mí àìlóye, àwọn ẹ̀mí tí ń múni bínú, àwọn ẹ̀mí tí ń múni bínú, àwọn ẹ̀mí tí ń gbẹ̀san, àwọn ẹ̀mí tí ń ru ìfẹ́ sókè, àwọn ẹ̀mí èké, àwọn ẹ̀mí tí ń tako àwọn ẹ̀mí, àti àwọn ẹ̀mí ẹ̀tàn.

Àwọn ẹ̀mí ìṣẹ́yún, ẹ̀mí àwọn ará Filísínì, àti ẹ̀mí àwọn ará Ámórì ni a pa run.

A ń tako àwọn ẹ̀mí tí ń mú ọkàn rẹ̀ gbọgbẹ́ àti tí ń darí, a sì ń dí wọn lọ́wọ́ láti má ṣe gbé èrò tí ó wá láti inú ọkàn Kristi.

Àwọn ìmọ̀ àti ìṣípayá Ọlọ́run yóò máa ṣàn.

Àwọn èrò ìṣẹ̀dá àti àwọn ìhùmọ̀ ọlọ́gbọ́n yóò máa ṣàn. Ọgbọ́n yóò máa ṣàn.

Àwọn èrò, ọgbọ́n àti ọgbọ́n wa tó ti pẹ́ jùlọ yóò máa lọ láìsí ìṣòro.

Àwọn nǹkan tí ọ̀tá gbìyànjú láti dí lọ́wọ́ yóò máa ṣàn báyìí.

Àwọn èrò wa yóò máa ṣàn.

Ọgbọ́n wa yóò máa ṣàn.

Àwọn èrò tuntun wa yóò máa ṣàn jáde.

A ó ṣiṣẹ́ lórí ìpele tuntun àti ìtayọ nínú àwọn iṣẹ́ àti oko wa ní orúkọ Jésù.

A n fọ́ àwọn nẹ́ẹ̀tìwọ́ọ̀kì àti àjọṣepọ̀ Sátánì lójú.

Jẹ́ kí ìjírórò ibi wọn dàrú.

Wọ́n da ọkàn wọn rú.

Pín ahọ́n wọn.

Jẹ́ kí ètò wọn di òfo.

Ẹ fi ojú ti àwọn tó ń wá ikú wa ní orúkọ Jésù.

Gẹ́gẹ́ bí Sáàmù 69:22–28 ti sọ:

Jẹ́ kí tábìlì wọn di ìdẹkùn níwájú wọn.
Jẹ́ kí ohun tí ó wà fún ire wọn di ìdẹkùn.
Jẹ́ kí ojú wọn ṣókùnkùn kí wọn má baà ríran.

Mú kí ìbàdí wọn máa mì nígbà gbogbo.
Tú ìbínú Rẹ sí wọn.

Jẹ́ kí ìbínú rẹ tó ń ru bò wọ́n.
Jẹ́ kí ibùgbé wọn di ahoro.
Kí ẹnikẹ́ni má ṣe gbé inú àgọ́ wọn, ilé wọn, ibùgbé wọn, tàbí ààfin wọn.

Fi ẹ̀ṣẹ̀ kún ẹ̀ṣẹ̀ wọn, kí wọ́n má sì wá sínú òdodo rẹ.

Jẹ́ kí a pa wọ́n rẹ́ kúrò nínú ìwé àwọn alààyè, kí a má sì kọ wọ́n pẹ̀lú àwọn olódodo.

APÁ 9 — Àwọn Ìkéde Àsọtẹ́lẹ̀ Ẹni-kọ̀ọ̀kan

Mo tako gbogbo ilọsiwaju ti a ṣe lati pa igbesi aye mi, ipa mi, iṣẹ-iranṣẹ mi, iṣowo mi, aisiki mi, awọn ibatan mi, ati awọn aye mi run.

Mo sá kúrò nínú ìdè Sátánì mo sì kọ àjẹ́ sílẹ̀.

Baba, ya àwọn ìbáṣepọ̀ ẹ̀mí tí kò bófin mu, àwọn májẹ̀mú, àdéhùn, àwọn ẹrù iṣẹ́, àti àwọn ẹ̀jẹ́ ní orúkọ Jesu.

Mo yí àwọn ìbàjẹ́ Satani padà.

Jẹ́ kí ẹ̀jẹ̀ Jesu sọ ọkàn àti ẹ̀mí mi di mímọ́ kí ó sì sọ ọ́ di ẹlẹ́gbin.

Ní orúkọ rẹ ni mo ti bọ́ lọ́wọ́ gbogbo èrò búburú, agbára ẹ̀mí, àsọtẹ́lẹ̀, àbá, àti àbá tí a ṣe láti mú ìrẹ̀wẹ̀sì báni, láti ṣìni lọ́nà, tàbí láti darúgbó.

Pa àwọn ìyípadà ẹ̀mí búburú run.

Fagilee awọn asopọ ẹmi arufin ati awọn idinamọ ara ẹni.

Tú gbogbo ìbáṣepọ̀ àìwà-bí-Ọlọ́run ká kí o sì gé wọn kúrò.

Wẹ̀ mí, èmi yóò sì mọ́.

Gba mi silẹ kuro ninu arekereke ẹdun Satani.

Mo pa ẹ̀mí ìbàjẹ́, ìtannijẹ, àti ẹ̀tàn run.
A kì yóò fi mí ṣe ẹlẹ́yà, a kò ní fojú kéré mi, tàbí kí a kà mí sí ẹni tí kò níye lórí.
Mo pa ìbajẹ́ ẹni nípa lílo ọ̀rọ̀ èké.
Mo yí orúkọ rere àti àbùkù padà nípa ìbáṣepọ̀.
Mo kéde pé gbogbo ẹ̀gbin ni a tún ṣe nípasẹ̀ ẹ̀jẹ̀ Jesu.

Mo kéde pé orúkọ mi ní ìsopọ̀ pẹ̀lú òtítọ́, ìwà rere, òdodo, ìwà mímọ́, ìdúróṣinṣin, àti ìwà mímọ́.

Jẹ́ kí àwọn àsọtẹ́lẹ̀ ibi já ọ kulẹ̀ kí o sì sọ àwọn ètò wọn di asán.

Baba, yi awọn ofin buburu pada.

Jẹ́ kí àwọn tó ń ṣiṣẹ́ ní ẹ̀mí Hámánì já wọn kulẹ̀.

Ìparẹ́ àti ìdìbò ni ó fi ìjìnlẹ̀ bẹ̀rẹ̀ òfin, ìlànà àti ìlànà.

Fi àwọn ọ̀tá hàn kí o sì dẹ́gàn wọn nínú gbogbo ètò wọn, ọgbọ́n wọn, ọgbọ́n wọn, àti ọ̀nà àrékérekè wọn.

Mo gbé ìdènà dìde.

Jẹ́ kí iná Ọlọ́run pa iṣẹ́ ọ̀tá run.

Àwọn tí wọ́n ti kọ́ ìdẹkùn Sátánì àti àwọn ìdẹkùn ẹ̀mí èṣù—ẹ jẹ́ kí ètò wọn di òfo kí iṣẹ́ wọn sì já sí òfo.

Ṣí àwọn alábáṣiṣẹpọ̀ àti àwọn àjọpọ̀ búburú kí o sì tú wọn síta.

Jẹ́ kí àwọn tí wọ́n ti kó ara wọn jọ sí mi túká, kí wọ́n má sì tún kó ara wọn jọ mọ́.

Jẹ́ kí ojú wọn ṣókùnkùn kí wọn má baà ríran.
Jẹ́ kí etí wọn dí kí wọn má baà gbọ́.
Jẹ́ kí wọ́n wá oúnjẹ wọn ní àwọn ibi tí ó ti di ahoro.

Na ọwọ́ rẹ sí wọn kí o sì fi ẹ̀gàn, ìtìjú àti ìtìjú bo wọ́n.

Fi ìjì ìdájọ́ àti ìjì ìbínú bá wọn lẹ́jọ́.

Mú wọn bẹ̀rù ọfà ní ọ̀sán àti ìbẹ̀rù ní òru.

Dìde, Ọlọ́run, kí àwọn ọ̀tá rẹ túká.

Ti gbogbo ilẹkun ati ẹnu-ọna si Satani.

Má ṣe jẹ́ kí ó wọ ilé mi.

Jẹ́ iná mi ní òru àti èéfín mi ní ọ̀sán.

Má ṣe jẹ́ kí ọ̀tá tọ́ mi tàbí kí ó tọ́ mi bí mo ṣe ń tẹ̀síwájú nínú iṣẹ́ ìjọba mi tí mo sì ń mú ète mi ṣẹ.

Jẹ́ kí gbogbo aṣojú èṣù tí a yàn láti dá àwọn ìbùkún mi dúró tàbí kí ó dín wọn kù kí ó jákulẹ̀, kí ó baà lè bàjẹ́, kí ó sì dí wọn lọ́wọ́ láti ṣe iṣẹ́ wọn.

Jẹ́ kí gbogbo ọ̀rọ̀ àsọtẹ́lẹ̀ lórí ìgbésí ayé mi farahàn ní àkókò àti àsìkò tó yẹ.

Baba, mo tun sọ pe akoko mi wa ni ọwọ Rẹ.

Ẹ jẹ́ kí gbogbo ìgbòkègbodò ẹ̀mí èṣù tí ó ní í ṣe pẹ̀lú ìṣòro ìnáwó, ìkùnà, àti ìfàsẹ́yìn dópin.

Baba, sọ ohun tí ó ń dí mi lọ́wọ́ láti gbéra sí ipò ńlá di aláìlera.

Yí gbogbo àpáta àti òkúta tí ó ń dí ìdàgbàsókè owó, àwùjọ, ti ara, àti ti ẹ̀mí mi lọ́wọ́ ní orúkọ Jésù.

Dá gbogbo ipa ti awọn iṣẹ Satani dúró.

Bọ́ àwọn tábìlì ìjíròrò, ìgbìmọ̀, àti pàṣípààrọ̀ ti èṣù lulẹ̀.

Mo kéde pé gbogbo tábìlì ibi ni a ti yípadà.

Pa gbogbo ohun èlò ibi, ètò, àti ìmọ̀ ẹ̀rọ tí a ṣe fún ìkùnà mi run.

Mo ṣẹgun nipasẹ ẹjẹ Ọdọ-agutan ati nipa ọrọ ẹri mi.

Nípasẹ̀ Kristi ni mo fi ṣe àgbékalẹ̀ ọ̀nà mi kọjá àwọn olùṣọ́nà ẹ̀mí èṣù àti àwọn olùṣọ́nà ẹnu ọ̀nà.

Gé àwọn ẹnu ọ̀nà idẹ àti àwọn ọ̀pá irin.

Ṣí ojú àti etí mi sí àwọn nǹkan ti Ẹmí.

Borí iṣẹ́ àwọn ẹ̀mí tí ó ń fa ìfọ́jú àti adití nípa ẹ̀mí, tí ó sì ń gbìyànjú láti pa ohùn mi lẹ́nu mọ́, kí o sì borí wọn.

Mo gbé ohùn mi sókè bí fèrè ní Síónì láti kéde pé Jésù ni Olúwa.

Mo kéde pé Ó ń ṣàkóso àti ń jọba lórí ìgbésí ayé mi àti lórí agbègbè yìí.

Nítorí èyí ni a ṣe fi Ọmọ Ọlọ́run hàn kedere: kí ó lè pa iṣẹ́ ọ̀tá run.

Fi ìmọ́lẹ̀ wíwà Rẹ gún òkùnkùn—ìmọ́lẹ̀, ọgbọ́n, òye, àti agbára.

Má ṣe jẹ́ kí òkùnkùn gbọ́n, kí ó gbọ́n, tàbí kí ó dí iṣẹ́ rẹ lọ́wọ́.

Mo tú gbogbo alágbára tí ó ní ìsopọ̀ pẹ̀lú afọ́jú ẹ̀mí àti àìlègbọ́rọ̀ láti ọ̀dọ̀ Ọlọ́run sílẹ̀.

Mo so ọ mọ́ iṣẹ́ tuntun kan—láti di àpótí ẹsẹ̀ Jesu Kristi.

Mo pàṣẹ fún àwọn ẹ̀wọ̀n àti ògiri láti wó lulẹ̀.

Mo ń yọ̀ gbogbo agbára èṣù tí ó lòdì sí àyànmọ́, tí ó lòdì sí ète, tí ó lòdì sí ìfẹ́kúfẹ̀ẹ́, tí ó lòdì sí Ọlọ́run, tí ó lòdì sí àṣeyọrí, tí ó lòdì sí aásìkí, àti tí ó lòdì sí Kristi.

Nípasẹ̀ Rẹ, Ọlọ́run, mo sáré la ààrín ẹgbẹ́ ọmọ ogun kan kọjá.

Láti ọwọ́ Rẹ ni mo ti fò lórí ògiri sí àwọn agbègbè tuntun tí àwọn àǹfààní àti àǹfàní kò lópin—àwọn ilẹ̀ tí kò ní ààlà àti ààlà.

Mo ya ọ̀nà mi sí ibi ọlọ́rọ̀ kan.

Mo máa ń lo agbára ìṣẹ̀dá ayé tí ó lágbára, tí mo ń ṣe àṣeyọrí, tí mo sì ń rí ìlera gbà.

Mo pàṣẹ, mo sì kéde pé: Nínú rẹ ni mo wà láàyè, nínú rẹ ni mo mí ẹ̀mí, àti nínú rẹ ni mo ní ẹ̀mí mi.

Mo n gbe ni Goshen ti mo n so nipa asotele.

Ọlọ́run, mo pàṣẹ pé kí àwọn agbègbè agbára mi gbòòrò sí i. Gbogbo ẹ̀mí tó ń fa jàǹbá, ìparun, àti ikú àìtọ́jọ́—yálà ní ojú ọ̀nà omi, ojú ọ̀nà, tàbí ọ̀nà atẹ́gùn—mo gba àṣẹ lórí yín nísinsìnyí.

Mo fi iná àtọ̀runwá àti àwọn ìbòrí èéfín ọ̀run dè ọ́.
Mo fi iná àtọ̀runwá àti àwọn ìbòjú èéfín ọ̀run fọ́ ọ lójú.
Mo pàṣẹ àti kéde pé àwọn ẹ̀rọ GPS ti Satani yín kò ṣiṣẹ́ dáadáa, wọ́n sì ti parun láìsí àtúnṣe.

Gbogbo ìgbòkègbodò àìtọ́ ni wọ́n ń mú ní orúkọ Jésù.
Mo yí ipa rẹ̀ padà.

Jèhófà, o ti fún mi ní àṣẹ lórí gbogbo agbára ọ̀tá.

Ìjọba ọ̀run ń jìyà ìwà ipá, àwọn oníwà ipá sì ń fi agbára gbá a.

Nítorí náà ni mo ṣe ní àwọn ohun ìní mi, mo sì fi agbára gbà wọ́n.

APA 10 — Fi èdìdì sí Àdúrà àti Ìkéde Ìparí

Mo kéde gẹ́gẹ́ bí **Sáàmù 92:8 àti 14** pé Olúwa ni Ọgá-ògo jùlọ títí láé.

Nítorí kíyèsí i, àwọn ọ̀tá rẹ , Olúwa, nítorí kíyèsí i, àwọn ọ̀tá rẹ yóò ṣègbé; gbogbo àwọn olùṣe ẹ̀ṣẹ̀ ni a ó fọ́nká.

Ṣùgbọ́n ìwọ yóò gbé ìwo mi ga bí ìwo màlúù igbó;
a ó fi òróró tuntun pa mí lára.

Ojú mi yóò rí ìfẹ́ mi lára àwọn ọ̀tá mi,
etí mi yóò sì gbọ́ ìfẹ́ mi fún àwọn ènìyàn búburú tí wọ́n dìde sí mi.

Àwọn olódodo yóò gbilẹ̀ bí igi ọ̀pẹ;
wọn yóò dàgbà bí igi kédárì ní Lẹ́bánónì.

Àwọn tí a gbìn sí ilé Olúwa
yóò máa gbilẹ̀ ní àgbàlá Ọlọ́run wa.

Wọn yóò máa so èso nígbà ogbó;
wọn yóò máa gbilẹ̀, wọn yóò sì máa dàgbàsókè.

Mo kéde pé àkókò mi wà ní ọwọ́ Rẹ.

Nítorí náà, mo ti tú sílẹ̀ kúrò nínú àwọn ìyípadà ẹ̀mí èṣù, àwọn àkókò, àwọn kàlẹ́ńdà, àti àwọn àkókò ìṣètò.

Mo wà ní ìṣọ̀kan pẹ̀lú ọ̀run.
Mo wà ní àkókò. Mo wà ní ìtẹ̀léra àtọ̀runwá.
Mo mu awọn akoko rere ati awọn akoko ibukun ṣiṣẹ,
mo si pa awọn ẹmi ti o ṣakoso awọn akoko buburu,
awọn akoko lile, ati awọn akoko ijiya run.
Níwọ́n ìgbà tí àkókò mi wà ní ọwọ́ Rẹ,
mo pàṣẹ àti kéde pé ọdún yìí àti àwọn ọdún tí ń bọ̀ yóò kún fún àwọn ìṣẹ̀lẹ̀ ìyanu tí ń mú ọkàn mi yọ̀ gidigidi.

Mo máa ń lé àwọn ìdákọ̀ró ẹ̀mí èṣù tí ó máa ń mú mi wà nínú ìyípo—
àwọn ìyípo òṣì, ìṣòro, àìní, ìjàkadì, àìsàn onígbà pípẹ́, àti àrùn kúrò.

Mo pa awọn ìdákọ̀ró wọnyi run nisinsinyi
nipasẹ Ọrọ naa, nipasẹ Ẹjẹ̀, ati nipasẹ Ẹmí.

Mo ti dúró nínú Olúwa.
Mo kede ati paṣẹ pe ija mi ti pari.
Mo kéde àwọn ìyàlẹ́nu òjijì, ìbísí àrà ọ̀tọ̀,
ayọ̀ gíga jùlọ nínú Olúwa, ògo tí ó dúró pẹ́, ojúrere, ọrọ̀, ọrọ̀, agbára, àti agbára.
A fi àmì òróró yàn mí fún àsìkò tuntun.

Àwọn ohun àtijọ́ ti kọjá lọ, sì kíyèsí i, ohun gbogbo ti di tuntun.

Pẹ̀lú ìfàmì-òróró yìí, mo wọ inú àkókò tuntun kan
, mo sì kéde àkókò tuntun ti agbára, àlàáfíà, ìpéye, àfiyèsí, àṣeyọrí nínú iṣẹ́ ìránṣẹ́, àti ògo.

Mo kéde pé orí mi kò ní ṣe aláìní òróró tuntun láéláé.
Mo n pọ si ni iwuwo, iduroṣinṣin, ati agbara ni orukọ Jesu.
Mo pàṣẹ pé epo yìí ń ṣiṣẹ́ gẹ́gẹ́ bí àmì ìtẹ́wọ́gbà lórí ìgbésí ayé mi.

Ó ń gbé mi ró.
Ó ń mú mi ró. Ó ń fún mi lágbára. Ó ń mú kí àyè wà fún mi.

Jẹ́ kí n gbé nínú àkún omi.

Mu mi wọ inu ayanmọ asọtẹlẹ ati ipo giga nipasẹ Jesu Kristi, ẹniti mo ti gba ogún kan ninu rẹ.

tí a ti yàn tẹ́lẹ̀ gẹ́gẹ́ bí ète Ẹni
tí ó ń ṣe ohun gbogbo gẹ́gẹ́ bí ìmọ̀ràn ìfẹ́ Rẹ̀.

Mo fi èdìdì sí àdúrà yìí ní orúkọ Jésù
àti nípa agbára ẹ̀jẹ̀ rẹ̀, ọ̀rọ̀ rẹ̀, àti ẹ̀mí rẹ̀.

Nísinsìnyìí fún Ẹni tí ó lè ṣe púpọ̀ ju gbogbo ohun tí mo lè béèrè tàbí rò lọ
gẹ́gẹ́ bí agbára tí ó ń ṣiṣẹ́ nínú mi—
Ní orúkọ Jésù Kristi,
Emi yoo pari odun yi pelu agbara
ati bere gbogbo odun titun pelu agbara.

Àmín. Àmín. Àti Àmín.

Àdúrà Mẹ́jọ (8)

Jálẹ̀ Ìwé Mímọ́, àdúrà àti ìṣọ́ra nípa ti ẹ̀mí sábà máa ń ní í ṣe pẹ̀lú àwọn àkókò pàtó kan ti ìṣọ́ra.
Àwọn olùṣọ́ wà ní ipò láti ṣọ́ àwọn ìlú ńlá, láti kìlọ̀ nípa ewu, àti láti wà lójúfò ní àwọn àkókò ọ̀sán àti òru.
Bákan náà, a pè àwọn onígbàgbọ́ láti máa ṣọ́ra nípa ti ẹ̀mí.
Jesu paṣẹ fun awọn ọmọ-ẹhin rẹ̀ pe:

"Ẹ máa ṣọ́nà, kí ẹ sì máa gbàdúrà, kí ẹ má baà bọ́ sínú ìdánwò."
(Mátíù 26:41)

Ìtọ́sọ́nà àdúrà yìí tẹ̀lé ìtòlẹ́sẹẹsẹ **àdúrà mẹ́jọ** , èyí tí ó dúró fún àwọn àkókò tí a mọ̀ọ́mọ̀ ní gbogbo ọjọ́ láti darí àfiyèsí wa sí Ọlọ́run nínú ẹ̀bẹ̀.
Àwọn aago wọ̀nyí kò nílò àkókò gígùn ti àdúrà. Kódà ìṣẹ́jú díẹ̀ tí a fi ṣe àfiyèsí nígbà gbogbo lè di alágbára nígbà tí a bá ń ṣe é déédéé.

Àkókò Àkọ́kọ́ — 6:00 òwúrọ̀
Ìbẹ̀rẹ̀ ọjọ́ náà.
Àkókò ìṣọ́ yìí ni láti ya ọjọ́ náà sí mímọ́ fún Olúwa, láti mú ọkàn wa bá àwọn ète Rẹ̀ mu, àti láti pe ìtọ́sọ́nà Rẹ̀.

Aago Keji — 9:00 AM
Àkókò láti gbàdúrà fún ọgbọ́n, ìtọ́sọ́nà, àti agbára fún àwọn ẹrù iṣẹ́ ọjọ́ náà.
Ọpọ̀ àwọn onígbàgbọ́ ló máa ń lo aago yìí láti gbàdúrà fún àwọn olórí nínú Ìjọ àti láti kọjá àwọn òkè ńlá tí wọ́n ní agbára.

Aago Kẹta — 12:00 PM
Ìbẹ̀bẹ̀ ọ̀sán gangan.

Àkókò ìṣọ́ yìí sábà máa ń di àkókò láti dákẹ́ kí a sì tún dojúkọ nípa ẹ̀mí, kí a sì gbé àwọn ìdílé, àwùjọ, àti orílẹ̀-èdè sókè níwájú Olúwa.

Aago Kẹrin — 3:00 PM
Wákàtí tí a sábà máa ń lò pẹ̀lú àdúrà ní ìjọ ìṣáájú (Ìṣe Àwọn Apọsteli 3:1).
Àago yìí jẹ́ àkókò tó lágbára láti gbàdúrà fún ìrànlọ́wọ́ àti àṣeyọrí láti ọ̀dọ̀ Ọlọ́run.

Aago Karun — 6:00 PM
Ìyàsímímọ́ alẹ́.
Bí ọjọ́ ṣe ń yípadà, aago yìí ń pe àwọn onígbàgbọ́ láti gbàdúrà fún ààbò, ìmúpadàbọ̀sípò, àti àlàáfíà.

Aago Ikẹfa — 9:00 PM
Àkókò fún ìrònú àti ọpẹ́ fún ohun tí Ọlọ́run ti ṣe ní ọjọ́ náà.
Ó tún jẹ́ àkókò láti gbàdúrà fún Ìjọ àti àwọn orílẹ̀-èdè kí a tó wọ inú àwọn ìṣọ́ òru.

Aago Keje — 12:00 òwúrọ̀
Àdúrà òru.
Jálẹ̀ gbogbo Ìwé Mímọ́, òru jẹ́ àkókò ìdàgbàsókè ẹ̀mí nígbà gbogbo (Ìṣe Àwọn Apọsteli 16:25–26).
Aago yii duro fun ogun ẹmi ti o jinle ati ibẹbẹ.

Aago Kẹjọ — 3:00 AM
Agogo ìfaradà àti àdúrà àsọtẹ́lẹ̀.
Ọpọ̀lọpọ̀ àwọn alágbàwí ti rí i pé àkókò yìí jẹ́ àkókò tó lágbára fún ìmọ̀lára nípa ti ẹ̀mí àti ìbẹ̀bẹ̀ jíjinlẹ̀.

Agogo Tí Ń Bá A Lọ
Nígbà tí àwọn ènìyàn kọ̀ọ̀kan, àwọn ẹgbẹ́, àti àwọn ìjọ bá ń gbàdúrà ní gbogbo àwọn aago wọ̀nyí, àbájáde rẹ̀ yóò di **ìgbà gbogbo àdúrà** .

Àpẹẹrẹ yìí ṣe àfihàn ìpè ti Esekieli 22:30:
"Mo wá ọkùnrin kan láàrin wọn tí yóò mọ odi, tí yóò sì dúró ní ibi tí ó ya sọ́tọ̀ níwájú mi fún ilẹ̀ náà."
Bí àwọn onígbàgbọ́ ṣe ń kópa nínú àwọn ìṣọ́ wọ̀nyí, wọ́n di ara ìgbésẹ̀ ìbẹ̀bẹ̀ ńlá fún Ìjọ àti àwọn orílẹ̀-èdè.

ÌFÍHÀN

Ìpè láti Dúró Nínú Ààlà

Nínú Ìwé Mímọ́, nígbàkúgbà tí Ọlọ́run bá fẹ́ dá sí ọ̀ràn àwọn orílẹ̀-èdè, ó máa ń wá àwọn ọkùnrin àti obìnrin tí wọ́n lè dúró síbi tí a kò ti lè ṣe bẹ́ẹ̀ nípasẹ̀ àdúrà.

Wolii Esekiẹli kọ ọkàn Ọlọrun silẹ nigbati O sọ pe:

"Mo sì wá ọkùnrin kan láàárín wọn, tí yóò tún ọgbà náà ṣe, tí yóò sì dúró ní ibi tí ó ya sọ́tọ̀ níwájú mi fún ilẹ̀ náà, kí èmi má baà pa á run: ṣùgbọ́n èmi kò rí ẹnìkan."
—Esekieli 22:30.

Gbólóhùn yìí fi ìlànà ẹ̀mí ayérayé hàn:
Ọlọ́run ń ṣiṣẹ́ nípasẹ̀ àwọn alágbàwí.

Àwọn orílẹ̀-èdè ń dìde tí wọ́n sì ń ṣubú. Àṣà ń yípadà. Àwọn ètò agbára ń nípa lórí ìtọ́sọ́nà àwọn àwùjọ. Síbẹ̀ àwọn agbára ẹ̀mí ni ó ń darí àwọn ìṣẹ̀lẹ̀ ní ayé yìí lẹ́yìn.

Nítorí èyí, àdúrà kìí ṣe iṣẹ́ ìjọ́sìn lásán.
Àdúrà jẹ́ **ìkópa ìjọba pẹ̀lú Ọlọ́run** nínú àwọn ọ̀ràn ayé.

Àbẹ̀bẹ̀ ń pe ọ̀run láti dá sí àwọn ètò ayé.

Àwọn Òkè Méje Tí Ó Ní Ìpalára

Gbogbo àwùjọ ni a ń ṣe àgbékalẹ̀ rẹ̀ nípasẹ̀ àwọn agbègbè pàtàkì ti ipa tí ó ń pinnu àwọn ìwà rere, àṣà, àti ìtọ́sọ́nà. Àwọn wọ̀nyí ni a sábà máa ń pè ní **Òkè Méje ti Ipa** .

• Ẹsìn
• Ìdílé • Ẹkọ́ • Ìjọba • Àwọn Ìròyìn àti Ìbánisọ̀rọ̀ • Àwọn Ọnà àti Àṣà • Iṣòwò àti Ọrọ̀ Ajé

Àwọn òkè ńlá wọ̀nyí ní ipa lórí bí àwọn ènìyàn ṣe ń ronú, ohun tí àwọn àwùjọ ń ṣe, àti bí wọ́n ṣe ń ṣàkóso àwọn orílẹ̀-èdè.

Nígbà tí òdodo bá ṣe àgbékalẹ̀ àwọn agbègbè wọ̀nyí, àwọn àwùjọ máa ń gbèrú sí i. Nígbà tí ìwà ìbàjẹ́ tàbí òkùnkùn ẹ̀mí bá ń ṣàkóso wọn, gbogbo ìran máa ń jìyà àbájáde rẹ̀.

Nítorí èyí, a kò pè àwọn onígbàgbọ́ láti wàásù ìhìnrere nìkan ṣùgbọ́n láti **gbàdúrà ní ọ̀nà ọgbọ́n fún àwọn agbègbè agbára wọ̀nyí** , kí wọ́n sì bẹ̀bẹ̀ fún Ọlọ́run láti gbé àwọn olórí ìwà títọ́ àti ọgbọ́n dìde tí yóò bá àwọn ètò mu.

Iṣẹ́ Ìránṣẹ́ Ààbò

Bíbélì kún fún àpẹẹrẹ àwọn ènìyàn tí wọ́n dúró níwájú Ọlọ́run nítorí àwọn ẹlòmíràn.

Ábúráhámù bẹ̀bẹ̀ fún Sódómù.
Mósè bẹ̀bẹ̀ fún Ísírẹ́lì. Dáníẹ́lì bẹ̀bẹ̀ fún ìmúpadàbọ̀sípò Jerúsálẹ́mù. Ẹsítà fi ẹ̀mí rẹ̀ wewu fún dídáàbòbò àwọn ènìyàn rẹ̀.

Ju gbogbo re lo, Jesu Kristi funra re n tesiwaju ninu ise iranse adura loni:

"Ó wà láàyè títí láé láti máa bẹ̀bẹ̀ fún wọn."
—Hébérù 7:25

Nípasẹ̀ Kristi, a pè àwọn onígbàgbọ́ láti kópa nínú iṣẹ́ ìbẹ̀bẹ̀ tí ń lọ lọ́wọ́ yìí.

Àpóstélì Pọ́ọ̀lù rán wa létí pé Ẹmí Mímọ́ tún ń ràn wá lọ́wọ́ nínú ìpè yìí:

"Ẹmí fúnra rẹ̀ ń fi ìkérora tí a kò le sọ bẹ̀bẹ̀ fún wa."
—Róòmù 8:26

Nítorí náà, ìbẹ̀bẹ̀ di àjọṣepọ̀ láàrín:

• Onígbàgbọ́ tí ń gbàdúrà
• Ẹmí Mímọ́ tí ń tọ́sọ́nà • Àti Kristi tí ń bẹ̀bẹ̀ níwájú Baba.

Àkíyèsí Àdúrà Ọjọ́ Ogóji

A ṣe ìwé kékeré yìí gẹ́gẹ́ bí **aago ìbẹ̀bẹ̀ fún ọjọ́ ogóji** tí a ṣe lọ́dọọdún láti **oṣù kẹta sí ọjọ́ kẹẹ̀ẹ́dọ́gbọ̀n oṣù kẹrin** .

Ètò náà ní nínú:

• **Àwọn ìṣiṣẹ́ àdúrà mẹ́wàá tí ó ń ṣí ọ̀nà ìta**
• **Àwọn ibi àdúrà 320 tí ó ní ìlànà**
• **Àkíyèsí àdúrà méjọ lójoojúmọ́**
• **Àwọn ìpìlẹ̀ Ìwé Mímọ́ fún ìbẹ̀bẹ̀**

Àwọn àdúrà wọ̀nyí ń gbé àṣẹ ẹ̀mí kalẹ̀, wọ́n ń tú àtakò ká, wọ́n sì ń pe àwọn ète Ọlọ́run wá sí àwọn orílẹ̀-èdè.

Ojoojúmọ́ ààwẹ̀ ní **àwọn aago àdúrà mẹ́jọ** , tí ó dúró fún àwọn àkókò ẹ̀mí ọ̀tọ̀ọ̀tọ̀ jálẹ̀ ọjọ́ náà.

Àwọn ìṣọ́ wọ̀nyí ń ran àwọn onígbàgbọ́ lọ́wọ́ láti wà lójúfò nípa tẹ̀mí kí wọ́n sì bá àwọn ète Ọlọ́run mu.

Ìrìn Àgbáyé ti Àwọn Olùbẹ̀bẹ̀

Iṣẹ́ yìí kì í ṣe fún ẹnìkan tàbí iṣẹ́ ìránṣẹ́ kan ṣoṣo.

Ọlọ́run ń gbé àwọn onígbàgbọ́ kárí ayé dìde tí wọ́n ń gbé ẹrù ẹ̀bẹ̀ fún Ìjọ àti fún àwọn orílẹ̀-èdè.

Nípasẹ̀ ìtumọ̀ sí ọ̀pọ̀lọpọ̀ èdè àti ìkópa àwọn onígbàgbọ́ kárí ayé, ìran náà ni láti kó **àwùjọ kárí ayé tí ó ju mílíọ̀nù méẹ̀wàá àwọn alágbàwí** jọ tí wọn yóò dúró papọ̀ nínú àdúrà.

Àwọn alágbàwí wọ̀nyí yóò gbàdúrà fún:

• Ìwẹ̀nùmọ́ àti ìṣọ̀kan Ìjọ
• Ìgbàlà àwọn orílẹ̀-èdè • Ọgbọ́n fún àwọn aṣáájú • Ìyípadà kọjá àwọn Òkè Méje ti Ìpalára.

Ipa Rẹ Ninu Iṣẹ́ Yii

Yálà o ń gbàdúrà lẹ́nìkọ̀ọ̀kan, pẹ̀lú àwùjọ àdúrà, tàbí gẹ́gẹ́ bí apá kan nínú àwùjọ ìjọ, ìwé kékeré yìí pèsè ìtọ́sọ́nà tí a ṣètò láti ràn ọ́ lọ́wọ́ láti kópa nínú ìbẹ̀bẹ̀ tí a gbájúmọ́.

A pe ọ lati kopa ninu aago adura yii pẹlu igbagbọ, irẹlẹ, ati ireti.

Bí o ṣe ń gbàdúrà nípasẹ̀ àwọn ojú ìwé wọ̀nyí, rántí:

Àdúrà máa ń yí ojú ọjọ́ padà.
Àdúrà máa ń tú ìdásí àtọ̀runwá sílẹ̀. Àdúrà máa ń so ayé pọ̀ mọ́ ọ̀run.

Ìkésíni náà ṣì wà gẹ́gẹ́ bí ó ti rí tẹ́lẹ̀ lónìí:

Duro ni aaye naa.

Ati nipasẹ adura olotitọ, ki ifẹ Ọlọrun ki o ṣee ṣe **ni aye bi o ti ri ni ọrun.**

Àṣẹ Olùbẹ̀bẹ̀

Ábúráhámù, Mósè, Dáníẹ́lì, Jésù àti Ẹmí Mímọ́: Dúró Nínú Ààlà

Nínú Ìwé Mímọ́, Ọlọ́run fi àpẹẹrẹ kan hàn: nígbà tí àwọn orílẹ̀-èdè bá ń rìn lọ sí ìparun, Olúwa ń wá àwọn ènìyàn tí yóò dúró níwájú Rẹ̀ nínú àdúrà.

Wòlíì Esekiẹli gba otitọ yii pẹlu ọrọ alagbara lati ọdọ Oluwa:

"Mo wá ọkùnrin kan láàrin wọn tí yóò mọ odi, tí yóò sì dúró ní ibi tí ó ya sọ́tọ̀ níwájú mi fún ilẹ̀ náà, kí èmi má baà pa á run."
(Esekieli 22:30)

Ìbẹ̀bẹ̀ ni ìgbésẹ̀ dídúró láàrín ọrun àti ayé—tí a fi ń bẹ̀bẹ̀ fún àánú, ìdájọ́ òdodo, àti ète Ọlọ́run fún àwọn ẹlòmíràn.

Bíbélì fún wa ní àpẹẹrẹ àwọn tó lágbára nípa àwọn tó ṣe iṣẹ́ yìí.

Ábúráhámù: Ìbẹ̀bẹ̀ fún Ìlú Burúkú

Ábúráhámù, baba ìgbàgbọ́, jẹ́ ọ̀kan lára àwọn alárìnà àkọ́kọ́ tí a kọ sílẹ̀ nínú Ìwé Mímọ́.

Nínú Jẹ́nẹ́sísì orí 18, Olúwa fi hàn Ábúráhámù pé àwọn ìlú Sódómù àti Gòmórà ti bàjẹ́ gidigidi àti pé ìdájọ́ ti sún mọ́lé.

Síbẹ̀ kí ìdájọ́ tó dé, Ọlọ́run jẹ́ kí Ábúráhámù mọ ohun tí òun fẹ́ ṣe.

"Ṣé kí n fi ohun tí mo fẹ́ ṣe pamọ́ fún Ábúráhámù?"
(Jẹ́nẹ́sísì 18:17)

Dípò kí Ábúráhámù dákẹ́, ó gbé ìgbésẹ̀ síwájú pẹ̀lú ìrẹ̀lẹ̀ àti ìgboyà láti bẹ̀bẹ̀ fún àánú.

Jẹnẹsisi 18:22 ṣe àkọsílẹ̀ àkókò pàtàkì kan:

"Ṣùgbọ́n Abrahamu dúró níwájú Olúwa."

Dídúró níwájú Olúwa ni ipò olùbẹ̀bẹ̀.

Ábúráhámù bẹ̀bẹ̀ sí ìdájọ́ òdodo àti àánú Ọlọ́run, ó béèrè bóyá a lè dá ìlú náà sí tí a bá lè rí àwọn olódodo nínú rẹ̀.

Bẹ̀rẹ̀ pẹ̀lú àádọ́ta àti dídínkù sí mẹ́wàá díẹ̀díẹ̀, Ábúráhámù tẹ̀síwájú láti bẹ̀bẹ̀ fún àánú.

Wọ́n fi ìrẹ̀lẹ̀ béèrè fún ìbéèrè kọ̀ọ̀kan:

'Wò ó ná, èmi tí mo jẹ́ erùpẹ̀ àti eérú ni mo ti pinnu láti bá Olúwa sọ̀rọ̀."
(Jẹ́nẹ́sísì 18:27)

Àdúrà tí Ábúráhámù gbà fihàn pé Ọlọ́run ń pe àwọn tí wọ́n bá ń rìn pẹ̀lú Rẹ̀ láti kópa nínú ìbáṣepọ̀ Rẹ̀ pẹ̀lú ayé nípasẹ̀ àdúrà.

Mósè: Ṣíṣe Àbẹ̀bẹ̀ fún Orílẹ̀-èdè Ọlọ̀tẹ̀

Àpẹẹrẹ mìíràn tó lágbára nípa ẹ̀bẹ̀ farahàn nínú ìgbésí ayé Mósè.

Nínú Ẹkísódù 32, àwọn ọmọ Ísírẹ́lì ṣubú sínú ìbọ̀rìṣà nípa sísìn ère ọmọ màlúù wúrà. Ìṣọ̀tẹ̀ wọn mú ìbínú Olúwa ru, ìdájọ́ sì dàbí èyí tí ó dájú.

Síbẹ̀ Mósè gbéra síwájú láti bá wọn sọ̀rọ̀.

Dípò kí ó ya ara rẹ̀ sọ́tọ̀ kúrò lọ́dọ̀ àwọn ènìyàn náà, Mósè fara mọ́ wọn, ó sì bẹ̀bẹ̀ fún àwọn ìlérí májẹ̀mú Ọlọ́run.

Ó gbàdúrà pé:

"OLÚWA, kí ló dé tí ìbínú rẹ fi gbóná sí àwọn ènìyàn rẹ, tí ìwọ mú jáde láti Ejíbítì pẹ̀lú agbára ńlá?"
(Ẹkísódù 32:11)

Mose rán Olúwa létí májẹ̀mú Rẹ̀ pẹ̀lú Ábúráhámù, Ísákì, àti Ísírẹ́lì. Ó bẹ̀bẹ̀ sí orúkọ rere Ọlọ́run láàrín àwọn orílẹ̀-èdè, ó sì bẹ̀bẹ̀ fún àánú.

Nípasẹ̀ ẹ̀bẹ̀ rẹ̀, ìdájọ́ ni a dá dúró, a sì pa àwọn ènìyàn mọ́.

Ni akoko yii a fihan ọpọlọpọ awọn otitọ nipa adura:

• Àwọn alárinà máa ń mọ àwọn ènìyàn tí wọ́n ń gbàdúrà fún.
• Àwọn alárinà máa ń bẹ̀bẹ̀ sí ìlérí àti ìwà Ọlọ́run. • Àrinà máa ń wá àtúnṣe dípò ìparun.

Dáníẹ́lì: Ṣíbẹ̀bẹ̀ fún Orílẹ̀-èdè Tí Ó Nígbèkùn

Ní ọ̀pọ̀ ọ̀rúndún lẹ́yìn náà, alágbàwí mìíràn farahàn ní àkókò wàhálà orílẹ̀-èdè kan.

Dáníẹ́lì gbé ayé nígbà tí Ísírẹ́lì wà ní ìgbèkùn Bábílónì. Nígbà tí ó ka àsọtẹ́lẹ̀ Jeremáyà, tí ó sì lóye pé àkókò ìgbèkùn ti fẹ́rẹ̀ẹ́ parí, ó dáhùn pẹ̀lú àdúrà àti ìrònúpìwàdà.

Dáníẹ́lì 9:3 ṣàlàyé ìdúró rẹ̀:

"Nígbà náà ni mo dojúkọ Olúwa Ọlọ́run láti gbàdúrà pẹ̀lú àdúrà àti ẹ̀bẹ̀, pẹ̀lú ààwẹ̀, aṣọ ọ̀fọ̀ àti eérú."

Àdúrà Dáníẹ́lì jẹ́ ohun ìyanu nítorí pé kò ya ara rẹ̀ sọ́tọ̀ kúrò nínú ẹ̀ṣẹ̀ orílẹ̀-èdè náà.

Dípò bẹ́ẹ̀, ó fara mọ́ àwọn ènìyàn náà, ó sì jẹ́wọ́ àwọn ìkùnà wọn níwájú Ọlọ́run:

"A ti ṣẹ̀, a sì ti ṣe àìṣedéédé."
(Daniẹli 9:5)

Ẹbẹ̀ Dáníẹ́lì wá sí àánú Ọlọ́run àti ìṣòtítọ́ májẹ̀mú.

Nípasẹ̀ àdúrà rẹ̀, ọ̀run dáhùn. Ọlọ́run rán áńgẹ́lì Gébúrẹ́lì pẹ̀lú ìfihàn nípa ọjọ́ iwájú Ísírẹ́lì àti wíwá Mèsáyà.

Àpẹẹrẹ Dáníẹ́lì fihàn pé ìbẹ̀bẹ̀ lè nípa lórí àwọn ipò ìsinsìnyí nìkan, àti àwọn ìran tí ń bọ̀ pẹ̀lú.

Jesu: Alárinà Tó Gbéṣẹ́ Jùlọ

Bó tilẹ̀ jẹ́ pé Ábúráhámù, Mósè, àti Dáníẹ́lì fi agbára ìbẹ̀bẹ̀ hàn, Jésù Kristi ni olùbẹ̀bẹ̀ tó ga jùlọ nínú ìtàn.

Jesu kìí ṣe pé ó gbàdúrà fún aráyé nìkan nígbà iṣẹ́ ìránṣẹ́ rẹ̀ lórí ilẹ̀ ayé—Ó ń bá a lọ láti máa bẹ̀bẹ̀ lónìí.

Ìwé Mímọ́ kéde pé:

"Ó wà láàyè nígbà gbogbo láti máa bẹ̀bẹ̀ fún wọn."
(Heberu 7:25)

Nípasẹ̀ ẹbọ rẹ̀ lórí àgbélébùú, Jésù bá aráyé rẹ́ padà. Nípasẹ̀ ẹ̀bẹ̀ rẹ̀ tí ń bá a lọ, ó ń ṣojú fún àwọn onígbàgbọ́ níwájú Baba nígbà gbogbo.

Gbogbo àdúrà tí a gbà ní àkókò ìṣọ́ ogójì ọjọ́ yìí ń lọ ní ìparí nípasẹ̀ iṣẹ́ ìránṣẹ́ Kristi.

Ìgbẹ́kẹ̀lé wa nínú àdúrà kò sinmi lórí òdodo wa bí kò ṣe lórí iṣẹ́ tí Jésù ti parí.

Ẹmí Mímọ́: Ṣíṣe Àbẹ̀bẹ̀ Nínú Onígbàgbọ́

Bí Jésù ṣe ń bẹ̀bẹ̀ fún wa ní ọ̀run, Ẹmí Mímọ́ ń ṣiṣẹ́ nínú àwọn onígbàgbọ́ láti fún wa ní agbára àti láti darí àdúrà wa.

Ìwé Mímọ́ kọ́ wa pé a kò fi àwọn onígbàgbọ́ sílẹ̀ láti gbàdúrà pẹ̀lú agbára wọn. Ẹmí Ọlọ́run ń ràn wá lọ́wọ́ nínú àdúrà, pàápàá jùlọ ní àwọn àkókò tí ọ̀rọ̀ kò bá tó.

Àpọ́stẹ́mù Pọ́ọ̀lù kọ̀wé pé:

" Bẹ́ẹ̀ gẹ́gẹ́ ni Ẹmí tún ń ran àìlera wa lọ́wọ́: nítorí a kò mọ ohun tí a ó gbàdúrà fún bí ó ti yẹ, ṣùgbọ́n Ẹmí tìkára rẹ̀ ń fi ìrora tí a kò le sọ bẹ̀bẹ̀ fún wa."
(Róòmù 8:26)

Èyí túmọ̀ sí wípé ìbẹ̀bẹ̀ kìí ṣe ìsapá ènìyàn lásán, ó jẹ́ àjọṣepọ̀ láàrín onígbàgbọ́ àti Ẹmí Ọlọ́run.

Nígbà tí àwọn onígbàgbọ́ bá ń gbàdúrà, Ẹmí Mímọ́ máa ń fi àdúrà wọn wé ìfẹ́ Ọlọ́run.

Onigbagbọ gẹ́gẹ́ bí Tẹ́ḿpìlì Ọlọ́run

Ìwé Mímọ́ tún fi hàn pé àwọn onígbàgbọ́ fúnra wọn ni ibùgbé Ọlọ́run.

Pọ́ọ̀lù kọ̀wé pé:

"Ṣé ẹ kò mọ̀ pé tẹ́ḿpìlì Ọlọ́run ni yín àti pé Ẹmí Ọlọ́run ń gbé inú yín?"
(1 Kọ́ríńtì 3:16)

Nítorí pé Ẹmí Ọlọ́run ń gbé inú àwọn onígbàgbọ́, ìgbésí ayé onígbàgbọ́ di ibi mímọ́ alàáyè níbi tí ìdàpọ̀ pẹ̀lú Ọlọ́run ti ń wáyé.

Jésù kéde pé ilé Ọlọ́run ni a pète láti jẹ́ **ilé àdúrà** (Mátíù 21:13).

Òtítọ́ yìí gbòòrò ju àwọn ilé àti àpèjọ lọ. Àwọn ènìyàn Ọlọ́run fúnra wọn di ilé àdúrà alàáyè.

Gẹ́gẹ́ bí ilé ìjọsìn Ẹmí Mímọ́, àwọn onígbàgbọ́ máa ń gbé ìpè sí ìbáṣepọ̀ pẹ̀lú Ọlọ́run nígbà gbogbo nínú wọn.

Ilé Àdúrà Àáyè

Nígbà tí Ẹmí Mímọ́ bá ń gbé inú àwọn onígbàgbọ́, àdúrà kò mọ sí àwọn àkókò tàbí ibi pàtó kan mọ́.

Ẹmí náà ń mú kí àwọn onígbàgbọ́ mọ̀ nípa wíwà Ọlọ́run nígbà gbogbo.

Nípasẹ̀ Ẹmí:

• A ru ọkan wa soke si adura
• A n ṣe apẹrẹ awọn ẹru wa nipasẹ awọn ero Ọlọrun • Awọn ẹbẹ wa ni ibamu pẹlu ifẹ Ọlọrun

Ni ọna yi, onigbagbọ di pẹpẹ alãye ti ẹbẹ.

Ẹmí náà ń mú kí àwọn ìdílé, àwọn ìjọ, àwọn olórí, àti àwọn orílẹ̀-èdè gbàdúrà.

Ohun tí ó bẹ̀rẹ̀ gẹ́gẹ́ bí ìṣírò kékeré nínú ọkàn sábà máa ń di ìṣe ẹ̀bẹ̀ alágbára níwájú ìtẹ́ Ọlọ́run.

Ìbáṣepọ̀ nínú Ìbẹ̀bẹ̀

Nítorí náà, iṣẹ́ ìránṣẹ́ ẹ̀bẹ̀ ní àjọṣepọ̀ ẹlẹ́wà kan:

• **Jesu n gbadura fun wa niwaju Baba.**
• **Ẹmi Mimọ n gbadura ninu wa.**
• **Awọn onigbagbọ dahun ni igbọran nipasẹ adura.**

Nípasẹ̀ àjọṣepọ̀ yìí, àwọn ète Ọlọ́run ti ń tẹ̀síwájú ní ayé.

Bí àwọn onígbàgbọ́ ṣe ń wọ inú aago ogójì ọjọ́ àdúrà yìí, wọn kì í gbàdúrà nìkan.

Ẹmí Ọlọ́run ń ṣiṣẹ́ nínú wọn, ó ń ràn wọ́n lọ́wọ́ láti gbé ẹrù ẹ̀bẹ̀.

Kristi fúnrarẹ̀ sì dúró níwájú Baba gẹ́gẹ́ bí Àlùfáà Àgbà ayérayé, ó ń gbé àdúrà àwọn ènìyàn mímọ́ kalẹ̀.

Ìpè láti Di Ilé Àdúrà

Bí o ṣe ń kópa nínú àsìkò ààwẹ̀ àti ìbẹ̀bẹ̀ yìí, rántí pé àdúrà kì í ṣe ohun tí o kàn ń ṣe.

Ó jẹ́ ara ẹni tí ìwọ jẹ́ gẹ́gẹ́ bí tẹ́ḿpìlì Ọlọ́run alàáyè.

Ẹmí Mímọ́ tó wà nínú rẹ ti ṣetán láti darí àdúrà rẹ, láti fún ìgbàgbọ́ rẹ lágbára, àti láti ṣe àtúnṣe ọkàn rẹ pẹ̀lú ìfẹ́ Ọlọ́run.

Jẹ́ kí ìṣọ́ ogójì ọjọ́ yìí jí ìgbésí ayé ìṣọ̀kan pẹ̀lú Olúwa jí nínú rẹ.

Kí ìgbésí ayé rẹ sì di ohun tí Jésù kéde pé ilé Ọlọ́run gbọ́dọ̀ máa jẹ́ nígbà gbogbo:

Ilé àdúrà.

Àwọn Òkè Méje Tí Ó Ní Ìpalára

Bí Wọ́n Ṣe Ń Ṣe Àgbékalẹ̀ Ayé Wa

Jálẹ̀ ìtàn, àwọn àwùjọ ni a ti ṣe àgbékalẹ̀ wọn nípasẹ̀ àwọn agbègbè pàtàkì tí ó ń pinnu bí àwọn ènìyàn ṣe ń ronú, gbé ìgbésí ayé wọn, àti bí wọ́n ṣe ń ṣàkóso ara wọn.

Àwọn agbègbè wọ̀nyí ní ipa lórí àwọn ìlànà, àṣà, òfin, ẹ̀kọ́, ọrọ̀ ajé, àti ìtọ́sọ́nà ẹ̀mí. Nígbà tí àwọn agbègbè wọ̀nyí bá bá òdodo mu, àwọn orílẹ̀-èdè máa ń gbèrú sí i. Nígbà tí ìwà ìbàjẹ́, ẹ̀tàn, àti àìṣòdodo bá ń ṣàkóso wọn, àwọn àwùjọ máa ń ní ìdàrúdàpọ̀ àti ìrẹ̀sílẹ̀.

Ọpọ̀lọpọ̀ àwọn aṣáájú Kristẹni ti ṣàpèjúwe àwọn agbègbè wọ̀nyí gẹ́gẹ́ bí **Òkè Méje ti Ìpalára** nítorí ìpele àṣẹ àti ipa tí wọ́n ní nínú ṣíṣe àgbékalẹ̀ ọ̀làjú.

Ipe awọn olubẹbẹ kii ṣe lati gbadura fun awọn eniyan nikan, ṣugbọn lati gbadura fun iyipada awọn eto ti o ni ipa wọnyi ki awọn ero Ọlọrun le han ninu igbesi aye awọn orilẹ-ede.

Nígbà tí àwọn onígbàgbọ́ bá gbàdúrà lọ́nà tó ṣe kedere fún àwọn òkè wọ̀nyí, wọ́n ń bẹ̀bẹ̀ fún Ọlọ́run láti mú **ọgbọ́n, òdodo, ìdájọ́ òdodo, àti òtítọ́ Rẹ̀** wá sí àwọn ibi tí ó ń ṣe àgbékalẹ̀ àwùjọ. **Àwọn òkè méje náà ní:**

1. **Ẹsìn (Ìjọ)**
2. **Ìdílé**
3. **Ẹkọ́**
4. **Ìjọba**
5. **Àwọn ohun èlò ìròyìn**
6. **Àwọn Ọnà àti Àṣà**
7. **Iṣowo ati Eto-ọrọ-aje**

Òkè kọ̀ọ̀kan ní ipa ńlá lórí bí àwọn àwùjọ ṣe ń ṣiṣẹ́.

1. Òkè Ẹsìn (Ìjọ)

A pe Ìjọ láti jẹ́ **ẹ̀rí-ọkàn ẹ̀mí ti àwùjọ** .

Nígbà tí Ìjọ bá lágbára, tí ó kún fún àdúrà, tí ó sì dúró lórí òtítọ́, ó di orísun ìmọ̀ nípa ìwà rere, ìtọ́sọ́nà nípa ẹ̀mí, àti ìrètí fún ayé.

Sibẹsibẹ, nigbati Ìjọ ba di alailera, ti o pin, tabi ti o ni idamu, awujọ nigbagbogbo ma npadanu itọsọna ẹmi rẹ.

Jesu kede ninu Matteu 21:13 pe:

"Ilé mi ni a ó máa pè ní ilé àdúrà."

Àwọn alágbàwí máa ń gbàdúrà fún Ìjọ kí ó lè wà ní mímọ́, ní ìṣọ̀kan, ní ìgboyà, àti ní òótọ́ sí ìhìnrere Jésù Kristi.

2. Òkè Ìdílé

Ìdílé ni **ìpìlẹ̀ gbogbo àwùjọ** .

Nínú àwọn ìdílé ni a ti kọ́kọ́ dá àwọn ìwà rere, ìdámọ̀, ìwà rere, àti ìgbàgbọ́ sílẹ̀. Àwọn ìdílé tó ní ìlera máa ń mú àwọn àwùjọ tó dúró ṣinṣin àti àwọn orílẹ̀-èdè tó lágbára jáde.

Nígbà tí ìdílé bá túká, ìrandíran sábà máa ń ní ìṣòro àìdúróṣinṣin, ìdàrúdàpọ̀, àti pípadánù ìtọ́sọ́nà.

Ìwé Mímọ́ kọ́ wa pé Ọlọ́run fẹ́ àtúnṣe láàrín àwọn ìdílé:

"Yóò yí ọkàn àwọn baba padà sí àwọn ọmọ, àti ọkàn àwọn ọmọ sí àwọn baba wọn."
(Málákì 4:6)

Àwọn alábẹ̀bẹ̀ máa ń gbàdúrà fún àwọn ìdílé nítorí pé ìlera àwọn ìran tí ń bọ̀ sinmi lórí wọn.

3. Òkè Ẹkọ́

Ẹkọ́ ń ṣe àgbékalẹ̀ bí àwọn ènìyàn ṣe ń ronú àti bí a ṣe ń dá àwọn aṣáájú ọjọ́ iwájú sílẹ̀.

Àwọn ilé ìwé, àwọn yunifásítì, àti àwọn ilé ẹ̀kọ́ ní ipa lórí ojú ìwòye gbogbo ìran. Àwọn èrò tí a ń kọ́ ní àwọn yàrá ìkẹ́kọ̀ọ́ sábà máa ń di àwọn ìlànà, ìmọ̀ ẹ̀rọ, àti ètò tí ó ń ṣe àtúnṣe ọjọ́ iwájú.

Nítorí èyí, àwọn onígbàgbọ́ máa ń gbàdúrà pé kí òtítọ́, ọgbọ́n, àti ìwà títọ́ máa tọ́ àwọn tó ń kọ́ni àti àwọn tó ń kọ́ni sọ́nà.

Dáníẹ́lì àti àwọn ẹlẹgbẹ́ rẹ̀ fi bí ọgbọ́n Ọlọ́run ṣe lè nípa lórí àyíká ẹ̀kọ́ hàn:

"Ọlọ́run fún wọn ní ìmọ̀ àti òye nínú gbogbo ẹ̀kọ́ àti ọgbọ́n."
(Dáníẹ́lì 1:17)

Àbẹ̀bẹ̀ lórí òkè ẹ̀kọ́ ń wá ọgbọ́n Ọlọ́run fún àwọn akẹ́kọ̀ọ́, olùkọ́, àti àwọn ilé ẹ̀kọ́.

4. Òkè Ìjọba

Ìjọba ní ojúṣe láti gbé òfin kalẹ̀, láti dáàbò bo ìdájọ́ òdodo, àti láti mú kí ìṣètò wà láàrín àwùjọ.

Àwọn olórí nínú ìjọba ń ṣe ìpinnu tó ní ipa lórí mílíọ̀nù ènìyàn. Àwọn ìlànà wọn ní ipa lórí ọrọ̀ ajé, ààbò orílẹ̀-èdè, ìdúróṣinṣin àwùjọ, àti àjọṣepọ̀ kárí ayé.

Ìwé Mímọ́ gba àwọn onígbàgbọ́ níyànjú láti gbàdúrà fún àwọn tí wọ́n ń ṣe àkóso:

"Nítorí náà mo gbà yín níyànjú pé kí ẹ máa gbàdúrà, kí ẹ máa bẹ̀bẹ̀, kí ẹ máa dúpẹ́ fún gbogbo ènìyàn; fún àwọn ọba àti fún gbogbo àwọn tí ó wà ní ipò àṣẹ."
(1 Tímótì 2:1-2)

Àwọn alágbàwí máa ń gbàdúrà fún àwọn olórí ìjọba kí òdodo, ìdájọ́ òdodo, àti ọgbọ́n lè darí àwọn ìpinnu orílẹ̀-èdè.

5. Òkè Ìròyìn àti Ìdánrawò

Àwọn ohun èlò ìròyìn àti eré ìdárayá ń ṣe àgbékalẹ̀ bí àwọn ènìyàn ṣe ń gba ìwífún àti ìtumọ̀ àwọn ìṣẹ̀lẹ̀ tó ń ṣẹlẹ̀ ní àyíká wọn.

Nípasẹ̀ tẹlifíṣọ̀n, rédíò, àwọn ìtàkùn oní-nọ́ńbà, iṣẹ́ ìròyìn, àti àwọn ìkànnì àwùjọ, a ń ṣẹ̀dá àwọn ìtàn tí ó ní ipa lórí ìmọ̀lára gbogbogbòò àti àwọn ìlànà àṣà.

Nítorí pé ó lè dé ọ̀dọ̀ àwọn oníròyìn, wọ́n ní agbára láti tan òtítọ́ kálẹ̀ tàbí láti mú kí ẹ̀tàn pọ̀ sí i.

Àwọn onígbàgbọ́ gbàdúrà pé kí òtítọ́, ìwà rere, àti ọgbọ́n máa tọ́ àwọn tó bá ń bá gbogbo ènìyàn sọ̀rọ̀.

6. Òkè Àṣà àti Ọnà

Àwọn iṣẹ́ ọnà àti àṣà ní ipa lórí ìrònú, ìṣẹ̀dá àti ìfarahàn ìmọ̀lára àwọn àwùjọ.

Orin, fíìmù, ìwé, àwọn iṣẹ́ ọnà ìrísí, àti eré ìnàjú ló ń darí bí àwọn ènìyàn ṣe ń rí ẹwà, ìwà rere, ìdámọ̀, àti ìtumọ̀.

Jálẹ̀ Ìwé Mímọ́, a sábà máa ń lo ìṣẹ̀dá láti fi ògo fún Ọlọ́run, láti ìkọ́lé tẹ́ḿpìlì títí dé orin ìjọsìn tí a kọ sínú Sáàmù.

Àwọn alágbàwí gbàdúrà pé kí a lo ìṣẹ̀dá àti ipa àṣà láti fi òtítọ́, ẹwà, àti ìrètí hàn.

7. Òkè Iṣòwò àti Ọrọ̀ Ajé

Àwọn ètò ìṣòwò àti ètò ọrọ̀ ajé ló ń pinnu bí a ṣe ń ṣe àwọn ohun àlùmọ́nì, pín kiri, àti bí a ṣe ń ṣàkóso wọn.

Nígbà tí ètò ọrọ̀ ajé bá ṣiṣẹ́ pẹ̀lú ìwà rere, àwọn agbègbè máa ń gbèrú sí i, àǹfààní sì máa ń pọ̀ sí i. Nígbà tí ìwà ìbàjẹ́ bá ń jọba lórí ètò ọrọ̀ ajé, àìdọ́gba àti ìfinìṣẹ̀sín sábà máa ń tẹ̀lé e.

Ìwé Mímọ́ rán àwọn onígbàgbọ́ létí pé Ọlọ́run ni orísun ọgbọ́n fún aásìkí àti ìtọ́jú.

Àwọn alágbàwí gbàdúrà pé kí àwọn olórí ìṣòwò ṣiṣẹ́ pẹ̀lú ìwà rere, òdodo, àti ìmọ̀lára ẹrù iṣẹ́ sí àwùjọ.

Ìdí Tí Àbẹ̀bẹ̀ fún Àwọn Òkè Méje Fi Ṣe Pàtàkì

Ète àdúrà fún àwọn òkè wọ̀nyí kì í ṣe ìṣàkóso tàbí ìṣàkóso. Ète náà ni ìyípadà.

Nígbà tí òdodo bá ní ipa lórí àwọn ètò tí ó ń ṣe àgbékalẹ̀ àwùjọ, àwọn ènìyàn máa ń ní ìrírí ìdájọ́ òdodo, àǹfààní, àlàáfíà, àti òye ìwà rere tó ga jù.

Jésù kọ́ àwọn ọmọlẹ́yìn rẹ̀ láti gbàdúrà pé:

"Ijọba rẹ de . Ifẹ rẹ ni ki a ṣe ni aye bi ti ọrun."
(Matteu 6:10)

Nípasẹ̀ àdúrà, àwọn onígbàgbọ́ ń bá àwọn ète Ọlọ́run fún ayé ṣiṣẹ́ pọ̀.

Ìbẹ̀bẹ̀ di ọ̀nà láti pe ọgbọ́n àti ìjọba Ọlọ́run sí gbogbo àyíká agbára ènìyàn.

Bí o ṣe ń gbàdúrà ní ogójì ọjọ́ tó ń bọ̀, ìwọ yóò dúró ní àlàfo kìí ṣe fún àwọn ènìyàn nìkan ṣùgbọ́n fún àwọn **ètò tí ó ń ṣe àgbékalẹ̀ àwọn orílẹ̀-èdè àti ìran** .

Bí a ṣe le lo Ìtọ́sọ́nà Àdúrà yìí

A ti ṣe àgbékalẹ̀ ìtọ́sọ́nà àdúrà yìí gẹ́gẹ́ bí **ètò ìbẹ̀bẹ̀** láti ran àwọn onígbàgbọ́ lọ́wọ́ láti gbàdúrà ní ọ̀nà tó ṣe pàtàkì fún Ìjọ, àwọn olórí, àti àwọn orílẹ̀-èdè.

A le lo o **fun ara ẹni, laarin awọn ẹgbẹ adura, tabi nipasẹ gbogbo awọn ẹgbẹ ijọsin** ti o ni imọran ipe lati duro ni àlàfo fun awọn orilẹ-ede.

A ṣeto itọsọna naa ni awọn apakan pataki mẹta:

1. **Àwọn Ìkéde Ṣíṣí àti Ìdìdì Ìlẹ̀kùn (Àwọn Apá Mẹ́wàá)**
2. **Àwọn Àdúrà Ọjọ́ 40 tí a gbé kalẹ̀ láti inú Àdúrà 320**
3. **Agogo Adura Ojoojumọ Mẹjọ – Awọn Oju Adura 320**

Apá kọ̀ọ̀kan ń ṣiṣẹ́ fún ète pàtó kan ní mímúra alágbàwí sílẹ̀ láti gbàdúrà pẹ̀lú àṣẹ, ìbáṣepọ̀, àti ìbòjú ẹ̀mí.

1. Àwọn Ìkéde Ṣíṣí àti Ìdìdì Èbúté

Kí ó tó bẹ̀rẹ̀ àwọn kókó àdúrà ojoojúmọ́, ìwé náà pèsè **àdúrà ìmúṣẹ àsọtẹ́lẹ̀ mẹ́wàá** tí àkọlé rẹ̀ ń jẹ́:

Agbára Àtọ̀míkà ti Àwọn Ọrọ̀ Àdúrà (Apá 1–10).

Àwọn ìkéde wọ̀nyí ń ṣiṣẹ́ fún ọ̀pọ̀lọpọ̀ ète:

• Gbé àṣẹ ẹ̀mí kalẹ̀ nínú Kristi
• Ṣí àwọn ẹnu ọ̀nà àdúrà ní agbègbè ẹ̀mí • Bú àtakò àti ìdènà ẹ̀mí èṣù kúrò • Tú àwọn ìkéde àsọtẹ́lẹ̀ jáde lórí alábẹ̀bẹ̀ àti agbègbè náà
• Dí àyíká àdúrà náà mú kí àdúrà náà tó bẹ̀rẹ̀

A le gba awọn ikede wọnyi ni ọna kan ninu meji:

Àṣàyàn 1 — Ìmúṣiṣẹ́ Àdúrà Ọ̀gànjọ́

Gbadura gbogbo **apa mẹwa papọ bẹrẹ ni ọganjọ oru** , ni ṣiṣi aago adura fun ọjọ naa.

Èyí fi agbára ẹ̀mí múlẹ̀, ó sì ń múra àyíká sílẹ̀ fún ìbẹ̀bẹ̀ ọjọ́ náà.

Àṣàyàn 2 — Àago Àdúrà Wákàtí Méjì

Gbadura **apa kan ni gbogbo wakati meji** , ki o bo awọn iṣọ ẹmi ti ọjọ naa.

Àpẹẹrẹ ìṣètò:

12:00 AM – Ṣíṣílẹ̀ ẹnu ọ̀nà / Apá 1
2:00 AM – Apá 24:00 AM – Apá 36:00 AM – Apá 48:00 AM – Apá 510:00 AM – Apá 612:00 PM – Apá 72:00 PM – Apá 84:00 PM – Apá 96:00 PM – Apá 10 (Àwọn Ìkéde Ìdìbò)

Eto yii n ran lọwọ lati ṣetọju **wiwa adura nigbagbogbo** .

2. Ààbò Àdúrà Ọjọ́ Ogójì

Kókó ìtọ́sọ́nà yìí ni **àkókò ìbẹ̀bẹ̀ tó gba ọjọ́ ogójì** tí a máa ń ṣe ní ọdọọdún láti inú:

Oṣù Kẹta 17 sí Oṣù Kẹrin 25

Ní ogójì ọjọ́ wọ̀nyí, a gba àwọn onígbàgbọ́ níyànjú láti gbààwẹ̀ kí wọ́n sì gbàdúrà bí Olúwa ṣe ń darí wọn.

Ojoojúmọ́ kọ̀ọ̀kan ní nínú:

• **Àwọn ibi àdúrà méjọ tí a gbé kalẹ̀**
• **Ìwé Mímọ́ méjì tí a gbé kalẹ̀**
• **Àbẹ̀bẹ̀ fún àwọn òkè méje tí ó ní ipa lórí ènìyàn**

Láàárín ogóji ọjọ́ náà, alágbàwí yóò gbàdúrà **àwọn ibi àdúrà pàtàkì 320** .

Àwọn àdúrà wọ̀nyí sọ̀rọ̀ nípa àwọn ipò ẹ̀mí tí ó ní ipa lórí:

* Ṣọ́ọ̀ṣì tàbí àwọn ètò àti àwọn àjọ ìsìn
* Àwọn ìròyìn àti eré ìdárayá
* Iṣowo ati Eto-ọrọ
• Awọn idile • Awọn orilẹ-ede • Awọn oludari • Awọn eto asa

3. Àwọn Agogo Àdúrà Ojoojúmọ́ Méjọ

Àwọn àdúrà náà wà ní ìpele **ìṣọ́ méjọ ọjọ́** , èyí tí ó dúró fún ìṣọ́ra nípa tẹ̀mí nígbà gbogbo.

Àwọn aago wọ̀nyí ni a sábà máa ń ṣe ní àwọn àkókò wọ̀nyí:

6:00 AM
9:00 AM12:00 PM3:00 PM6:00 PM9:00 PM12:00 AM3:00 AM

A le gbadura aaye adura kọọkan lakoko ọkan ninu awọn aago wọnyi.

Ìlànà yìí ń jẹ́ kí àwọn onígbàgbọ́ máa **gbàdúrà déédéé ní gbogbo ọjọ́** .

4. Gbígbàdúrà Lọ́kọ̀ọ̀kan tàbí gẹ́gẹ́ bí Ẹgbẹ́ kan

Itọsọna yii le ṣee lo ni awọn ọna pupọ:

Àdúrà Ẹnìkọ̀ọ̀kan

Onigbagbọ kan le gbadura nipasẹ itọsọna lakoko ifarasin ara ẹni ati ààwẹ̀.

Àwọn Ẹgbẹ́ Àdúrà

Àwọn ẹgbẹ́ kékeré lè pín àwọn aago àdúrà láàárín àwọn olùkópa, kí wọ́n lè máa ṣe àkíyèsí pé wọ́n ń gbàdúrà nígbà gbogbo.

Àbẹ̀bẹ̀ Ṣọ́ọ̀ṣì

Àwọn ìjọ lè lo ìwé ìtọ́ni náà nígbà àsìkò ààwẹ̀ àjọ tàbí nígbà àpèjọ àdúrà.

5. Gbígbàdúrà pẹ̀lú Ìfojúsọ́nà

Bí o ṣe ń gbàdúrà láti ojú ìwé wọ̀nyí, rántí pé ìbẹ̀bẹ̀ kì í ṣe kíkà ọ̀rọ̀ lásán.

Ó jẹ́ **dídúró níwájú Ọlọ́run ní ipò àwọn ẹlòmíràn** .

Gbadura pẹlu:

• Ìgbàgbọ́ nínú àwọn ìlérí Ọlọ́run
• Ìfarabalẹ̀ sí ìtọ́sọ́nà Ẹmí Mímọ́ • Ìrètí pé Ọlọ́run yóò dá sí ọ̀ràn àwọn orílẹ̀-èdè.

Ìkésíni kan náà tí ó bẹ̀rẹ̀ iṣẹ́ yìí ṣì wà lónìí:

Duro ni aaye naa.

Àti nípasẹ̀ àdúrà òdodo, kí ìfẹ́ Ọlọ́run kí ó di ṣíṣe **ní ayé gẹ́gẹ́ bí ó ti rí ní ọ̀run.**

Ìpè sí Àwọn Olùṣọ́ Àwọn Orílẹ̀-èdè

Jálẹ̀ ìtàn àwọn ènìyàn Ọlọ́run, Olúwa ti gbé àwọn ọkùnrin àti obìnrin dìde tí wọ́n dúró níwájú Rẹ̀ nítorí àwọn ẹlòmíràn. Àwọn ènìyàn wọ̀nyí kì í ṣe ọba, wòlíì, tàbí olórí gbogbo ènìyàn nígbà gbogbo. Ọpọ̀lọpọ̀ jẹ́ onígbàgbọ́ lásán tí wọ́n ru ẹrù àrà ọ̀tọ̀ láti gbàdúrà.

Wọ́n di **olùṣọ́** .

Olùṣọ́ kan dúró ní ìṣọ́ra nígbà tí àwọn ẹlòmíràn bá sùn. Olùṣọ́ kan rí ewu kí ó tó dé. Olùṣọ́ kan kígbe sí Ọlọ́run fún àánú, ààbò, àti ìrànlọ́wọ́ Ọlọ́run.

Olúwa sọ nípasẹ̀ wòlíì Esekieli pé:

"Mo sì wá ọkùnrin kan láàárín wọn, tí yóò tún ọgbà náà ṣe, tí yóò sì dúró ní ibi tí ó ya sọ́tọ̀ níwájú mi fún ilẹ̀ náà."
—Esekieli 22:30.

Ọlọ́run ṣì ń wá irú àwọn ènìyàn bẹ́ẹ̀ lónìí.

Ó ń wá àwọn tí yóò gbàdúrà kìí ṣe fún àìní tiwọn nìkan ṣùgbọ́n fún àyànmọ́ Ìjọ, ọjọ́ iwájú àwọn orílẹ̀-èdè, àti ipò ẹ̀mí àwọn àwùjọ.

Ìtọ́sọ́nà àdúrà yìí jẹ́ ìpè láti di ọkan lára àwọn olùṣọ́ wọ̀nyẹn.

O le maa gbadura nikan ninu yara idakẹjẹẹ, ninu ẹgbẹ adura pẹlu awọn ọrẹ, tabi laarin awujọ ijọ kan. Laibikita ibi ti o wa, nigbati o ba gbadura pẹlu igbagbọ ati igboran o kopa ninu iṣẹ irapada Ọlọrun ni ilẹ-aye.

Nípasẹ̀ àdúrà:

Ọkàn ti rọ̀.
Àwọn ibi ààbò ti bàjẹ́. Ọgbọ́n Ọlọ́run ló ń darí àwọn olórí.
Àwọn ète Ọlọ́run sì ń tẹ̀síwájú ní àwọn orílẹ̀-èdè.

Iṣẹ́ yìí jẹ́ ara ìgbòkègbodò àwọn onígbàgbọ́ kárí ayé tí wọ́n ti fi ara wọn fún dídúró sí àlàfo nígbà tí wọ́n **ń gbàdúrà fún ọjọ́ ogójì láti ọjọ́ kẹtadínlógún oṣù kẹta sí ọjọ́ karùndínlọ́gbọ̀n oṣù kẹrin lọ́dọọdún** .

Àwọn alágbàwí káàkiri ọ̀pọ̀ orílẹ̀-èdè ń dara pọ̀ mọ́ ẹrù-ìnira kan—láti gbàdúrà fún Ìjọ, fún àwọn aṣáájú, àti fún ìyípadà àwọn Òkè Méje ti Ìpalára.

Papọ̀, àwùjọ àwọn jagunjagun àdúrà tí ń pọ̀ sí i yìí ń wá ọ̀nà láti kó **àwọn àràádọ́ta ọ̀kẹ́ àwọn alágbàwí jọ kárí ayé** tí wọn yóò gbé ohùn wọn sókè níwájú Ọlọ́run fún àyànmọ́ àwọn orílẹ̀-èdè.

A pè ọ́ láti jẹ́ ara ilé-iṣẹ́ náà.

Bí o ṣe ń bẹ̀rẹ̀ sí í gbàdúrà nípasẹ̀ ìtọ́ni yìí, rántí pé àdúrà kì í ṣe àṣà tàbí ìṣe ìsìn lásán. Àdúrà jẹ́ àjọṣepọ̀ mímọ́ pẹ̀lú Ọlọ́run.

Ẹ̀mí Mímọ́ ń gbàdúrà nípasẹ̀ wa.
Jésù ń bẹ̀bẹ̀ fún wa. Bàbá sì ń gbọ́ igbe àwọn ènìyàn Rẹ̀.

Fi ìrẹ̀lẹ̀, ìgbàgbọ́, àti ìfojúsùn ṣe àwọn àdúrà wọ̀nyí.

Kí Olúwa fún ẹ̀mí rẹ lágbára, kí ó mú kí òye rẹ sunwọ̀n síi, kí ó sì fún ọ lágbára láti dúró ṣinṣin nínú àlàfo náà.

Ìpè náà ṣì wà gẹ́gẹ́ bí ó ti rí tẹ́lẹ̀ lónìí:

Ṣọ́ra kí o sì gbàdúrà.

Ati nipasẹ adura olotitọ, ki ifẹ Ọlọrun ki o ṣee ṣe **ni aye bi o ti ri ni ọrun.**

Wíwọlé sí Ààbọ̀ Ọjọ́ Ogójì

Múra Ọkàn Sílẹ̀ fún Ẹbẹ̀

Ààbọ̀ ogójì ọjọ́ ti àdúrà jẹ́ ju ìdánrawò ẹ̀mí lọ. Ó jẹ́ ìkésíni láti súnmọ́ Ọlọ́run kí a sì kópa nínú àwọn ète Rẹ̀ fún Ìjọ àti àwọn orílẹ̀-èdè.

Nínú Ìwé Mímọ́, àwọn àkókò ààwẹ̀ àti àdúrà sábà máa ń ṣáájú àwọn àkókò ìdàgbàsókè ẹ̀mí, ìmúpadàbọ̀sípò, àti ìtọ́sọ́nà àtọ̀runwá. Àwọn àkókò wọ̀nyí jẹ́ àkókò tí àwọn ènìyàn Ọlọ́run rẹ ara wọn sílẹ̀, tí wọ́n wá ojú Rẹ̀, tí wọ́n sì ṣe àtúnṣe ọkàn wọn pẹ̀lú ìfẹ́ Rẹ̀.

Bí o ṣe ń múra láti wọ inú aago ogójì ọjọ́ yìí, ó ṣe pàtàkì láti sún mọ́ àkókò yìí pẹ̀lú ìdúró ọkàn tó tọ́.

Àkókò Ìrẹ̀lẹ̀

Ìbẹ̀bẹ̀ tòótọ́ bẹ̀rẹ̀ pẹ̀lú ìrẹ̀lẹ̀.

Kí àwọn onígbàgbọ́ tó gbàdúrà fún àwọn orílẹ̀-èdè, àwọn aṣáájú, àti àwọn àwùjọ, wọ́n gbọ́dọ̀ kọ́kọ́ gbé ara wọn kalẹ̀ níwájú Ọlọ́run pẹ̀lú òtítọ́ àti ìṣípayá.

Olúwa kéde pé:

"Bí àwọn ènìyàn mi tí a ń pè ní orúkọ mi bá rẹ ara wọn sílẹ̀, tí wọ́n sì gbàdúrà, tí wọ́n sì wá ojú mi, tí wọ́n sì yípadà kúrò nínú ọ̀nà búburú wọn, nígbà náà ni èmi yóò gbọ́ láti ọ̀run wá, èmi yóò dárí ẹ̀ṣẹ̀ wọn jì wọ́n, èmi yóò sì wo ilẹ̀ wọn sàn."
(2 Kronika 7:14)

Ìrẹ̀lẹ̀ gba Ẹmí Mímọ́ láàyè láti ṣàyẹ̀wò ọkàn wa kí ó sì mú ohunkóhun tí ó lè dí àjọṣepọ̀ wa pẹ̀lú Ọlọ́run lọ́wọ́ kúrò.

Ní àsìkò yìí, gbàdúrà pé kí Olúwa wẹ ọkàn rẹ mọ́ kí ó sì sọ ìfọkànsìn rẹ sí I di tuntun.

Àkókò Ìrònúpìwàdà

Àbẹ̀bẹ̀ sábà máa ń bẹ̀rẹ̀ pẹ̀lú ìrònúpìwàdà.

Dáníẹ́lì fi èyí hàn nígbà tí ó gbàdúrà fún ìmúpadàbọ̀sípò Ísírẹ́lì. Dípò kí ó yà ara rẹ̀ kúrò nínú ìkùnà orílẹ̀-èdè rẹ̀, ó jẹ́wọ́ ẹ̀ṣẹ̀ wọn níwájú Olúwa.

"A ti ṣẹ̀, a sì ti ṣe àìṣedéédé."
(Daniẹli 9:5)

Ìrònúpìwàdà máa ń múra ọkàn sílẹ̀ láti bá Ọlọ́run sọ̀rọ̀ pẹ̀lú òtítọ́ àti ọ̀wọ̀.

Bí o ṣe ń bẹ̀rẹ̀ ìṣọ́ ogójì ọjọ́ yìí, ya àkókò láti béèrè fún ìdáríjì, ìtúnṣe, àti ìmọ̀lẹ̀ nípa ẹ̀mí Olúwa.

Àkókò Ìtòlẹ́sẹẹsẹ

Àdúrà kìí ṣe nípa fífi àwọn ẹ̀bẹ̀ fún Ọlọ́run nìkan, ó tún jẹ́ nípa títún ọkàn wa ṣe pẹ̀lú àwọn ète Rẹ̀.

Jesu kọ́ àwọn ọmọ-ẹ̀yìn rẹ̀ láti gbàdúrà:

"Ijọba rẹ de . Ifẹ rẹ ni ki a ṣe ni aye bi ti ọrun."
(Matteu 6:10)

Ní àsìkò àdúrà yìí, bẹ Olúwa láti mú èrò rẹ, ìfẹ́ ọkàn rẹ, àti àwọn ohun pàtàkì rẹ bá ìfẹ́ Rẹ̀ mu.

Jẹ́ kí Ẹmí Mímọ́ ṣe àtúnṣe àdúrà rẹ gẹ́gẹ́ bí ète Ọlọ́run fún Ìjọ àti àwọn orílẹ̀-èdè.

Àkókò Ìṣọ̀kan

Àdúrà máa ń lágbára gan-an nígbà tí àwọn onígbàgbọ́ bá ń gbàdúrà papọ̀ ní ìṣọ̀kan.

Ìjọ ìjímìjí ní ìrírí àwọn àṣeyọrí tó yanilẹ́nu nítorí wọ́n gbàdúrà pẹ̀lú ọkàn kan àti ète kan.

Àkọsílẹ̀ Ìṣe Àwọn Aposteli 12:5:

"Wọ́n fi Peteru pamọ́ sínú túbú, ṣùgbọ́n ìjọ ń gbàdúrà sí Ọlọ́run nígbà gbogbo fún un."

Nípasẹ̀ àdúrà àpapọ̀, Ọlọ́run tú ìdásí tí ó ju agbára ẹ̀dá lọ sílẹ̀.

Bí àwọn ènìyàn kọ̀ọ̀kan, àwọn ẹgbẹ́ àdúrà, àti àwọn ìjọ bá ń kópa nínú ìṣọ́ ogójì ọjọ́ yìí, kí Ẹmí Ọlọ́run dá ìṣọ̀kan tó jinlẹ̀ sí i láàrín àwọn onígbàgbọ́.

Àkókò Ìfojúsùn

Ìbẹ̀bẹ̀ kì í ṣe iṣe àìnírètí bí kò ṣe ìfihàn ìgbàgbọ́.

Nígbà tí àwọn onígbàgbọ́ bá ń gbàdúrà, wọ́n ń dáhùn sí ìpè Ọlọ́run kan tí ó ń gbọ́ àdúrà tí ó sì ń dáhùn rẹ̀.

Jeremáyà 33:3 kéde pé:

"Pè mí, èmi yóò sì dá ọ lóhùn, èmi yóò sì fi àwọn ohun ńlá àti alágbára tí ìwọ kò mọ̀ hàn ọ́."

Wọlé sí aago ogójì ọjọ́ yìí pẹ̀lú ìfojúsùn.

Reti pe ki Olorun gbe inu okan wa.

Reti awọn ipade atọrunwa.

Reti atunse, itọsọna, ati iyipada.

Iṣẹ́ Àyànfúnni Mímọ́ kan

Fún ogún ọdún, àkókò àdúrà yìí—láti oṣù kẹta ọjọ́ kẹtàdínlógún sí ọjọ́ kẹ̀ẹ̀ẹ́dọ́gbọ̀n oṣù kẹrin—ni a ti ń ṣe gẹ́gẹ́ bí àkókò ìbẹ̀bẹ̀ fún Ìjọ àti fún àwọn orílẹ̀-èdè.

Ohun tí ó bẹ̀rẹ̀ gẹ́gẹ́ bí ìpè ara ẹni sí àdúrà ti di ìkésíni fún àwọn onígbàgbọ́ níbi gbogbo láti kópa nínú iṣẹ́ mímọ́ yìí báyìí.

Bí o ṣe ń bẹ̀rẹ̀ ìrìn àjò yìí, rántí pé àdúrà rẹ ṣe pàtàkì.

Ọlọ́run ń tẹ̀síwájú láti máa wá àwọn tí yóò dúró sí àlàfo náà.

Jẹ́ kí ìsọ́ ogóji ọjọ́ yìí mú kí ìbátan rẹ pẹ̀lú Ọlọ́run jinlẹ̀ sí i, kí ó mú kí ẹrù ìbẹ̀bẹ̀ rẹ lágbára sí i, kí ó sì tú àwọn ète Rẹ̀ sílẹ̀ ní ayé.

Nísinsìnyí, ẹ jẹ́ kí a bẹ̀rẹ̀ aago náà.

Àwọn Ìwé Mímọ́ Ìpìlẹ̀ fún Ìsọ́ Ọjọ́ Ogójì

Gbogbo àsìkò ìbèbè gbọ́dọ̀ jẹ́ èyí tí a gbé kalẹ̀ nínú Ọ̀rọ̀ Ọlọ́run. Àdúrà máa ń gba agbára nígbà tí ó bá bá àwọn ìlérí, ète àti ìwà Ọlọ́run tí a fihàn nínú Ìwé Mímọ́ mu.

Àwọn ẹsẹ ìwé wọ̀nyí ló jẹ́ ìpìlẹ̀ Bíbélì fún ìṣọ́ ogójì ọjọ́ yìí ti àdúrà. Àwọn ìwé mímọ́ wọ̀nyí ń rán wa létí ìdí tí a fi ń gbàdúrà, bí a ṣe ń gbàdúrà, àti ohun tí a gbàgbọ́ pé Ọlọ́run fẹ́ ṣe ní ayé.

Bí o ṣe ń rìn ìrìn àjò la àwọn ọjọ́ ààwẹ̀ àti ẹ̀bẹ̀ kọjá, máa padà sí àwọn ẹsẹ wọ̀nyí nígbà gbogbo kí o sì jẹ́ kí wọ́n fún ìgbàgbọ́ rẹ lágbára kí wọ́n sì máa darí àdúrà rẹ.

Ìpè láti Dúró Nínú Ààlà
Esekiẹli 22:30
"Mo wá ọkùnrin kan láàrin wọn tí yóò mọ odi, tí yóò sì dúró ní ibi tí ó ya sọ́tọ̀ níwájú mi fún ilẹ̀ náà, kí èmi má baà pa á run."
Ọlọ́run ń bá a lọ láti máa wá àwọn tí yóò dúró níwájú Rẹ̀ ní ipò ilẹ̀ náà.

Ojuse Oluṣọ
Esekiẹli 3:18–19
"Nígbà tí mo bá sọ fún ènìyàn búburú pé, 'Dájúdájú ìwọ yóò kú,' tí ìwọ kò sì kìlọ̀ fún un… èmi yóò béèrè ẹ̀jẹ̀ rẹ̀ lọ́wọ́ rẹ. Ṣùgbọ́n bí ìwọ bá kìlọ̀ fún ènìyàn búburú… ìwọ ti gba ẹ̀mí rẹ là."
Àbẹ̀bẹ̀ gbé ẹrù iṣẹ́ ìṣọ́ra nípa tẹ̀mí.

Ilé Ọlọ́run gẹ́gẹ́ bí Ilé Àdúrà
Mátíù 21:13
"Ilé mi ni a ó máa pè ní ilé àdúrà."
Àìsáyà 56:7
"Ilé mi ni a ó máa pè ní ilé àdúrà fún gbogbo orílẹ̀-èdè."
Ìfẹ́ Ọlọ́run ni kí àwọn ènìyàn Rẹ̀ di àwùjọ àdúrà tí yóò gba àwọn orílẹ̀-èdè wọlé sí iwájú Rẹ̀.

Ìpè sí Àdúrà Àìdákẹ́

Lúùkù 18:1
"Àwọn ènìyàn gbọ́dọ̀ máa gbàdúrà nígbà gbogbo kí wọ́n má sì rẹ̀wẹ̀sì."
Mátíù 26:41
"Ẹ máa ṣọ́ra, kí ẹ sì máa gbàdúrà, kí ẹ má baà bọ́ sínú ìdánwò."
Àdúrà nílò ìtẹramọ́, ìṣọ́ra, àti ìṣọ́ra nípa tẹ̀mí.

Iranlọwọ Ẹmi Mimọ ninu Ibẹbẹ
Róòmù 8:26
"Ẹmí náà tún ń ran àìlera wa lọ́wọ́… Ẹmí fúnrarẹ̀ ń fi ìrora tí a kò le sọ bẹ̀bẹ̀ fún wa."
Róòmù 8:34
"Kristi... wà ní ọwọ́ ọ̀tún Ọlọ́run, ẹni tí ó tún ń bẹ̀bẹ̀ fún wa."
Ẹmí Mímọ́ tó wà nínú wa àti Kristi tó ń bẹ̀bẹ̀ fún wa níwájú Baba ló ń fún ìbẹ̀bẹ̀ lágbára.

Ìgboyà nínú Àdúrà àti Iṣẹ́-Ìránṣẹ́
Ìṣe Àwọn Aposteli 4:29–30
"Fi fún àwọn ọmọ ọ̀dọ̀ rẹ kí wọ́n lè fi ìgboyà gbogbo sọ ọ̀rọ̀ rẹ… kí iṣẹ́ àmì àti iṣẹ́ ìyanu lè wáyé nípasẹ̀ orúkọ Jésù ìránṣẹ́ mímọ́ rẹ."
Ìjọ ìjímìjí gbàdúrà pẹ̀lú ìgboyà àti ìrètí.

Agbára Àdúrà Àjọṣepọ̀
Ìṣe Àwọn Aposteli 12:5
"Wọ́n fi Peteru pamọ́ sínú túbú, ṣùgbọ́n ìjọ ń gbàdúrà sí Ọlọ́run nígbà gbogbo fún un."
Ìdáhùn àjọ tú ìdású àtọ̀runwá sílẹ̀.

Nduro de Ọlọrun ninu Adura
Lúùkù 6:12
"Ó jáde lọ sí orí òkè láti gbàdúrà, ó sì ń gbàdúrà sí Ọlọ́run ní gbogbo òru náà."
Sáàmù 37:7
"Sinmi ninu Oluwa, ki o si fi sũru duro de E."
Àbẹ̀bẹ̀ tòótọ́ sábà máa ń béèrè fún dídúró de Ọlọ́run.

Ìrònúpìwàdà àti Ìmúpadàbọ̀sípò Orílẹ̀-èdè
Dáníẹ́lì 9:3–4
"Mo kọjú mi sí Olúwa Ọlọ́run láti gbàdúrà pẹ̀lú àdúrà àti ẹ̀bẹ̀, pẹ̀lú ààwẹ̀."
2 Kíróníkà 7:14
"Bí àwọn ènìyàn mi tí a ń pè ní orúkọ mi bá rẹ ara wọn sílẹ̀, tí wọ́n sì gbàdúrà… nígbà náà ni èmi yóò gbọ́ láti ọ̀run, èmi yóò sì wo ilẹ̀ wọn sàn."
Ìmúpadàbọ̀sípò orílẹ̀-èdè sábà máa ń bẹ̀rẹ̀ pẹ̀lú ìrònúpìwàdà àti àdúrà.

Ogun Ẹmí
Éfésù 6:18
"Ẹ máa gbàdúrà nígbà gbogbo pẹ̀lú gbogbo àdúrà àti ẹ̀bẹ̀ nínú Ẹmí."
Àdúrà jẹ́ ọ̀kan lára àwọn ohun ìjà pàtàkì nínú ogun ẹ̀mí.

Gbígbàdúrà fún Àwọn Aṣáájú àti Orílẹ̀-èdè
Róòmù 15:30–31
"Ẹ gbìyànjú pẹ̀lú mi nínú àdúrà sí Ọlọ́run fún mi."
2 Tẹsalóníkà 3:1
"Ẹ gbàdúrà fún wa, kí ọ̀rọ̀ Olúwa lè yára kí ó sì di ẹ̀yí tí a yìn lógo."
Ìwé Mímọ́ pe àwọn onígbàgbọ́ leralera láti gbàdúrà fún àwọn aṣáájú àti ìdàgbàsókè ìhìnrere.

Àdúrà fún Ìjọba Ọlọ́run Kí Ó Dé
Mátíù 6:10
"Ijọba rẹ de . Ifẹ rẹ ni ki a ṣe ni aye bi o ti ri ni ọrun."
Àdúrà yìí sì jẹ́ igbe ẹ̀bẹ̀ pàtàkì fún gbogbo ìran.

Ìlérí Ìmúpadàbọ̀sípò Ọlọ́run
Jeremáyà 31:11–12
"Olúwa ti ra Jakọbu padà, ó sì ti rà á padà."
Àwọn ète Ọlọ́run nígbẹ̀yìn-gbẹ́yín yọrí sí ìràpadà àti ìmúpadàbọ̀sípò.

Aṣẹ Ọlọrun Lori Awọn Orilẹ-ede
Aísáyà 9:6–7

"Ní ti ìbísí ìjọba rẹ̀ àti àlàáfià rẹ̀, kò ní sí òpin."
Kristi jọba lórí àwọn orílẹ̀-èdè, Ìjọba Rẹ̀ sì ń tẹ̀síwájú láti gbòòrò sí i.

Ìṣẹ́gun Àwọn Olódodo
Sáàmù 92:8
"Ṣùgbọ́n ìwọ, Olúwa, wà ní òkè títí láéláé."
Ìṣẹ́gun ìkẹyìn ni ti Ọlọ́run.

Ìpè sí Àbẹ̀bẹ̀
Láti ọ̀dọ̀ Ábúráhámù tí ó ń bẹ̀bẹ̀ fún àwọn ìlú ńlá, títí dé Mósè tí ó dúró fún Ísírẹ́lì, títí dé Dáníẹ́lì tí ó ń gbàdúrà fún ìmúpadàbọ̀sípò, sí Jésù àti Ẹmí Mímọ́ tí ó ń bẹ̀bẹ̀ fún àwọn onígbàgbọ́, Ìwé Mímọ́ ń fi agbára àdúrà hàn nígbà gbogbo. Àwọn ogójì ọjọ́ àdúrà yìí ń tẹ̀síwájú nínú àṣà Bíbélì yẹn. Jẹ́ kí àwọn ìwé mímọ́ wọ̀nyí fún ìgbàgbọ́ rẹ lágbára bí o ṣe ń wọ inú ìṣọ́ yìí fún ẹ̀bẹ̀ fún Ìjọ, fún àwọn aṣáájú, àti fún àwọn orílẹ̀-èdè.

Àdúrà Ogun Ọjọ́ 40

Ọjọ́ Kìíní - Gbígbé Pẹpẹ Ìbẹ̀bẹ̀ Gíga

Ìwé Mímọ́: Ísíkẹ́ẹ̀lì 22:30; Lúùkù 18:1

Esekiẹli 22:30
Ẹdà Tuntun ti Ọba Jákọ́bù (NKJV)
"Mo sì wá ọkùnrin kan láàrín wọn tí yóò mọ odi, tí yóò sì dúró ní ibi tí ó ya sọ́tọ̀ níwájú mi nítorí ilẹ̀ náà, kí èmi má baà pa á run; ṣùgbọ́n èmi kò rí ẹnìkan."

Ifiranṣẹ naa (MSG)
"Mo wá ẹnìkan tí yóò dúró tì mí lòdì sí gbogbo èyí, láti tún ààbò ìlú náà ṣe, láti dúró tì mí kí ó sì dúró ní àlàfo láti dáàbò bo ilẹ̀ yìí kí n má baà pa á run.
Mi ò rí ẹnikẹ́ni."

Lúùkù 18:1
Ẹdà Tuntun ti Ọba Jákọ́bù (NKJV)
"Nígbà náà ni ó pa òwe kan fún wọn pé, ó yẹ kí àwọn ènìyàn máa gbàdúrà nígbà gbogbo, kí wọ́n má sì rẹ̀wẹ̀sì."

Ifiranṣẹ naa (MSG)
"Jésù sọ ìtàn kan fún wọn tó fi hàn pé ó ṣe pàtàkì kí wọ́n máa gbàdúrà nígbà gbogbo kí wọ́n má sì jáwọ́."

Àago mẹ́fà òwúrọ̀, Baba, tọ́ mi dàgbà gẹ́gẹ́ bí ẹni tí yóò dúró ní ààrín àlàfo náà, tí yóò tún àwọn ìbàjẹ́ ṣe, tí yóò sì kọ̀ láti fi ẹ̀mí ṣe nǹkan ní àsìkò ààwẹ̀ yìí.

9am Mo ya ẹ̀mí mi, ọkàn mi, àti ara mi sí mímọ́ fún iṣẹ́ ìránṣẹ́ ẹ̀bẹ̀ oníṣọ́ra; kí gbogbo pẹpẹ ìdààmú ọkàn wó lulẹ̀.

12pm Jẹ́ kí iná àdúrà tún jó sí Ìjọ Rẹ títí tí àdúrà yóò fi di ètò tí yóò sì di ibùgbé.

Aago mẹta irọlẹ Mo ba adehun jẹ pẹlu oorun, aibikita, ati idaduro; Mo gba agbara lati gbadura titi ọrun yoo fi dahun.

6pm Olúwa, sọ ayé mi di ilé tùràrí, ẹnu ọ̀nà àbáwọlé, àti pẹpẹ tí ó tọ́ níbi tí a ti ń mú ète rẹ ṣẹ.

Aago mẹsan irọlẹ ni gbogbo ibi ti o ba wa ninu idile mi, ile ijọsin mi, ilu mi, ati orilẹ-ede mi, ni a o tunṣe nipasẹ aanu Ọlọrun bi mo ṣe duro niwaju Oluwa.

12am Mo paṣẹ pe aawẹ yii kii yoo jẹ aṣa laisi agbara; yoo mu iṣipopada ninu ẹmi ati ifihan wa ni ilẹ.

3am, Ọlọ́run, wá alágbàwí tí ó fẹ́ẹ́ gbà mí láàyè, kí o sì jẹ́ kí ohùn mi borí níwájú rẹ fún àtúnṣe, jíjí, àti ìdáǹdè.

Ọjọ́ Kejì - Ìṣọ́ra àti Ẹrù Ẹmí

Ìwé Mímọ́: Esekieli 3:18-21; Matiu 26:41

Esekiẹli 3:18–21
Ẹdà Tuntun ti Ọba Jákọ́bù (NKJV)
"Nígbà tí mo bá sọ fún ènìyàn búburú pé, 'Dájúdájú ìwọ yóò kú,' tí ìwọ kò sì kìlọ̀ fún un, tí ìwọ kò sì sọ̀rọ̀ láti kìlọ̀ fún ènìyàn búburú kúrò nínú ọ̀nà búburú rẹ̀ láti gba ẹ̀mí rẹ̀ là, ènìyàn búburú náà yóò kú nínú ẹ̀ṣẹ̀ rẹ̀; ṣùgbọ́n ẹ̀jẹ̀ rẹ̀ ni èmi yóò béèrè lọ́wọ́ rẹ.
Ṣùgbọ́n bí ìwọ bá kìlọ̀ fún ènìyàn búburú, tí kò sì yípadà kúrò nínú ìwà búburú rẹ̀, tàbí kúrò nínú ọ̀nà búburú rẹ̀, òun yóò kú nínú ẹ̀ṣẹ̀ rẹ̀; ṣùgbọ́n ìwọ ti gba ọkàn rẹ là.
Ẹwẹ̀, nígbà tí olódodo bá yípadà kúrò nínú òdodo rẹ̀, tí ó sì ṣe àìṣedéédé, tí mo sì gbé ohun ìkọ̀sẹ̀ kalẹ̀ níwájú rẹ̀, yóò kú; nítorí pé ìwọ kò kìlọ̀ fún un, yóò kú nínú ẹ̀ṣẹ̀ rẹ̀, a kì yóò sì rántí òdodo rẹ̀ tí ó ti ṣe; ṣùgbọ́n èmi yóò béèrè ẹ̀jẹ̀ rẹ̀ lọ́wọ́ rẹ.
Ṣùgbọ́n bí ìwọ bá kìlọ̀ fún olódodo pé kí olódodo má ṣe ṣẹ̀, tí kò sì ṣẹ̀, dájúdájú yóò yè nítorí pé ó gba ìkìlọ̀; ìwọ pẹ̀lú yóò ti gba ọkàn rẹ là."

Ifiranṣẹ naa (MSG)
"Bí mo bá kìlọ̀ fún àwọn ènìyàn búburú pé, 'O wà lójú ọ̀nà ikú kíákíá!' tí o kò sì sọ̀rọ̀ kí o sì kìlọ̀ fún un pé kí ó yí ìwà rẹ̀ padà, ẹni burúkú yóò kú láìsí ìkìlọ̀ nínú ẹ̀ṣẹ̀ rẹ̀, èmi yóò sì dá ọ lẹ́bi.
Ṣùgbọ́n tí o bá kìlọ̀ fún ẹni ibi tí ó sì kọ̀ láti yí ọ̀nà rẹ̀ padà, yóò kú nínú ẹ̀ṣẹ̀ rẹ̀, ṣùgbọ́n ìwọ yóò ti gba ẹ̀mí rẹ là.
Tí ẹni rere bá sì yípadà kúrò nínú rere, tí ó sì ṣe ibi, tí mo sì fi ìdènà sí ọ̀nà rẹ̀, tí ó sì kú, ìwọ ni o jẹ̀bi bí o kò bá kìlọ̀ fún un. Yóò kú fún ẹ̀ṣẹ̀ rẹ̀, rere tí ó ṣe tẹ́lẹ̀ kò ní já sí èrè—èmi yóò sì dá ọ lẹ́bi.

Ṣùgbọ́n bí o bá kìlọ̀ fún ẹni rere pé kí ó má ṣe dẹ́ṣẹ̀, tí ó sì gbọ́ tí kò sì dẹ́ṣẹ̀, yóò yè nítorí pé ó gba ìkìlọ̀ rẹ ní òótọ́—ìwọ náà yóò sì ti gba ẹ̀mí rẹ là."

Mátíù 26:41
Ẹdà Tuntun ti Ọba Jákọ́bù (NKJV)
"Ẹ máa ṣọ́ra, kí ẹ sì máa gbàdúrà, kí ẹ má baà bọ́ sínú ìdánwò. Ẹmí fẹ́ nítòótọ́, ṣùgbọ́n ara ṣe aláìlera."

Ifiranṣẹ naa (MSG)
"Ẹ máa ṣọ́ra; ẹ máa gbàdúrà kí ẹ má baà rìn lọ sínú ìdánwò láìmọ̀ pé ẹ wà nínú ewu. Apá kan wà lára yín tí ó ní ìtara, tí ó ti múra tán fún ohunkóhun nínú Ọlọ́run, ṣùgbọ́n apá mìíràn wà tí ó jẹ́ ọ̀lẹ bí ajá arúgbó tí ó sùn lẹ́bàá iná."

6am Baba, fi mi ṣe olùṣọ́ olóòtítọ́ tí kì yóò dákẹ́ nígbà tí àyànmọ́, ìdílé, àti orílẹ̀-èdè bá wà nínú ìdúróṣinṣin.

Aago mẹsan owuro Mo kọ aibikita ni ibi adura; Mo gba oye lati ri ewu ki o to farahan.

12pm Jẹ́ kí ẹrù fún àwọn tó sọnù, àwọn tó yípadà, àti àwọn tó farapa nípa ti ẹ̀mí wà lórí mi pẹ̀lú ẹrù mímọ́.

3pm Gbogbo ẹ̀mí àìgbàdúrà tí a yàn láti sọ aago mi di aláìlera, pàdánù ìdúró rẹ kí o sì tẹrí ba fún ipò ọba Jésù Kristi.

Mo paṣẹ pe ki oju mi ki o ṣii, ki eti mi ki o to, ki ẹmi mi ki o si wa ni iṣọra si awọn ikilọ atọrunwa .

9pm Olúwa, jẹ́ kí ìjọ rẹ wà lójúfò sí ìfọ̀rọ̀wérọ̀, ìtànjẹ, àti ìwọ̀lú Satani ní wákàtí yìí.

Ago mejila owuro ni mo duro lodi si gbogbo ibi ti okunkun ti a dojukọ awọn eniyan mimọ, mo si pe idalọwọduro atọrunwa si awọn ero ti o farasin.

3am Baba, jẹ́ kí ààwẹ̀ yìí mú aṣọ olùṣọ́ mi gbóná títí tí mo fi máa gbàdúrà pẹ̀lú ìpéye, àṣẹ, àti ìfaradà tó lágbára.

Ọjọ́ Kẹta - A tún Ilé Àdúrà Ṣe

Ìwé Mímọ́: Mátíù 21:13; Aísáyà 56:7

Mátíù 21:13
Ẹdà Tuntun ti Ọba Jákọ́bù (NKJV)
Ó sì wí fún wọn pé, "
A ti kọ ọ́ pé, ' Ilé *mi ni a ó máa pè ní ilé àdúrà,* ṣùgbọ́n ẹ̀yin ti sọ ọ́ di ihò àwọn ọlọ́ṣà.'"

Ifiranṣẹ naa (MSG)
Ó ní, "Ìwé Mímọ́ kan wà tó sọ pé, '
Ilé àdúrà ni a ó máa pè ilé mi.
' Ẹyin ti sọ ọ́ di ibi ìjọ́sìn àwọn olè."

Àìsáyà 56:7
Ẹdà Tuntun ti Ọba Jákọ́bù (NKJV)
"Àwọn pàápàá ni èmi yóò mú wá sí òkè mímọ́ mi, èmi yóò sì mú wọn yọ̀ nínú ilé àdúrà mi. Àwọn ẹbọ sísun wọn àti ẹbọ wọn ni a ó gbà lórí pẹpẹ mi; nítorí ilé mi ni a ó máa pè ní ilé àdúrà fún gbogbo orílẹ̀-èdè."

Ifiranṣẹ naa (MSG)
"Èmi yóò mú wọn wá sí òkè mímọ́ mi, èmi yóò sì fún wọn ní ayọ̀ nínú ilé àdúrà mi. Wọ́n yóò jẹ́ àǹfàní láti jọ́sìn—gẹ́gẹ́ bí àwọn tó wà nínú ilé, láti mú ẹbọ sísun àti ẹbọ wá sí pẹpẹ mi."
Bẹ́ẹ̀ ni! Ilé ìjọsìn mi
ni a ó mọ̀ sí **ilé àdúrà fún gbogbo ènìyàn** ."

6am Oluwa, nu ile re ki o si mu gbogbo egbin ti o n tako adura otito, iwa mimo, ati agbara kuro.

9am Jẹ́ kí gbogbo olè tí ó ní ìfẹ́kúfẹ̀ẹ́ ẹ̀mí lé kúrò nínú ìgbésí ayé mi, ilé mi, àti Ìjọ ní orúkọ Jésù.

12pm Mo paṣẹ pe pẹpẹ adura yoo dide ni gbogbo ijọ, iṣẹ-iranṣẹ, ati ile ti Ọlọrun yàn.

3pm Gbogbo ẹ̀mí tí ń ta ọjà tí ó bá ba ìjọsìn jẹ́ tí ó sì ba àwọn ohun mímọ́ jẹ́, ni kí a fi iná Ọlọ́run dá lẹ́jọ́.

6pm Baba, mu ọ̀wọ̀, ìfọ́, àti ìbẹ̀rù Olúwa padà sí ibi mímọ́ àwọn ènìyàn rẹ.

9pm Jẹ́ kí àwọn yàrá àdúrà, àga ìjókòó, àti ilé di ẹnu ọ̀nà ògo níbi tí Kristi ti wà lórí ìtẹ́ àti níbi tí a ti tẹríba fún ara.

12am Mo pe iran kan ti o nifẹẹ wiwa Rẹ ju iṣẹ lọ ati ohùn Rẹ ju iyin lọ.

3am Oluwa, ṣe Ìjọ Rẹ ní ilé àdúrà fún gbogbo orílẹ̀-èdè, kí o sì jẹ́ kí ìsọjí jáde láti orí pẹpẹ.

Ọjọ́ Kẹrin - Àwọn Ìkérora Tó Ń Bọ̀

Ìwé Mímọ́: Róòmù 8:26,34; Lúùkù 6:12

Róòmù 8:26
Ẹdà Tuntun ti Ọba Jákọ́bù (NKJV)
" Bẹ́ẹ̀ gẹ́gẹ́ ni Ẹmí pẹ̀lú ń ran wa lọ́wọ́ nínú àìlera wa. Nítorí a kò mọ ohun tí a ó gbàdúrà fún bí ó ti yẹ, ṣùgbọ́n Ẹmí tìkára rẹ̀ ń fi ìrora tí a kò le sọ bẹ̀bẹ̀ fún wa."

Ifiranṣẹ naa (MSG)
"Ní báyìí ná, nígbà tí a bá ti rẹ̀wẹ̀sì nínú dídúró, Ẹmí Ọlọ́run wà pẹ̀lú ìrànlọ́wọ́ wa. Tí a kò bá mọ bí a ṣe ń gbàdúrà tàbí ohun tí a ó gbàdúrà, kò ṣe pàtàkì. Ó ń gbàdúrà fún wa, ó sì ń gbàdúrà fún wa, ó ń gbàdúrà láti inú ìmí ẹ̀dùn wa tí a kò lè sọ, àti ìmí ẹ̀dùn wa tí ń pani lára."

Róòmù 8:34
Ẹdà Tuntun ti Ọba Jákọ́bù (NKJV)
"Ta ni ẹni tí ó dá lẹ́bi? Kristi ni ẹni tí ó kú, àti pẹ̀lú a jí dìde, ẹni tí ó wà ní ọwọ́ ọ̀tún Ọlọ́run, ẹni tí ó ń bẹ̀bẹ̀ fún wa pẹ̀lú."

Ifiranṣẹ naa (MSG)
31-39 Nítorí náà, kí ni o rò? Pẹ̀lú Ọlọ́run ní ìhà wa báyìí, báwo la ṣe lè pàdánù? Tí Ọlọ́run kò bá lọ́ra láti fi ohun gbogbo sí ipò wa, tí ó gbà ipò wa, tí ó sì fi ara rẹ̀ hàn sí ibi tí ó burú jùlọ nípa rírán Ọmọ rẹ̀, ǹjẹ́ ohunkóhun mìíràn wà tí kò ní fi ayọ̀ àti òmìnira ṣe fún wa? Ta ló sì lè kọ̀ láti bá Ọlọ́run dọ́gba nípa ṣíṣe àdéhùn pẹ̀lú ọ̀kan lára àwọn àyànfẹ́ Ọlọ́run? Ta ló lè kọ̀ láti fi ọwọ́ kan? Ẹni tí ó kú fún wa—ẹni tí a jí dìde sí ìyè fún wa!— wà níwájú Ọlọ́run ní àkókò yìí gan-an tí ó dúró tì wá. Ǹjẹ́ o rò pé ẹnikẹ́ni yóò lè da ààrín wa àti ìfẹ́ Kristi fún wa rú? Kò sí ọ̀nà! Kìí ṣe wàhálà, kìí ṣe àkókò líle, kìí ṣe ìkórìíra, kìí ṣe

ebi, kìí ṣe àìnílé, kìí ṣe ìhalẹ̀mọ́ni, kìí ṣe ìkọlù, kódà ẹ̀ṣẹ̀ búburú jùlọ tí a kọ sínú Ìwé Mímọ́:
Wọ́n ń pa wá ní ìpakúpa nítorí wọ́n kórìíra rẹ.
Àwa ni àwọn ẹranko tí wọ́n jókòó sí; wọ́n ń gbé wa lọ sí ọ̀kọ̀ọ̀kan.
Kò sí èyí tó ń mú wa gbọ̀n rìrì nítorí pé Jésù nífẹ̀ẹ́ wa. Mo gbàgbọ́ gidigidi pé kò sí ohunkóhun—kò sí ohun tó wà láàyè tàbí tó ti kú, ohun tó jẹ́ áńgẹ́lì tàbí ẹmí èṣù, lónìí tàbí lọ́la, ohun tó dára tàbí ohun tó kéré, ohun tó ṣeé ronú tàbí ohun tí a kò lè ronú nípa rẹ̀— *kò sí ohun* tó lè láàrín wa àti ìfẹ́ Ọlọ́run nítorí bí Jésù Olúwa wa ṣe gbà wá mọ́ra.

6am Ẹmí Mímọ́, ran àwọn àìlera mi lọ́wọ́ kí o sì kọ́ mi láti gbàdúrà ju ààlà ènìyàn lọ, àárẹ̀ ọkàn àti àìlera ọpọlọ.

9am Jẹ́ kí àdúrà Kristi mú kí ẹ̀bẹ̀ mi lágbára títí tí àdúrà mi yóò fi bá ìfẹ́ Ọlọ́run mu.

12pm Mo gba oore-ọfẹ lati duro ninu adura titi awọn iṣẹ-ṣiṣe atọrunwa yoo fi pari ninu ẹmi.

Ago mẹta irọlẹ ni a fagilé gbogbo ẹ̀sùn ọ̀tá sí ìgbésí ayé àdúrà mi nípasẹ̀ àdúrà Jésù ní ọwọ́ ọ̀tún Ọlọ́run.

6pm Olúwa, túmọ̀ ìmí ẹ̀dùn mi, omijé mi, àti ìkérora mi sí ẹ̀bẹ̀ tó gbéṣẹ́ níwájú ìtẹ́ Rẹ.

9pm Mo kọ àdúrà aláìlágbára; Mo wọ inú ìrora ńlá níbi tí àwọn ìjọba ti ń yí padà tí a sì ń tú àwọn ìgbèkùn sílẹ̀.

12am Jẹ́ kí gbogbo ìdáhùn tí ó bá tako ẹnu ọ̀nà tí a ti sé mọ́ bẹ̀rẹ̀ sí í yọrí sí rere bí Ẹmí ṣe ń bẹ̀bẹ̀ nípasẹ̀ mi.

3am Baba, kọ́ mi ní àṣírí àdúrà tó gbajúmọ̀ títí tí mo fi máa gbé ẹrù ọ̀run pẹ̀lú èdè ọ̀run.

Ọjọ́ Karùn-ún - Ìgboyà Lábẹ́ Ìfúnpá

Ìwé Mímọ́: Ìṣe 4:29-30; 2 Tẹsalóníkà 3:1-2

Ìṣe Àwọn Aposteli 4:29–30
Ẹdà Tuntun ti Ọba Jákọ́bù (NKJV)
"Ǹjẹ́ nísinsìnyí, Olúwa, kíyèsí ìhalẹ̀ wọn, kí o sì fún àwọn ọmọ ọ̀dọ̀ rẹ ní ìgboyà gbogbo láti sọ ọ̀rọ̀ rẹ
nípa nína ọwọ́ rẹ láti mú wọn láradá, àti kí iṣẹ́ àmì àti iṣẹ́ ìyanu lè wáyé nípasẹ̀ orúkọ Jésù ìránṣẹ́ mímọ́ rẹ."

Ifiranṣẹ naa (MSG)
Ìṣe Àwọn Aposteli 4:29–31 (Àyíká ọ̀rọ̀ fún ṣíṣe kedere)
"Wọ́n sì tún ń ṣe bẹ́ẹ̀! Má ṣe jẹ́ kí wọ́n halẹ̀ mọ́ ọn, kí o sì fún àwọn ìránṣẹ́ rẹ ní ìgboyà láti máa wàásù ọ̀rọ̀ rẹ láìbẹ̀rù,
bí o ṣe ń na ọwọ́ rẹ sí wa nínú ìwòsàn àti iṣẹ́ ìyanu àti iṣẹ́ ìyanu tí a ṣe ní orúkọ Jésù ìránṣẹ́ mímọ́ rẹ."
Bí wọ́n ti ń gbàdúrà, ibi tí wọ́n péjọ sí mì tìtì, ó sì mì tìtì.
Gbogbo wọn sì kún fún Ẹmí Mímọ́, wọ́n sì ń bá a lọ láti máa sọ Ọ̀rọ̀ Ọlọ́run pẹ̀lú ìgboyà.

2 Tẹsalóníkà 3:1–2
Ẹdà Tuntun ti Ọba Jákọ́bù (NKJV)
"Níkẹyìn, ẹ̀yin ará, ẹ gbàdúrà fún wa, kí ọ̀rọ̀ Olúwa lè máa yára kíákíá, kí a sì máa yin ín lógo, gẹ́gẹ́ bí ó ti rí fún yín,
kí a sì lè gbà wá lọ́wọ́ àwọn aláìgbọ́n àti àwọn ènìyàn búburú; nítorí kì í ṣe gbogbo ènìyàn ló ní ìgbàgbọ́."

Ifiranṣẹ naa (MSG)
2 Tẹsalóníkà 3:1–3 (Àyíká ọ̀rọ̀ fún ìmọ́lẹ̀)
"Ohun kan sí i, ẹ̀yin ọ̀rẹ́: Ẹ gbàdúrà fún wa. Ẹ gbàdúrà pé kí Ọ̀rọ̀ Olùkọ́ni tàn kálẹ̀ kí ó sì sáré káàkiri orílẹ̀-èdè náà dé ibi tí a ti lè dáhùn, gẹ́gẹ́ bí ó ti ṣe láàárín yín. Ẹ sì gbàdúrà pé kí a

gbà wá lọ́wọ́ àwọn ọ̀daràn wọ̀nyí tí wọ́n ń gbìyànjú láti fi wá sínú. Kì í ṣe gbogbo ènìyàn ló ní in láti ṣe èyí.
Ṣùgbọ́n Olúwa kò já wa kulẹ̀ láé. Yóò dúró tì ọ́, yóò sì dáàbò bò ọ́ kúrò lọ́wọ́ ibi."

6am Oluwa, wo awọn ihalẹ ọta ki o si fun awọn iranṣẹ rẹ ni igboya lati sọrọ, gbadura, ati ṣe laisi iberu.

9am Mo paṣẹ pe ẹ̀rù kì yóò pa mí lẹ́nu mọ́, àti pé àtakò kì yóò dín mi kù.

12pm Na ọwọ́ rẹ sókè láti wòsàn, láti gbàni là, àti láti fi ẹ̀rí ọ̀rọ̀ rẹ múlẹ̀ pẹ̀lú àwọn àmì tí ó ń gbé Jesu Kristi ga.

3pm Jẹ́ kí ọ̀rọ̀ Olúwa yára kánkán la àwọn ìjọ wa, àwọn ìlú wa, àti àwọn orílẹ̀-èdè wa já, kí o sì fọ́ gbogbo ìdènà èṣù.

Gba àwọn ènìyàn rẹ lọ́wọ́ àwọn aláìlóye àti àwọn ènìyàn búburú tí wọ́n ń bá òtítọ́, òdodo, àti ìdájọ́ òdodo jà.

9pm Mo fọ ẹ̀gbẹ́ ìbẹ̀rù, mo sì pàṣẹ fún ìgboyà, òye, àti àṣẹ àwọn aposteli láti dìde nínú Ara Kristi.

12am Gbogbo ìgbìmọ̀ òkùnkùn lòdì sí ìlọsíwájú ìjọba ni ẹ̀mí Ọlọ́run ń tú ká.

3am Baba, yi alatako pada si pẹpẹ fun ogo Rẹ ki o si jẹ ki inunibini ṣiṣẹ fun itankale ihinrere.

Ọjọ́ Kẹfà - Ìdásí Àwọn Áńgẹ́lì àti Ìtúsílẹ̀ Àdánidá

Ìwé Mímọ́: Ìṣe Àwọn Aposteli 12:5-9; Luku 10:19

Ìṣe Àwọn Aposteli 12:5–9
Ẹdà Tuntun ti Ọba Jákọ́bù (NKJV)
Nítorí náà, wọ́n fi Peteru sí ẹ̀wọ̀n, ṣùgbọ́n ìjọ ń gbàdúrà sí Ọlọ́run nígbà gbogbo fún un.
Nígbà tí Hẹ́rọ́dù fẹ́ mú un jáde, ní òru náà, Pétérù sùn, a fi ẹ̀wọ̀n méjì dè é láàrín àwọn ọmọ-ogun méjì, àwọn olùṣọ́ tí ó wà ní ẹnu ọ̀nà sì ń ṣọ́ túbú náà.
Sì wò ó, áńgẹ́lì Olúwa dúró lẹ́gbẹ̀ẹ́ rẹ̀, ìmọ́lẹ̀ sì tàn nínú túbú; ó sì lu Pétérù ní ẹ̀gbẹ́, ó sì gbé e dìde, ó ní, "Dìde kíákíá!"
Ẹwọ̀n rẹ̀ sì bọ́ sílẹ̀ kúrò ní ọwọ́ rẹ̀.
Angẹli náà sì wí fún un pé, "Di àmùrè rẹ, kí o sì so bàtà rẹ mọ́ra." Ó sì ṣe bẹ́ẹ̀ . Ó sì wí fún un pé, "Wọ aṣọ rẹ, kí o sì máa tọ̀ mí lẹ́yìn."
sì jáde lọ, ó sì tẹ̀lé e, kò sì mọ̀ pé ohun tí áńgẹ́lì náà ṣe jẹ́ òótọ́, ṣùgbọ́n ó rò pé ó ń rí ìran kan.

Ifiranṣẹ naa (MSG)
Ìṣe Àwọn Aposteli 12:5–11 (Àyíká ọ̀rọ̀ fún ṣíṣe kedere)
Ní gbogbo ìgbà tí Peteru wà lábẹ́ ẹ̀wọ̀n líle, ìjọ gbàdúrà fún un gidigidi.
Nígbà náà ni àkókò tó fún Hẹ́rọ́dù láti mú un jáde fún ìdájọ́ ní gbangba. Ní alẹ́ ọjọ́ náà, bó tilẹ̀ jẹ́ pé wọ́n fi ẹ̀wọ̀n dè Pétérù mọ́ àwọn ọmọ ogun méjì, ọ̀kan ní ẹ̀gbẹ́ méjèèjì, àwọn olùṣọ́ sì wà ní ẹnu ọ̀nà, wọ́n ń wo ibẹ̀, Pétérù sùn bí ọmọ ọwọ́.
Lójijì ni áńgẹ́lì kan wà lẹ́gbẹ̀ẹ́ rẹ̀, ìmọ́lẹ̀ sì kún inú yàrá náà. Áńgẹ́lì náà mì Pétérù, ó sì jí i dìde. Ó ní, "Yára!"
Àwọn ẹ̀wọ̀n ọwọ́ rẹ̀ jábọ́ kúrò ní ọwọ́ rẹ̀.
Áńgẹ́lì náà wí pé, "Wọ aṣọ. Wọ bàtà rẹ."

Peteru ló ṣe bẹ́ẹ̀.
"Bọ́ aṣọ rẹ sí èjìká rẹ kí o sì máa tẹ̀lé mi."
Pétérù tẹ̀lé e, ṣùgbọ́n kò gbàgbọ́ pé áńgẹ́lì ni. Ó rò pé òun ń rí nǹkan.

Lúùkù 10:19
Ẹdà Tuntun ti Ọba Jákọ́bù (NKJV)
"Kiyesi i, mo fun yin ni aṣẹ lati tẹ ejò ati akẽkẽ mọlẹ, ati lori gbogbo agbara ọta: kò si si ohun ti yio pa yin lara rara."

Ifiranṣẹ naa (MSG)
Lúùkù 10:18–20 (Àyíká ọ̀rọ̀ fún ìmọ́lẹ̀)
Jesu wipe, "Mo mọ̀. Mo rí Satani tí ó ṣubú, mànàmáná láti ọ̀run wá.
Ẹ wo ohun tí mo fún yín? Ọnà ààbò bí ẹ ṣe ń rìn lórí ejò àti àkékeré, àti ààbò kúrò lọ́wọ́ gbogbo ìkọlù ọ̀tá. Kò sí ohun tí yóò pa yín lára.
Síbẹ̀síbẹ̀, ìṣẹ́gun ńlá náà kìí ṣe agbára rẹ lórí ibi, bí kò ṣe agbára Ọlọ́run lórí rẹ àti wíwà pẹ̀lú rẹ. Kì í ṣe ohun tí o ṣe fún Ọlọ́run, bí kò ṣe ohun tí Ọlọ́run ṣe fún ọ—ìyẹn ni ètò ayọ̀."

6am Olúwa, bí a ti gbàdúrà gidigidi fún Pétérù, jẹ́ kí àwọn ẹ̀wọ̀n jábọ́ kúrò lọ́wọ́ gbogbo àwọn ẹlẹ́wọ̀n tí a yàn fún ète ìjọba.

Aago mẹsan-an owurọ Mo paṣẹ idasilẹ ti iyalẹnu lori awọn ti a fi sinu tubu nipasẹ iberu, afẹsodi, ajẹ, aṣiṣe, ati inira ẹmi.

12pm Jẹ́ kí ìrànlọ́wọ́ àwọn áńgẹ́lì dìde ní àwọn ipò tí ìrànlọ́wọ́ ènìyàn ti kùnà tí òkùnkùn sì rò pé ó ti borí.
3pm Gbogbo ẹnu-ọna irin ti o tako ilọsiwaju atọrunwa, ṣii lati inu ifẹ tirẹ niwaju agbara Ọlọrun.

6pm Mo tẹ ejò, àkékeré, àti gbogbo agbára ọ̀tá mọ́lẹ̀; kò sí ohun tí yóò borí àṣẹ Ọlọ́run rárá.

9pm Baba, jí àwọn àyànmọ́ oorun kí o sì mú àwọn ènìyàn rẹ jáde kúrò nínú àwọn ẹ̀wọ̀n tí a kò lè rí lọ sí òmìnira àti iṣẹ́ àyànfúnni.

12am Gbogbo ẹ̀wọ̀n tí a ṣe ní ibi ìkọ̀kọ̀ sí mi, ìdílé mi, àti Ìjọ, já nísinsìnyìí ní orúkọ Jésù.

3am Jẹ́ kí ẹ̀rí ìgbàlà ìyanu pọ̀ sí i, kí o sì jẹ́ kí Ìjọ tún mọ̀ nípa iṣẹ́ ìránṣẹ́ ìrànlọ́wọ́ àwọn áńgẹ́lì.

Ọjọ́ 7 - Àwọn Ènìyàn Tí Ń Dúró, Àwọn Fìtílà Tí Ń jóná

Ìwé Mímọ́: Lúùkù 2:25-38; Sáàmù 37:7

Lúùkù 2:25–38
Ẹdà Tuntun ti Ọba Jákọ́bù (NKJV)
Sì kíyèsí i, ọkùnrin kan wà ní Jerusalẹmu tí orúkọ rẹ̀ ń jẹ́ Simeoni, ọkùnrin yìí sì jẹ́ olódodo àti olùfọkànsìn, ó ń retí ìtùnú Israẹli, Ẹmí Mímọ́ sì wà lórí rẹ̀.
A sì ti fi hàn án láti ọ̀dọ̀ Ẹmí Mímọ́ pé òun kì yóò rí ikú kí ó tó rí Kristi Olúwa.
sì ti ipa Ẹmí wá sínú tẹ́ḿpìlì. Nígbà tí àwọn òbí rẹ̀ sì gbé ọmọ náà Jésù wá, láti ṣe fún un gẹ́gẹ́ bí ìṣe òfin, ó gbé e sókè ní apá rẹ̀, ó sì fi ìbùkún fún Ọlọ́run, ó sì wí pé:
"Olúwa, nísinsìnyí o ń jẹ́ kí ìránṣẹ́ rẹ lọ ní àlàáfíà,
gẹ́gẹ́ bí ọ̀rọ̀ rẹ; nítorí ojú mi ti rí ìgbàlà rẹ tí ìwọ ti pèsè sílẹ̀ níwájú gbogbo ènìyàn, ìmọ́lẹ̀ láti mú ìfihàn wá fún àwọn kèfèrí, àti ògo àwọn ènìyàn rẹ Israẹli."
Ẹnu sì ya Josẹfu àti ìyá rẹ̀ sí àwọn nǹkan tí a ń sọ nípa rẹ̀.
Nígbà náà ni Simeoni súre fún wọn, ó sì wí fún Maria ìyá rẹ̀ pé, "Kíyèsí i, a ti yan ọmọ yìí fún ìṣubú àti ìdìde ọ̀pọ̀ ènìyàn ní Israẹli, àti fún àmì tí a ó sọ̀rọ̀ lòdì sí (bẹ́ẹ̀ ni, idà yóò gún ọkàn rẹ pẹ̀lú), kí a lè fi ìrònú ọ̀pọ̀ ènìyàn hàn."
Ẹnìkan wà tí ń jẹ́ Anna, wòlíì obìnrin kan, ọmọbìnrin Fanueli, láti ẹ̀yà Aṣeri. Ó ti dàgbà púpọ̀, ó sì ti gbé pẹ̀lú ọkọ kan ní ọdún méje láti ìgbà wúndíá rẹ̀; obìnrin yìí sì jẹ́ opó ẹni tí ó tó ọdún mẹ́rìnlélọ́gọ́rin, tí kò kúrò ní tẹmpili, ṣùgbọ́n ó ń sin Ọlọ́run pẹ̀lú ààwẹ̀ àti àdúrà ní òru àti ní ọ̀sán.
Ó sì dé ní àkókò náà, ó dúpẹ́ lọ́wọ́ Olúwa, ó sì sọ̀rọ̀ nípa Rẹ̀ fún gbogbo àwọn tí wọ́n ń retí ìràpadà ní Jerusalẹmu.

Ifiranṣẹ naa (MSG)
Lúùkù 2:25–38 (Ìtumọ̀ àyíká ọ̀rọ̀ fún ìṣàn)

Ní àkókò náà, ọkùnrin kan wà ní Jerusalẹmu, orúkọ rẹ̀ ń jẹ́ Simeoni. Ó jẹ́ ènìyàn rere, ọkùnrin àdúrà, ó ń dúró de ìrànlọ́wọ́ fún Israẹli. Ẹmí Mímọ́ wà lórí rẹ̀.
Ẹmí Mímọ́ ti fihàn án pé òun yóò rí Mèsáyà Ọlọ́run kí ó tó kú. Ẹmí Mímọ́ darí rẹ̀, ó wọ inú tẹ́ḿpìlì.
Bí àwọn òbí ọmọ náà Jésù ṣe mú un wá láti ṣe àwọn ìlànà Òfin, Síméónì gbé e sí apá rẹ̀ ó sì fi ìbùkún fún Ọlọ́run:
"Ọlọ́run, o lè dá ìránṣẹ́ rẹ sílẹ̀ nísinsìnyí;
tú mi sílẹ̀ ní àlàáfíà gẹ́gẹ́ bí o ti ṣèlérí. Mo ti rí ìgbàlà rẹ pẹ̀lú ojú mi: ó ti hàn gbangba fún gbogbo ènìyàn láti rí—ìmọ́lẹ̀ tí ń ṣípayá Ọlọ́run fún àwọn orílẹ̀-èdè tí kì í ṣe Júù, àti ògo fún àwọn ènìyàn rẹ Israẹli."
Baba ati iya Jesu ko le soro rara nitori awon oro wonyi.
Síméónì tẹ̀síwájú láti súre fún wọn, ó sì wí fún Màríà ìyá rẹ̀ pé:
"Ọmọ yìí ṣe àmì ìkùnà àti ìpadàbọ̀sípò ọ̀pọ̀ ènìyàn ní Ísírẹ́lì, ẹni tí a kò lóye tí a sì tako—ìrora idà tí a fi gún ọ—ṣùgbọ́n ìkọ̀sílẹ̀ náà yóò fi agbára mú òótọ́, bí Ọlọ́run ṣe ń fi ẹni tí wọ́n jẹ́ ní gidi hàn."
Anna wòlíì obìnrin náà wà níbẹ̀ pẹ̀lú, ọmọbìnrin Phanuel láti ẹ̀yà Aṣeri. Ó ti di arúgbó gan-an báyìí. Ó ti ṣe ìgbéyàwó fún ọdún méje, lẹ́yìn náà ó ti di opó fún ọdún mẹ́rìnlélọ́gọ́rin.
Kò fi agbègbè Tẹmpili sílẹ̀ rí, ó ń jọ́sìn pẹ̀lú ààwẹ̀ àti àdúrà rẹ̀ ní òru àti lọ́sàn-án.
Nígbà tí Síméónì ń gbàdúrà gan-an, ó farahàn, ó kọrin ìyìn sí Ọlọ́run, ó sì sọ̀rọ̀ nípa ọmọ náà fún gbogbo àwọn tó ń retí ìdásílẹ̀ Jerúsálẹ́mù.

Sáàmù 37:7
Ẹdà Tuntun ti Ọba Jákọ́bù (NKJV)
Sinmi ninu Oluwa, ki o si fi sũru duro de e;
Má ṣe binu nitori ẹniti o ṣe rere ni ọna rẹ̀, nitori ọkunrin ti o mu awọn ero buburu ṣẹ.

Ifiranṣẹ naa (MSG)
Sáàmù 37:7–9 (Ìṣàn àyíká ọ̀rọ̀)
Dákẹ́ jẹ́ẹ́ níwájú Ọlọ́run,
gbàdúrà níwájú rẹ̀.

Má ṣe dààmú àwọn tí wọ́n ń gun àtẹ̀gùn,
tí wọ́n ń gbọn ìgbọ̀wọ́ wọn dé òkè.
Dá ìbínú rẹ dúró, kí o sì ba ìbínú rẹ jẹ́;
tú àwọn ìfọ́ rẹ sílẹ̀—ó wulẹ̀ ń mú kí nǹkan burú sí i ni.
Láìpẹ́, àwọn ọ̀daràn yóò di òfo;
àwọn olùdókòwò Ọlọ́run yóò ní ilé ìtajà náà láìpẹ́.

6am Baba, jẹ́ kí n dàbí Simeoni àti Anna, kí n dúró ṣinṣin nínú ìdúró, kí n máa retí, kí n sì jẹ́ olóòótọ́ nínú ìfọkànsìn.

9am Mo kọ àìnígbàgbọ́ tí kò ní ìdákẹ́jẹ́ẹ́ sílẹ̀; Mo gba oore-ọ̀fẹ́ láti dúró de Olúwa láìsí ìdákẹ́jẹ́ẹ́, ráhùn, tàbí yọ̀.

12pm Jẹ́ kí gbogbo ìlérí lórí ayé mi, ilé mi, àti ìjọ rẹ wà ní ìpamọ́ títí di àkókò ìfarahàn.

3pm Olúwa, gbé àwọn alágbàwí tí wọ́n ti dúró dè fún ìgbà pípẹ́ ró; jẹ́ kí ojú wọn rí ìtùnú tí ìwọ ṣèlérí.

ìdádúró kò ní fa iyèméjì, ìlànà kò sì ní fa ìsọtẹ́lẹ̀.

9pm Gbogbo ẹmi ti ifarada ni kutukutu, padanu iṣẹ-ṣiṣe rẹ lori awọn eniyan mimọ ati lori iran yii.

12am Baba, fi àwọn ìpàdé tí a kò lè sẹ́, ìlérí tí a ti mú ṣẹ, àti àsọtẹ́lẹ̀ tí ó ṣe kedere san ẹ̀san fún àwọn olùwá kiri ní òru àti ọjọ́.

3am Jẹ́ kí ẹ̀bẹ̀ onísùúrù dàgbà di ìbẹ̀wò gbangba, kí àwọn ọmọ inú tí ń dúró sì mú ète Ọlọ́run wá.

Ọjọ́ 8 - Ìtọ̀lẹ́sẹẹsẹ Gẹtisémánì

Ìwé Mímọ́: Mátíù 26:36-46; Mátíù 6:10

Mátíù 26:36-46
Ẹdà Tuntun ti Ọba James
Àdúrà Nínú Ọgbà
36 Nígbà náà ni Jésù bá wọn dé ibìkan tí a ń pè ní Gẹ́tísémánì,
ó sì wí fún àwọn ọmọ-ẹ̀yìn rẹ̀ pé, "Ẹ jókòó níhìn-ín nígbà tí
èmi yóò lọ gbàdúrà níbẹ̀." 37 Ó sì mú Pétérù àti àwọn ọmọ
Sébédè méjì pẹ̀lú rẹ̀, ó sì bẹ̀rẹ̀ sí ní ìbànújẹ́ àti ìbànújẹ́ gidigidi.
38 Ó sì wí fún wọn pé, "Ọkàn mi kún fún ìbànújẹ́ gidigidi títí
dé ikú. Ẹ dúró níhìn-ín kí ẹ sì máa ṣọ́nà pẹ̀lú mi."
39 Ó lọ síwájú díẹ̀, ó sì dojúbolẹ̀, ó sì gbàdúrà pé, "Baba mi, bí
ó bá ṣeé ṣe, jẹ́ kí ago yìí ré mi kọjá; ṣùgbọ́n kì í ṣe bí èmi ti fẹ́,
bí kò ṣe bí ìwọ ti *fẹ́.* "
40 Ó sì tọ àwọn ọmọ-ẹ̀yìn rẹ̀ wá, ó sì bá wọn tí wọ́n ń sùn, ó sì
wí fún Peteru pé, "Ṣé ẹ kò lè bá mi ṣọ́nà fún wákàtí kan? 41 Ẹ
máa ṣọ́nà kí ẹ sì máa gbàdúrà, kí ẹ má baà wọ inú ìdánwò.
Ẹmí *fẹ́* , ṣùgbọ́n ara *ṣe* aláìlera."
42 Lẹ́ẹ̀kan sí i, ó tún lọ gbàdúrà lẹ́ẹ̀kejì, ó ní, "Baba mi, bí ago yìí
kò bá lè rékọjá lọ́wọ́ mi àfi bí mo bá mu ún, ìfẹ́ rẹ ni kí a ṣe."
43 Ó sì tún padà wá, ó sì rí wọn tí wọ́n ń sùn, nítorí ojú wọn
wúwo.
44 Ó fi wọ́n sílẹ̀, ó tún lọ, ó sì gbàdúrà ní ìgbà kẹta, ó sọ ọ̀rọ̀
kan náà. 45 Ó sì tọ àwọn ọmọ-ẹ̀yìn rẹ̀ wá, ó sì wí fún wọn pé,
"Ṣé ẹ̀yin *ṣì ń sùn, ẹ sì ń sinmi síbẹ̀* ? Wò ó, wákàtí náà ti súnmọ́, a ó
sì fi Ọmọ ènìyàn lé àwọn ẹlẹ́ṣẹ̀ lọ́wọ́. 46 Ẹ dìde, ẹ jẹ́ kí a lọ. Ẹ
wò ó, ẹni tí ó fi mí hàn ti súnmọ́."

Mátíù 26:36-46
Ifiranṣẹ naa
36-38 Nígbà náà ni Jésù bá wọn lọ sí ọgbà kan tí a ń pè ní
Gẹ́tísémánì, ó sì sọ fún àwọn ọmọ-ẹ̀yìn rẹ̀ pé, "Ẹ dúró níhìn-
ín, nígbà tí èmi yóò lọ síbẹ̀ kí n sì gbàdúrà." Ó mú Pétérù àti

àwọn ọmọ Sébédè méjì, ó sì wọ inú ìbànújẹ́ ńlá. Ó sì wí pé, "Ìbànújẹ́ yìí ń ba ẹ̀mí mi jẹ́. Ẹ dúró níhìn-ín kí ẹ sì máa ṣọ́ra pẹ̀lú mi."
39. Ó lọ síwájú díẹ̀, ó dojúbolẹ̀, ó sì gbàdúrà pé, "Baba mi, bí ọ̀nà bá wà, gbà mí kúrò nínú èyí. Ṣùgbọ́n jọ̀wọ́, má ṣe ohun tí mo fẹ́. Kí ni ìwọ ń *fẹ́*?"
40-41 Nígbà tí ó padà dé ọ̀dọ̀ àwọn ọmọ-ẹ̀yìn rẹ̀, ó rí wọn tí wọ́n sùn fọnfọn. Ó wí fún Peteru pé, "Ṣé o kò lè dúró pẹ̀lú mi fún wákàtí kan? Ẹ máa ṣọ́ra; ẹ máa gbàdúrà kí ẹ má baà rìn lọ sínú ìdánwò láìmọ̀ pé ẹ wà nínú ewu. Apá kan wà nínú yín tí ó ń háragàgà, tí ó ti múra tán fún ohunkóhun nínú Ọlọ́run. Ṣùgbọ́n apá mìíràn wà tí ó jẹ́ ọ̀lẹ bí ajá arúgbó tí ó sùn lẹ́bàá iná."
42 Ó tún fi wọ́n sílẹ̀ lẹ́ẹ̀keji. Ó tún gbàdúrà pé, "Baba mi, bí kò bá sí ọ̀nà mìíràn ju èyí lọ, láti mu ago yìí pẹ̀lú gẹ̀dẹ̀gẹ̀dẹ̀, mo ti ṣetán. Ṣe é bí ìwọ ṣe fẹ́."
43-44 Nígbà tí ó padà dé, ó tún rí wọn tí wọ́n sùn fọnfọn. Wọn kò lè ṣí ojú wọn. Ní àkókò yìí ó jẹ́ kí wọ́n sùn, ó sì padà lọ gbàdúrà ní ìgbà kẹta, ó rìn lórí ilẹ̀ kan náà ní ìgbà ìkẹyìn.
45-46 Nígbà tí ó padà dé ní ìgbà keji, ó wí pé, "Ṣé ẹ ó sùn kí ẹ sì ṣe òru kan fún un? Àkókò mi ti parí, a ó fi Ọmọ Ènìyàn lé àwọn ẹlẹ́ṣẹ̀ lọ́wọ́. Ẹ dìde! Ẹ jẹ́ kí a lọ! Ẹni tí ó fi mí hàn wà níhìn-ín."

Mátíù 6:10
Ẹdà Tuntun ti Ọba James
10. Ijọba rẹ de.
Ifẹ rẹ ni ki a ṣe li aiye bi *o ti ri* ni ọrun.

Mátíù 6:10-13
Ifiranṣẹ naa
7-13 "Ayé kún fún àwọn tí a ń pè ní jagunjagun àdúrà tí wọn kò mọ̀ nípa àdúrà. Wọ́n kún fún àwọn ìlànà àti ètò àti ìmọ̀ràn, àwọn ọ̀nà tí wọ́n ń gbà láti gba ohun tí o fẹ́ lọ́wọ́ Ọlọ́run. Má ṣe jẹ́ kí ọ̀rọ̀ òmùgọ̀ yẹn ṣẹlẹ̀. Baba rẹ nìyí tí ò ń bá lò, ó sì mọ

ohun tí o nílò ju ìwọ lọ. Pẹ̀lú Ọlọ́run bí èyí tí ó nífẹ̀ẹ́ rẹ, o lè gbàdúrà lọ́nà tí ó rọrùn. Bíi èyí:

Baba wa ní ọ̀run,

Fi ẹni tí o jẹ́ hàn. Ṣe àtúnṣe ayé; Ṣe ohun tí ó dára jùlọ— gẹ́gẹ́ bí a ti sọ lókè, bẹ́ẹ̀ ni ní ìsàlẹ̀. Jẹ́ kí a wà láàyè pẹ̀lú oúnjẹ onígun mẹ́ta. Jẹ́ kí a dáríjì pẹ̀lú rẹ kí o sì dáríjì àwọn ẹlòmíràn. Pa wá mọ́ kúrò lọ́wọ́ ara wa àti Èṣù. Ìwọ ni olórí! O lè ṣe ohunkóhun tí o bá fẹ́! O ń tàn yanran nínú ẹwà! Bẹ́ẹ̀ ni. Bẹ́ẹ̀ ni. Bẹ́ẹ̀ ni.

6am Baba, kìí ṣe ìfẹ́ wa, ṣùgbọ́n ìfẹ́ tìrẹ ni kí ó ṣe nínú wa, nípasẹ̀ wa, àti nípasẹ̀ Ìjọ Rẹ ní àkókò pàtàkì yìí.

9am Jẹ́ kí gbogbo ètò ara kú níbi pẹpẹ títí tí ìmọ̀ràn Olúwa yóò fi dúró ní ipò gíga jùlọ.

12pm Mo gba agbara lati gbadura pelu ibanujẹ, titẹ, ati atako laisi fifi igbọran silẹ.

3pm Gbogbo ago ipọnju ti kì í ṣe láti ọ̀dọ̀ Rẹ, jẹ́ kí ó kọjá; gbogbo iṣẹ́ àyànfúnni láti ọ̀dọ̀ Rẹ, jẹ́ kí oore-ọ̀fẹ́ kí ó wà láti mú un ṣẹ.

6pm Olúwa, ṣe àtúnṣe àwọn ìfẹ́ ọkàn wa, ìpinnu wa, àti àwọn ìkéde wa pẹ̀lú àpẹẹrẹ ọ̀run.

9pm Mo pa gbogbo ohùn ara tí ó bá ń jà lòdì sí ìtẹríba, ìwà mímọ́, àti ìgbọràn tí ó ná owó rẹ́.

12am Jẹ́ kí Ìjọ jáde láti Getsemane pẹ̀lú ìyàsímímọ́ tí ó dájú àti ìpinnu tí kò ṣeé dá dúró.

3am Baba, fi ìfarabalẹ̀ bamitiìsì mi títí àdúrà yóò fi di ìfọwọ́sowọ́pọ̀ pẹ̀lú ète ayérayé rẹ.

Ọjọ́ Kẹsàn-án - Mósè ní Ààlà

Ìwé Mímọ́: Ẹkísódù 32:11-14; Ẹkísódù 32:30-33

Ẹkísódù 32:11-14
Ẹdà Tuntun ti Ọba James
11 Nígbà náà ni Mose bẹ̀ [Olúwa] Ọlọ́run rẹ̀, ó sì wí pé: "Olúwa, kí
ló dé tí ìbínú rẹ fi gbóná sí àwọn ènìyàn rẹ tí ìwọ ti mú jáde
láti ilẹ̀ Íjíbítì pẹ̀lú agbára ńlá àti ọwọ́ agbára? 12 Kí ló dé tí àwọn
ará Íjíbítì yóò fi sọ̀rọ̀, tí wọn yóò sì wí pé, 'Ó mú wọn jáde láti
ṣe wọ́n ní ibi, láti pa wọ́n ní orí òkè, àti láti pa wọ́n run kúrò
ní ojú ilẹ̀'? Yípadà kúrò nínú ìbínú gbígbóná rẹ, kí o sì yípadà
kúrò nínú ìpalára yìí sí àwọn ènìyàn rẹ. 13 Rántí Abrahamu,
Isaaki, àti Israẹli, àwọn ìránṣẹ́ rẹ, àwọn tí ìwọ fi ara rẹ búra
fún, tí o sì wí fún wọn pé, 'Èmi yóò sọ àwọn ọmọ rẹ di púpọ̀
bí ìràwọ̀ ọ̀run; gbogbo ilẹ̀ yìí tí mo ti sọ̀rọ̀ nípa rẹ̀ ni èmi yóò fi
fún àwọn ọmọ rẹ, wọn yóò sì jogún *rẹ̀* títí láé. ' " 14 Olúwa sì yí
ọkàn rẹ̀ padà kúrò nínú ìpalára tí ó sọ pé òun yóò ṣe sí àwọn
ènìyàn rẹ̀.

Ẹkísódù 32:11-14
Ifiranṣẹ naa
11-13 Mose gbìyànjú láti fi Ọlọ́run rẹ̀ sílẹ̀. Ó ní, "Kí ló dé tí ìwọ
yóò fi bínú sí àwọn ènìyàn rẹ? Kí ló dé tí ìwọ fi mú wọn jáde
láti Íjíbítì pẹ̀lú ìfihàn agbára àti agbára ńlá. Kí ló dé tí àwọn
ará Íjíbítì yóò fi wí pé, 'Ó mú wọn jáde—ó mú wọn jáde kí ó
lè pa wọ́n ní orí òkè, kí ó sì pa wọ́n run kúrò ní ojú ayé.' Dá
ìbínú rẹ dúró. Ronú lẹ́ẹ̀mejì nípa mímú ibi wá sí àwọn ènìyàn
rẹ! Ronú nípa Ábúráhámù, Ísákì, àti Ísírẹ́lì, àwọn ìránṣẹ́ rẹ tí
ìwọ ti ṣèlérí fún, tí ó sọ fún wọn pé, 'Èmi yóò fún ọ ní ọmọ
púpọ̀, bí ìràwọ̀ ojú ọ̀run, èmi yóò sì fi ilẹ̀ yìí fún àwọn ọmọ rẹ
gẹ́gẹ́ bí ilẹ̀ wọn títí láé.'"
14 Ọlọ́run sì ronú lẹ́ẹ̀mejì. Ó pinnu láti má ṣe ibi tí ó ti halẹ̀ mọ́
àwọn ènìyàn rẹ̀.

Ẹkísódù 32:30-33
Ẹdà Tuntun ti Ọba James
30 Ní ọjọ́ kejì, Mose wí fún àwọn ènìyàn náà pé, "Ẹ ti dá ẹ̀ṣẹ̀
ńlá. Nítorí náà, èmi yóò gòkè lọ sí ọ̀dọ̀ Olúwa; bóyá èmi yóò
lè ṣe ètùtù fún ẹ̀ṣẹ̀ yín." 31 Nígbà náà ni Mose padà sí ọ̀dọ̀
Olúwa, ó sì wí pé, "Ó ṣe, àwọn ènìyàn wọ̀nyí ti dá ẹ̀ṣẹ̀ ńlá,
wọ́n sì ti ṣe ọlọ́run wúrà fún ara wọn! 32 Ṣùgbọ́n nísinsìnyí, tí
ìwọ bá fẹ́ dárí ẹ̀ṣẹ̀ wọn jì wọ́n—ṣùgbọ́n bí bẹ́ẹ̀ kọ́, jọ̀wọ́, pa mí
rẹ́ kúrò nínú ìwé rẹ tí ìwọ ti kọ."
33 Olúwa sì wí fún Mósè pé, "Ẹnikẹ́ni tí ó bá ṣẹ̀ mí, èmi yóò
pa á rẹ́ kúrò nínú ìwé mi."

Ẹkísódù 32:30-34
Ifiranṣẹ naa
30 Ní ọjọ́ kejì, Mose wí fún àwọn ènìyàn pé, "Ẹyin ti ṣẹ̀ ẹ̀ṣẹ̀ ńlá!
Ṣùgbọ́n èmi yóò gòkè lọ sí ọ̀dọ̀ Ọlọ́run; bóyá èmi yóò lè mú
ẹ̀ṣẹ̀ yín kúrò."
31-32 Mose pada tọ̀ Ọlọrun lọ, ó ní, "Èyí burú gan-an. Àwọn
eniyan yìí ti ṣẹ̀—ẹ̀ṣẹ̀ ńlá ni! Wọ́n fi wúrà ṣe orişa fún ara wọn.
Ǹjẹ́ o lè dárí ẹ̀ṣẹ̀ wọn jì wọ́n . . . Ṣùgbọ́n bí bẹ́ẹ̀ kọ́, pa mí rẹ́
kúrò nínú ìwé tí o ti kọ."
33-34. Ọlọ́run wí fún Mósè pé, "Àwọn tí ó ṣẹ̀ mí nìkan ni èmi
yóò parẹ́ kúrò nínú ìwé mi. Nítorí nísinsìnyìí, lọ kí o sì darí
àwọn ènìyàn náà lọ sí ibi tí mo ti sọ fún ọ. Wò ó, áńgẹ́lì mi ń
lọ níwájú rẹ. Ṣùgbọ́n ní ọjọ́ tí èmi yóò bá ṣe ìṣirò, ẹ̀ṣẹ̀ wọn yóò
jẹ́ ara ìpinnu náà."

6am Oluwa, kọ mi lati gbadura lori ipilẹ majẹmu rẹ, orukọ rẹ, ati ero irapada rẹ .

Ago mẹsan owuro ni mo duro ni ibi ti mo ti le duro fun ile mi, ilu mi, ati Ile ijọsin, mo n bẹbẹ fun aanu nibiti a ti le da mi lẹbi.

12pm Jẹ́ kí a fi àánú dín ìbínú kù kí a sì jẹ́ kí ìrònúpìwàdà ṣí ilẹ̀kùn fún àtúnṣe ní ilẹ̀ wa.

3pm Baba, ranti awọn ileri rẹ ki o jẹ ki majẹmu bori iparun ni awọn ibi ti a samisi fun imularada atọrunwa.

Aago mẹfa irọlẹ Mo fara mọ awọn eniyan ti o wa niwaju Rẹ; Mo kọ ẹmi ara-ẹni silẹ mo si gba ẹru ajọ.

9pm Gbogbo ẹ̀sùn tó bá sọ pé ènìyàn ti lọ jù láti gbádùn ara wọn, kí àánú Ọlọ́run pa ẹnu rẹ mọ́.

12am Oluwa, pa ẹri rẹ mọ́ láàrin àwọn orílẹ̀-èdè kí o sì jẹ́ kí iṣẹ́ agbára rẹ tún fi òtítọ́ rẹ hàn.

Ago mẹta owuro, gbe awọn alagbawi dide ni wakati yii ti wọn le bẹbẹ, tẹsiwaju, ati bori titi gbogbo awọn agbegbe yoo fi la.

Ọjọ́ 10 - Wíwà, Ojúrere, àti Ìyàtọ̀

Ìwé Mímọ́: Ẹkísódù 33:13-16; Hébérù 4:14-16

Ẹkísódù 33:13-16
Ẹdà Tuntun ti Ọba James
13. Nítorí náà, mo bẹ̀ ọ́, bí mo bá rí oore-ọ̀fẹ́ ní ojú rẹ, fi ọ̀nà rẹ
hàn mí nísinsìnyí, kí èmi kí ó lè mọ̀ ọ́, kí èmi kí ó sì lè rí oore-
ọ̀fẹ́ ní ojú rẹ. Kí o sì rò pé orílẹ̀-èdè yìí *ni* ènìyàn rẹ."
14 Ó sì wí pé, "Ojú mi yóò *bá ọ lọ,* èmi yóò sì fún ọ ní ìsinmi."
15 Nígbà náà ni ó wí fún un pé, "Bí ojú rẹ kò bá *bá wa lọ,* má ṣe
mú wa gòkè láti ìhín lọ. 16 Nítorí báwo ni a ó ṣe mọ̀ pé èmi àti
àwọn ènìyàn rẹ ti rí ojúrere ní ojú rẹ, àyàfi tí ìwọ bá bá wa lọ?
Bẹ́ẹ̀ ni a ó ṣe yà ara wa sọ́tọ̀, àwọn ènìyàn rẹ àti èmi, kúrò
nínú gbogbo ènìyàn tí *ó wà* ní ojú ayé."

Ẹkísódù 33:13-16
Ifiranṣẹ naa
12-13 Mose sọ fún Ọlọ́run pé, "Wò ó, ìwọ sọ fún mi pé, 'Darí
àwọn ènìyàn yìí,' ṣùgbọ́n ìwọ kò jẹ́ kí n mọ ẹni tí ìwọ yóò rán
pẹ̀lú mi. O sọ fún mi pé, 'Mo mọ̀ ọ́ dáadáa, ìwọ sì ṣe pàtàkì sí
mi.' Tí mo bá jẹ́ ẹni pàtàkì sí ọ, jẹ́ kí n mọ àwọn ètò rẹ. Lọ́nà
yìí, èmi yóò máa jẹ́ ẹni pàtàkì sí ọ. Má ṣe gbàgbé pé, àwọn
ènìyàn *rẹ ni èyí* , ojúṣe rẹ ni."
14 Ọlọ́run wí pé, "Wíwà mi yóò bá ọ lọ. Èmi yóò rí ìrìnàjò títí
dé òpin."
15-16 Mose wí pé, "Tí wíwà rẹ kò bá ṣe olórí níbí, dá ìrìn àjò yìí
dúró nísinsìnyìí. Báwo ni a ó ṣe mọ̀ pé ìwọ wà pẹ̀lú mi nínú
èyí, pẹ̀lú èmi àti àwọn ènìyàn rẹ? Ṣé o ń bá wa rìnrìn àjò tàbí
bẹ́ẹ̀ kọ́? Báwo ni a ó ṣe mọ̀ pé àwa jẹ́ ẹni pàtàkì, èmi àti àwọn
ènìyàn rẹ, láàrín gbogbo àwọn ènìyàn mìíràn lórí ilẹ̀ ayé yìí?"

Hébérù 4:14-16
Ẹdà Tuntun ti Ọba James
Àlùfáà Àgbà Wa Oníyọ̀ọ́nú

[14] Nítorí pé a ní Àlùfáà Àgbà ńlá kan tí ó ti la ọrun kọjá, Jésù
Ọmọ Ọlọ́run, ẹ jẹ́ kí a di ìjẹ́wọ́ *wa mú ṣinṣin* . [15] Nítorí àwa kò
ní Àlùfáà Àgbà tí kò lè bá wa kẹ́dùn fún àìlera wa, ṣùgbọ́n a ti
dán an wò ní gbogbo *ọ̀nà* bí *àwa náà. ṣùgbọ́n* láìsí ẹ̀ṣẹ̀. [16] Nítorí
náà, ẹ jẹ́ kí a wá sí ìtẹ́ oore-ọ̀fẹ́ pẹ̀lú ìgboyà, kí a lè rí àánú gbà,
kí a sì rí oore-ọ̀fẹ́ láti ràn wá lọ́wọ́ ní àkókò àìní.

Hébérù 4:14-16
Ifiranṣẹ naa

Àlùfáà Àgbà Tí Ó Kígbe Pẹ̀lú Ìrora

[14-16] Nísinsìnyí tí a ti mọ ohun tí a ní—Jésù, Àlùfáà Àgbà ńlá yìí tí ó ní àǹfààní láti bá Ọlọ́run sọ̀rọ̀—ẹ má ṣe jẹ́ kí ó yọ́ jáde láti inú ìka wa. A kò ní àlùfáà tí kò mọ òtítọ́ wa. Ó ti la àìlera àti ìdánwò kọjá, ó ti ní ìrírí gbogbo rẹ̀—àfi ẹ̀ṣẹ̀. Nítorí náà, ẹ jẹ́ kí a rìn lọ sọ́dọ̀ rẹ̀ kí a sì gba ohun tí ó ti ṣetán láti fúnni. Gba àánú, gba ìrànlọ́wọ́.

6am Baba, tí wíwà rẹ kò bá bá wa lọ, má ṣe jẹ́ kí a rìn; fi ìsúnmọ́ wa hàn wá kì í ṣe nípa agbára ènìyàn.

Ago mẹsan owuro ni mo gba aanu, mo si ri oore-ofe lati ran mi lowo ni akoko aini yii fun ara mi, Ile-ijo, ati awon orile-ede.

12pm Jẹ́ kí wíwà ní ọrun ya àwọn ènìyàn rẹ sọ́tọ̀ kúrò nínú gbogbo ètò èké àti ìsìn aláìlágbára.

Aago mẹta irọlẹ, gbogbo ohun ti o ba wa ni ipo fun wiwa Ọlọrun ninu iṣẹ-iranṣẹ ati igbesi aye ara ẹni, ni a o fi han ati kuro.

6pm Olúwa, fi ọ̀nà Rẹ hàn wá kí a lè mọ̀ Ọ kí a sì máa rìn ní ojúrere níwájú Rẹ.

9pm Mo paṣẹ pe ibaraẹnisọrọ pẹlu Ọlọrun yoo di agbara, ẹwa, ati aabo fun awọn iyokù.

12am Jẹ́ kí àyíká ilé, ìjọ àti agbègbè yí padà nítorí wíwà rẹ ti dúró níbẹ̀.

3am Baba, sọ wa di olùgbé ibi mímọ́ tí ó ń lé òkùnkùn kúrò tí ó sì ń fi ìyàtọ̀ òdodo múlẹ̀.

Ọjọ́ 11 - Òkè Ìjọ: Ìmọ́ àti Iná

Ìwé Mímọ́: 2 Kíróníkà 7:13-16; Éfésù 6:10-18

2 Kíróníkà 7:13-16
Ẹdà Tuntun ti Ọba James
13 Nígbà tí mo bá ti ọrun tí òjò kò sì sí, tàbí tí mo bá pàṣẹ fún
àwọn eṣú láti jẹ ilẹ̀ náà run, tàbí tí mo rán àjàkálẹ̀-àrùn sí ààrín
àwọn ènìyàn mi, 14 tí àwọn ènìyàn mi tí a ń pè ní orúkọ mi bá
rẹ ara wọn sílẹ̀, tí wọ́n sì gbàdúrà, tí wọ́n sì wá ojú mi, tí wọ́n
sì yípadà kúrò nínú ọ̀nà búburú wọn, nígbà náà ni èmi yóò
gbọ́ láti ọrun, èmi yóò sì dárí ẹ̀ṣẹ̀ wọn jì wọ́n, èmi yóò sì wo
ilẹ̀ wọn sàn. 15 Nísinsìnyí, ojú mi yóò ṣí, etí mi yóò sì tẹ́tí sí
àdúrà *tí a ṣe* ní ibí yìí. **16 Nítorí nísinsìnyí** , èmi ti yan, mo sì ti sọ ilé yìí
di mímọ́, kí orúkọ mi lè wà níbẹ̀ títí láé; àti [b] ojú mi àti [c] ọkàn
mi yóò wà níbẹ̀ títí láé.

Éfésù 6:10-18
Ẹdà Tuntun ti Ọba James
Gbogbo ihamọra Ọlọrun
10 Níkẹyìn, ẹ̀yin ará mi, ẹ jẹ́ alágbára nínú Olúwa àti nínú
agbára agbára Rẹ̀. 11 Ẹ gbé gbogbo ìhámọ́ra Ọlọ́run wọ̀, kí ẹ lè
dúró lòdì sí àwọn àrékérekè Èṣù . **12 Nítorí àwa kì í ṣe lòdì sí ara àti** ẹ̀jẹ̀ , bí kò ṣe
lòdì sí àwọn ìjọba, lòdì sí àwọn aláṣẹ, lòdì sí àwọn aláṣẹ òkùnkùn
ayé yìí, lòdì sí àwọn ẹ̀mí búburú *ní* àwọn *ibi ọ̀run.* 13 Nítorí náà, ẹ
gbé gbogbo ìhámọ́ra Ọlọ́run, kí ẹ lè dúró ní ọjọ́ ibi, lẹ́yìn tí ẹ
bá ti ṣe gbogbo ohun tí ẹ fẹ́ ṣe.
14 Nítorí náà, ẹ dúró, lẹ́yìn tí ẹ ti fi òtítọ́ di ẹ̀gbẹ́ yín, tí ẹ sì ti
wọ ìgbàyà òdodo, 15 tí ẹ sì ti fi ìpalẹ̀mọ́ ìhìnrere àlàáfíà wọ ẹsẹ̀
yín ní bàtà; 16 Ju gbogbo rẹ̀ lọ, ẹ gbé apata ìgbàgbọ́, èyí tí ẹ ó fi
lè pa gbogbo ọfà iná ẹni ibi. 17 Ẹ sì gbé àṣíborí ìgbàlà, àti idà
Ẹmí, èyí tí í ṣe ọ̀rọ̀ Ọlọ́run; 18 ẹ máa gbàdúrà nígbà gbogbo
pẹ̀lú gbogbo àdúrà àti ẹ̀bẹ̀ nínú Ẹmí, kí ẹ máa ṣọ́ra títí dé òpin
yìí pẹ̀lú gbogbo ìfaradà àti ẹ̀bẹ̀ fún gbogbo àwọn ènìyàn
mímọ́.

2 Kírónííkà 7:13-18
Ifiranṣẹ naa
12-18 Ọlọ́run farahàn fún Sólómọ́nì ní alẹ́ ọjọ́ náà, ó sì wí pé,
“Mo gba àdúrà rẹ; bẹ́ẹ̀ ni, mo ti yan ibi yìí gẹ́gẹ́ bí tẹ́ḿpìlì fún
ẹbọ, ilé ìjọsìn. Bí mo bá ti pa ìpèsè òjò láti ọ̀run tàbí kí n pàṣẹ
fún eṣú láti jẹ èso oko tàbí kí n rán àjàkálẹ̀-àrùn sí àwọn
ènìyàn mi, àti àwọn ènìyàn mi, àwọn ènìyàn tí Ọlọ́run yàn, tí
wọ́n sì dáhùn nípa rírẹ̀ ara wọn sílẹ̀, gbígbàdúrà, wíwá ojú mi,
àti yíyí ẹ̀yìn wọn padà sí ìgbésí ayé búburú wọn, èmi yóò wà
níbẹ̀ fún ọ: Èmi yóò gbọ́ láti ọ̀run, èmi yóò dárí ẹ̀ṣẹ̀ wọn jì
wọ́n, èmi yóò sì mú ilẹ̀ wọn padà sí ìlera. Láti ìsinsìnyí lọ, èmi
yóò máa ṣọ́ra ní ọ̀sán àti òru sí àdúrà tí a ń gbà ní ibi yìí. Gba
mi gbọ́, èmi ti yan àti sọ tẹ́ḿpìlì yìí tí ìwọ ti kọ́ di mímọ́:
Orúkọ mi wà lórí rẹ̀ títí láé; ojú mi wà lórí rẹ̀ àti ọkàn mi nínú
rẹ̀ nígbà gbogbo. Ní ti ìwọ, bí ìwọ bá ń gbé níwájú mi gẹ́gẹ́ bí
Dáfídì baba rẹ ti gbé, tí ó mọ́ ní ọkàn àti ìṣe, tí ó ń gbé ìgbésí
ayé tí mo ti gbé kalẹ̀ fún ọ, tí ó ń gbọ́ràn sí ìtọ́ni àti ìdájọ́ mi
pẹ̀lú ìfarabalẹ̀, nígbà náà èmi yóò ṣe àtìlẹ́yìn ìjọba ọba rẹ lórí
Ísírẹ́lì—jẹ́ kí ó jẹ́ ohun tí ó dájú lórí ohun tí ó dájú. ìpìlẹ̀.
Àdéhùn májẹ̀mú kan náà tí mo fún Dáfídì baba rẹ ni mo ń
fún ọ, èyí ni pé, ‘O lè gbẹ́kẹ̀lé pé ọmọ kan yóò wà lórí ìtẹ́
Ísírẹ́lì nígbà gbogbo.’

Éfésù 6:10-18
Ifiranṣẹ naa

Ìjà Dé Òpin

10-12 Èyí sì parí rẹ̀. Ọlọ́run lágbára, ó sì fẹ́ kí ẹ lágbára. Nítorí
náà, ẹ gba gbogbo ohun tí Olúwa ti ṣètò fún yín, àwọn ohun
ìjà tí a ṣe dáradára pẹ̀lú àwọn ohun èlò tó dára jùlọ. Kí ẹ sì lò
wọ́n kí ẹ lè kojú gbogbo ohun tí Èṣù bá gbé lé yín lọ́wọ́. Èyí
kì í ṣe ogun ìparí ọ̀sẹ̀ tí a ó fi kúrò níbẹ̀ tí a ó sì gbàgbé rẹ̀
láàárín wákàtí díẹ̀. Èyí jẹ́ fún ìgbà pípẹ́, ìjà ikú tàbí ìyè títí dé
òpin lòdì sí Èṣù àti gbogbo àwọn áńgẹ́lì rẹ̀.
13-18 Múra sílẹ̀. O dojú ìjà kọ ohun tó pọ̀ ju èyí tí o lè dá nìkan.
Gba gbogbo ìrànlọ́wọ́ tí o lè rí gbà, gbogbo ohun ìjà tí
Ọlọ́run ti fún ọ, kí ó lè jẹ́ pé nígbà tí gbogbo rẹ̀ bá parí, bí kò

ṣe igbe, ìwọ yóò máa wà ní ẹsẹ̀ rẹ. Òtítọ́, òdodo, àlàáfíà, ìgbàgbọ́, àti ìgbàlà ju ọ̀rọ̀ lọ. Kọ́ bí a ṣe ń lò wọ́n. Ìwọ yóò nílò wọn jálẹ̀ ìgbésí ayé rẹ. Ọ̀rọ̀ Ọlọ́run jẹ́ ohun ìjà *tí kò ṣe pàtàkì* . Bákan náà, àdúrà ṣe pàtàkì nínú ogun tí ń lọ lọ́wọ́ yìí. Gbàdúrà gidigidi kí o sì pé. Gbàdúrà fún àwọn arákùnrin àti arábìnrin rẹ. Jẹ́ kí ojú rẹ ṣí sílẹ̀. Jẹ́ kí ẹ̀mí ara rẹ dúró kí ẹnikẹ́ni má baà ṣubú tàbí kí ó jáwọ́.

6am Oluwa, rẹ Ìjọ Rẹ sílẹ̀, pè wá padà sí àdúrà, kí o sì wo ilẹ̀ náà sàn bí a ṣe ń ronúpìwàdà àti padà wá.

9am Mo wọ gbogbo ihamọra Ọlọrun mo sì kọ̀ láti ja ogun ẹ̀mí pẹ̀lú àwọn ohun ìjà ti ara.

12pm Jẹ́ kí gbogbo ẹ̀gbin nínú àwọn àlùfáà di mímọ́ pẹ̀lú iná mímọ́ àti nípa ìbẹ̀rù Olúwa.

3pm Gbogbo ẹnubodè ọ̀run àpáàdì tí ó bá ń bá òkè ìjọ jà , kí a fi àṣẹ Jésù Kristi lù ú palẹ̀.

6pm Baba, mu ibawi, ẹkọ, iwa mimọ, ati agbara pada si ile rẹ.

9pm Jẹ́ kí gbogbo olùṣọ́ tí ó ń sùn jí kí gbogbo pẹpẹ tí ó ti bàjẹ́ sì di mímọ́.

Ago mejila owuro ni mo paṣẹ pe awọn ijọ yoo di ibi idande, ọmọ-ẹhin, iwosan, ati iyipada orilẹ-ede.

3am, Ọlọ́run, jẹ́ kí ìjọ tó ń gbàdúrà, tó mọ́, tó sì jẹ́ onìjà dìde kí ó sì yọ ìjọba òkùnkùn lẹ́nu.

Ọjọ́ Kejìlá - Òkè Ìjọ: Àṣẹ Àpósítélì

Ìwé Mímọ́: Ìṣe Àwọn Aposteli 4:29-30; Efesu 6:19-20

Ìṣe Àwọn Aposteli 4:29-30
Ifiranṣẹ naa
29-30 "Wọ́n sì tún ń ṣe é! Má ṣe fi ìhalẹ̀mọ́ wọn pamọ́, kí o sì fún àwọn ìránṣẹ́ rẹ ní ìgboyà láti máa wàásù ọ̀rọ̀ rẹ láìbẹ̀rù, bí o ti ń na ọwọ́ rẹ sí wa nínú ìwòsàn àti iṣẹ́ ìyanu àti iṣẹ́ ìyanu tí a ṣe ní orúkọ Jésù ìránṣẹ́ mímọ́ rẹ."

Éfésù 6:19-20
Ifiranṣẹ naa
19-20 Má sì gbàgbé láti gbàdúrà fún mi. Gbàdúrà pé kí n mọ ohun tí mo fẹ́ sọ kí n sì ní ìgboyà láti sọ ọ́ ní àkókò tó tọ́, kí n sì sọ ohun ìjìnlẹ̀ náà fún gbogbo ènìyàn, Ìhìn tí èmi, oníwàásù ẹyẹ ẹ̀wọ̀n, ni mo ní láti ṣe láti jáde.

Ìṣe Àwọn Aposteli 4:29-30
Ẹdà Tuntun ti Ọba James
29. Nisinsinyi, Oluwa, kiyesi awọn ihalẹ wọn, ki o si fun awọn
iranṣẹ rẹ ni igboiya lati sọ ọ̀rọ rẹ pẹlu gbogbo igboya, 30. nipa
nà ọwọ́ rẹ lati mu iwosan, ati ki awọn iṣẹ-àmi ati iṣẹ-iyanu le ṣee ṣe nipasẹ orukọ Jesu iranṣẹ mimọ rẹ.

Éfésù 6:19-20
Ẹdà Tuntun ti Ọba James
19 Àti fún mi, kí a lè fún mi ní ọ̀rọ̀ sísọ, kí n lè la ẹnu mi pẹ̀lú
ìgboyà láti fi àṣírí ìhìnrere hàn, 20 èyí tí mo jẹ́ ikọ̀ tí a fi ẹ̀wọ̀n dè; kí n lè sọ̀rọ̀ nínú rẹ̀ pẹ̀lú ìgboyà, gẹ́gẹ́ bí ó ti yẹ kí n sọ̀rọ̀.

6am Baba, fi igboya wọ Ìjọ Rẹ lati kede Kristi ni gbangba, ni pipe, ati laisi idariji.

9am Jẹ́ kí a fi ọ̀rọ̀ fún àwọn aposteli, àwọn wòlíì, àwọn ajíhìnrere, àwọn olùṣọ́-àgùntàn, àwọn olùkọ́ni, àti àwọn alábẹ̀bẹ̀ ní àkókò yìí.

12pm Mo fọ ẹ̀mí ìtìjú, ìtìjú, àti ìforígbárí tí ó ń sọ ẹ̀rí ìjọba di aláìlera.

3pm Olúwa, fi àmì, ìyanu, ìdánilójú, àti àwọn ìpàdé tó ń yí padà lẹ́yìn ìwàásù ìhìnrere.

Aago mẹfa irọlẹ, gbogbo ìdènà lórí ìṣípò àwọn aposteli, kí a gbé wọn kúrò nípasẹ̀ ọwọ́ Olúwa.

9pm Mo paṣẹ pe Ìjọ kò gbọdọ̀ fà sẹ́yìn lábẹ́ ìkìmọ́lẹ̀ ṣùgbọ́n wọn yóò tẹsíwájú pẹ̀lú ọgbọ́n àti agbára.

12am Jẹ́ kí ìgboyà mímọ́ bò àwọn ọ̀dọ́ onígbàgbọ́, àwọn àgbà, àti àwọn olórí.

3am Baba, gbé Ìjọ kan dìde tí ó ń ṣe òfin ní àdúrà tí ó sì ń mú ìmọ̀ràn rẹ ṣẹ ní ayé.

Ọjọ́ 13 - Òkè Ìdílé: Ìwòsàn Ìrúfin náà

Ìwé Mímọ́: Málákì 4:5-6; Ẹkísódù 20:12

Máláki 4:5-6
Ẹdà Tuntun ti Ọba James
5 Wò ó, èmi yóò rán wòlíì Elijah sí yín
kí ọjọ́ ńlá àti ọjọ́ ẹ̀rù Olúwa tó dé.
6 Yóò sì yí
ọkàn àwọn baba padà sí àwọn ọmọ, àti ọkàn àwọn ọmọ sí
àwọn baba wọn, kí èmi má baà wá fi ègún kọlu ilẹ̀ ayé."

Ẹkísódù 20:12
Ẹdà Tuntun ti Ọba James
12 "Bọ̀wọ̀ fún baba àti ìyá rẹ, kí ọjọ́ rẹ lè pẹ́ lórí ilẹ̀ tí Olúwa Ọlọ́run rẹ fi fún ọ."

Máláki 4:5-6
Ifiranṣẹ naa
5-6 "Ṣùgbọ́n ẹ tún wo iwájú: Mo rán wòlíì Èlíjà láti tún ọ̀nà ṣe fún Ọjọ́ Ńlá Ọlọ́run—Ọjọ́ Ìdájọ́ tí ó ṣe pàtàkì! Yóò yí àwọn òbí lérò padà láti tọ́jú àwọn ọmọ wọn àti àwọn ọmọ wọn láti máa wo àwọn òbí wọn. Tí wọ́n bá kọ̀, èmi yóò wá fi ilẹ̀ náà sí abẹ́ ègún."

Ẹkísódù 20:12
Ifiranṣẹ naa
12 Bọ̀wọ̀ fún baba àti ìyá rẹ kí o lè pẹ́ ní ilẹ̀ tí Ọlọ́run, Ọlọ́run rẹ, yóò fi fún ọ.

6am Baba, yi ọkan awọn baba pada si awọn ọmọ ati awọn ọmọ si awọn baba, ki o si wo awọn egungun ti a jogun ninu awọn idile sàn.

Aago mẹsan-an owuro mo maa n ya awọn iwa ikorira, ikọsilẹ, ilokulo, ati awọn iwa aigbọye ti o n waye ni awọn ile.

12pm Jẹ́ kí ẹ̀jẹ̀ Jésù sọ̀rọ̀ àlàáfíà lórí ìgbéyàwó, àwọn arákùnrin àti arábìnrin, àwọn òbí àti àwọn ọmọ.

3pm Gbogbo pẹpẹ ìran tí ó ń ṣe àtìlẹ́yìn fún ìṣọ̀tẹ̀, ìdádúró, àìlóyún, àti ìdàrúdàpọ̀, máa ń jóná báyìí.

6pm Olúwa, mú ọlá, ìyọ́nú, ìbáwí, òtítọ́, àti ìtẹríba fún ara wọn padà sí ilé àwọn Kristẹni.

paṣẹ pe awọn idile yoo di aaye ikẹkọ fun ododo ati awọn ohun-ini ti ayanmọ.

12am Jẹ́ kí àwọn oníjàǹbá padà wá, jẹ́ kí àwọn ọmọ ẹgbẹ́ tí ó farapa wo ara wọn sàn, kí wọ́n sì jẹ́ kí ìṣọ̀kan borí ìyàsọ́tọ̀.

3am Baba, ṣe ààbò òkè ìdílé fún ògo rẹ kí o sì wó gbogbo ìdìtẹ̀ sí àwọn ilé májẹ̀mú lulẹ̀.

Ọjọ́ 14 - Òkè Ìdílé: Àwọn Ọmọ àti Irúgbìn Májẹ̀mú

Ìwé Mímọ́: Isaiah 54:13; Orin Dafidi 127:3-5; Efesu 6:1

Àìsáyà 54:13
Ẹdà Tuntun ti Ọba James
13 Gbogbo àwọn ọmọ rẹ ni Olúwa
yóò kọ́, Àlàáfíà àwọn ọmọ rẹ *yóò sì* pọ̀ .

Sáàmù 127:3-5
Ẹdà Tuntun ti Ọba James
3 Kiyesi i, awọn ọmọ *ni* ogún lati ọdọ Oluwa,
eso inu *jẹ* ère.
4 Bi ọfà li ọwọ jagunjagun,
bẹẹ *ni* awọn ọmọ ewe ẹni.
5 Alabukun-fun *ni* ọkunrin ti o ni apó rè ti o kún fun wọn;
oju kì yio tì wọn, ṣugbọn nwọn o ba awọn ọta wọn sọrọ ni
ẹnu-bode.

Éfésù 6:1
Ẹdà Tuntun ti Ọba James
Àwọn Ọmọ àti Àwọn Òbí
6 Ẹyin ọmọ, ẹ gbọ́ràn sí àwọn òbí yín nínú Olúwa, nítorí èyí
tọ́.

Aísáyà 54:13-17
Ifiranṣẹ naa
11-17 "Ìlú tí ó wà nínú ìpọ́njú, tí ìjì ń gbá, tí kò ní àànú:
Mo fẹ́rẹ̀ tún ọ kọ́ pẹ̀lú òkúta turquoise, fi safire fidí rẹ múlẹ̀, fi
rubi kọ́ àwọn ilé ìṣọ́ rẹ, fi òkúta iyebíye kọ́ àwọn ẹnubodè rẹ,
àti gbogbo ògiri rẹ pẹ̀lú òkúta iyebíye. Gbogbo àwọn ọmọ rẹ
yóò ní Ọlọ́run fún olùkọ́ wọn—
ẹ wo bí olùkọ́ni fún àwọn ọmọ rẹ!

A ó kọ́ ọ ní agbára, tí ó dúró ní òdodo, jìnnà sí wàhálà èyíkéyìí—kò sí ohun tí o lè bẹ̀rù! Kò ní súnmọ́ ẹ̀rù—kò ní súnmọ́! Bí ẹnikẹ́ni bá kọlù ọ́, má ṣe rò pé èmi ni mo rán wọn fún ìgbà díẹ̀, bí ẹnikẹ́ni bá sì kọlù ọ́, kò sí ohun tí yóò jáde láti inú rẹ̀. Èmi ni ó dá alágbẹ̀dẹ tí ó ń fi iná sun ohun èlò rẹ̀ tí ó sì ń ṣe ohun ìjà tí a ṣe láti pa. Èmi náà ni ó dá apanirun—ṣùgbọ́n kò sí ohun ìjà tí ó lè pa ọ́ lára tí a tíì ṣe. Ẹnikẹ́ni tí ó bá gbé ọ lọ sílé ẹjọ́ ni a ó yọ lẹ́bi gẹ́gẹ́ bí òpùrọ́. Èyí ni ohun tí àwọn ìránṣẹ́ Ọlọ́run lè retí. Èmi yóò rí i dájú pé ohun gbogbo yóò ṣiṣẹ́ fún rere." Òfin Ọlọ́run.

Sáàmù 127:3-5
Ifiranṣẹ naa
3-5 Ṣé o kò rí i pé àwọn ọmọ ni ẹ̀bùn Ọlọ́run tó dára jùlọ? Èso inú ọmọ ni ogún rẹ̀ tó pọ̀? Bí ọfà jagunjagun ni àwọn ọmọ ọ̀dọ́ alágbára. Ẹ mà dúpẹ́ lọ́wọ́ yín, ẹ̀yin òbí, pẹ̀lú àwọn apó yín tó kún fún ọmọ! Àwọn ọ̀tá yín kò ní àǹfààní láti dojú kọ yín; ẹ ó gbá wọn kúrò ní ẹnu ọ̀nà yín.

Éfésù 6:1-3
Ifiranṣẹ naa
6 1-3 Ẹyin ọmọ, ẹ ṣe ohun tí àwọn òbí yín bá sọ fún yín. Èyí tọ́. "Bọ̀wọ̀ fún baba àti ìyá rẹ" ni òfin àkọ́kọ́ tí ó ní ìlérí pẹ̀lú rẹ̀, èyí ni, "kí ẹ lè wà láàyè dáadáa kí ẹ sì ní ẹ̀mí gígùn."

6am Oluwa, kọ awọn ọmọ wa nipa Ẹmi Rẹ ki o si fi alaafia nla si igbesi aye wọn.

Aago mẹsan-an owurọ ni mo fi aabo atọrunwa bo awọn ọmọde, awọn ọdọ, ati awọn ọdọde kuro ninu ibajẹ, iwa-ipa, ati ẹtan.

12pm Gbogbo ẹ̀tọ́ Satani lórí irú-ọmọ májẹ̀mú, ni kí a fi ẹ̀jẹ̀ Jesu paré.

3pm Jẹ́ kí àwọn ọmọdé dìde bí ọfà ní ọwọ́ Alágbára, tí a ṣe àgbékalẹ̀ rẹ̀ dáadáa fún ète ìjọba.

6pm Baba, jáwọ́ nínú ìfàmọ́ra, ìdàrúdàpọ̀ ìdámọ̀, ìfẹ́ ìjìnlẹ̀ nípa ìjìnlẹ̀, àti ìdè àwọn ẹgbẹ́ láti ìran yìí.

paṣẹ pe awọn ọmọkunrin ati ọmọbinrin wa yoo ni ọgbọn, mimọ, igboya, ati oye asọtẹlẹ.

12am Jẹ́ kí àwọn ilé ìwé, ilé àti ìjọ di ibi tí ìgbésí ayé àwọn ọ̀dọ́ ti ń pàdé Ọlọ́run gidigidi.

3am Oluwa, pa iran ti nbo mo kuro ninu iparun ki o si yi won pada si ami ati iyanu fun ijoba Re.

Ọjọ́ 15 - Òkè Ìjọba: Ìṣàkóso Òdodo

Ìwé Mímọ́: Isaiah 9:6-7; 1 Timoti 2:1-2

Aísáyà 9:6-7
Ẹdà Tuntun ti Ọba James
[6] Nítorí a bí ọmọ kan fún wa,
a fún wa ní ọmọ kan; ìjọba yóò sì wà ní èjìká rẹ̀. A ó sì máa pè
orúkọ rẹ̀ ní Àgbàyanu, Olùdámọ̀ràn, Ọlọ́run Alágbára, Baba
Ayérayé, Ọmọ-aládé Àlàáfíà.
[7] Ìbísí ìjọba àti àlàáfíà
rẹ̀ kò ní lópin,
lórí ìtẹ́ Dáfídì àti lórí ìjọba rẹ̀, Láti pàṣẹ rẹ̀ àti láti fi ìdí rẹ̀ múlẹ̀
pẹ̀lú ìdájọ́ àti òdodo Láti ìgbà náà lọ, àní títí láé. Ìtara Olúwa
àwọn ọmọ-ogun yóò ṣe èyí.

1 Tímótì 2:1-2
Ẹdà Tuntun ti Ọba James
Gbadura fun Gbogbo Awọn Ọkunrin
2 Nítorí náà, mo gbani níyànjú ní àkọ́kọ́ pé kí a máa gbàdúrà, kí a
máa bẹ̀bẹ̀, kí *a* máa dúpẹ́ fún gbogbo ènìyàn, [2] fún àwọn ọba
àti gbogbo àwọn tí wọ́n wà ní ìpò àṣẹ, kí a lè máa gbé ìgbésí ayé
ìparọ́rọ́ àti àlàáfíà pẹ̀lú gbogbo ìwà-bí- Ọlọ́run àti ọ̀wọ̀.

Aísáyà 9:6-7
Ifiranṣẹ naa
[2-7] Àwọn ènìyàn tí wọ́n rìn nínú òkùnkùn
ti rí ìmọ́lẹ̀ ńlá. Fún àwọn tí wọ́n ń gbé ní ilẹ̀ òkùnkùn jíjìn—
ìmọ́lẹ̀! ìmọ́lẹ̀ oòrùn!
O tún gbé orílẹ̀-èdè náà ró,
o sì mú ayọ̀ rẹ̀ pọ̀ sí i. Óò, wọ́n ń yọ̀ gidigidi níwájú rẹ! Ayọ̀
àjọyọ̀! Ayọ̀ ayẹyẹ ńlá, pípín ẹ̀bùn ọlọ́rọ̀ àti ìkíni gbígbóná.
Ìlòkulò àwọn aninilára àti ìkà àwọn apàniyàn—gbogbo pàṣán

àti ọkọ̀ wọn àti ègún—ti lọ, ó ti paré, ìgbàlà tí ó yanilẹ́nu àti lójijì bí ìṣẹ́gun àtijọ́ Gideoni lórí Midiani. Àwọn bàtà gbogbo àwọn ọmọ ogun tí wọ́n ń gbógun, pẹ̀lú àwọn aṣọ wọn tí wọ́n fi ẹ̀jẹ̀ aláìṣẹ̀ bò mọ́lẹ̀, ni a ó kó jọ sínú òkìtì a ó sì jóná, iná tí yóò jó fún ọjọ́ púpọ̀! Nítorí a ti bí ọmọ kan—fún wa! ẹ̀bùn ọmọ kan—fún wa! Yóò gba ìṣàkóso ayé. Orúkọ rẹ̀ yóò jẹ́: Olùdámọ̀ràn Àgbàyanu, Ọlọ́run Alágbára, Baba Ayérayé, Ọmọ-aládé Ìwà-bí-Ọlọ́run. Agbára ìṣàkóso rẹ̀ yóò pọ̀ sí i, kò sì ní sí ààlà fún gbogbo ohun tí ó mú wá. Yóò ṣàkóso láti ìtẹ́ Dáfídì ìtàn lórí ìjọba ìlérí náà. Yóò fi ìjọba náà sí ìpìlẹ̀ tí ó lágbára, yóò sì máa bá a lọ pẹ̀lú ìṣe òdodo àti ìgbésí ayé tí ó tọ́, bẹ̀rẹ̀ nísinsìnyí àti títí láé. Ìtara Ọlọ́run àwọn Angẹ́lì-Ẹka-Ogun yóò ṣe gbogbo èyí.

1 Tímótì 2:1-3
Ifiranṣẹ naa

Ìgbàgbọ́ Rọrùn àti Òtítọ́ Rírọrùn

2 [1-3] Ohun àkọ́kọ́ tí mo fẹ́ kí o ṣe ni kí o gbàdúrà. Gbàdúrà ní gbogbo ọ̀nà tí o mọ̀, fún gbogbo ẹni tí o mọ̀. Gbàdúrà ní pàtàkì fún àwọn alákòóso àti ìjọba wọn láti ṣàkóso dáadáa kí a lè wà ní ìdákẹ́jẹ́ẹ́ nípa iṣẹ́ wa ti gbígbé ìgbésí ayé lásán, pẹ̀lú ìrẹ̀lẹ̀ ọkàn. Èyí ni ọ̀nà tí Ọlọ́run Olùgbàlà wa fẹ́ kí a gbé.

6am Baba, jẹ ki ijọba ododo ati alaafia dagba sii ni awọn orilẹ-ede wa labẹ ijọba Kristi.

Ago mẹsan owuro ni a gbe awọn ọba, awọn aarẹ, awọn gomina, awọn aṣofin, awọn onidajọ, ati awọn olori ilu dide niwaju Rẹ fun ọgbọn ati idaduro.

Ago mejila irọlẹ ni a o fi gbogbo eto ibajẹ, ìtàjẹ̀sílẹ̀, ìnilára, àti ìfẹ́kúfẹ̀ẹ́ àìlófin hàn, a o sì yípadà.

3pm Jẹ́ kí àwọn olùdámọ̀ràn ìwà rere àti àwọn ọkùnrin àti obìnrin tí wọ́n bẹ̀rù Ọlọ́run dìde ní ipò agbára.

Mo pașẹ pe ofin buburu ko ni duro, ati pe idajọ ododo yoo wa ni ipilẹ.

9pm Baba, tú àwọn ìtẹ́ àjẹ́, àbẹ̀tẹ́lẹ̀ àti àrékérekè tí a kò lè rí tí ó wà lẹ́yìn ìdarí gbogbogbòò.

Ago mejila owuro, ẹ jẹ́ kí ìbẹ̀rù Ọlọ́run dá ètò ìjọba dúró kí ẹ sì darí rẹ̀ sí ìdájọ́ òdodo.

3am Oluwa, pa ilẹ wa mọ́ kuro lọwọ awọn alașẹ onijagidijagan ati awọn olori ijoko ti yoo daabobo ẹmi, otitọ, ati ominira.

Ọjọ́ 16 - Òkè Ìjọba: Ìdájọ́ Òdodo àti Ìdáǹdè

Ìwé Mímọ́: Sáàmù 72:14 Sáàmù 82:1-8

Sáàmù 72:14
Ẹdà Tuntun ti Ọba James
14 Yóò ra ẹ̀mí wọn padà lọ́wọ́ ìnilára àti ìwà ipá;
ẹ̀jẹ̀ wọn yóò sì ṣe iyebíye ní ojú Rẹ̀.

Sáàmù 82
Ẹdà Tuntun ti Ọba James
Ẹbẹ̀ fún Ìdájọ́ Òdodo
Orin Asafu.
82 Ọlọ́run dúró ní ìjọ àwọn alágbára ;
Ó ń ṣe ìdájọ́ láàrín àwọn ọlọ́run . 2
Yóò ti pẹ́ tó tí ẹ̀yin yóò fi ṣe ìdájọ́ àìtọ́,
tí ẹ̀yin yóò sì ṣe ojúsàájú fún àwọn ènìyàn búburú? *Sela*
3 [c] Ẹ gbèjà àwọn aláìní àti aláìní baba;
Ẹ ṣe ìdájọ́ òdodo fún àwọn aláìní àti aláìní.
4 Ẹ gbà àwọn aláìní àti aláìní là;
ẹ gbà *wọ́n sílẹ̀* lọ́wọ́ àwọn ènìyàn búburú.
5 Wọn kò mọ̀, bẹ́ẹ̀ ni wọn kò lóye;
Wọ́n ń rìn kiri nínú òkùnkùn; Gbogbo ìpìlẹ̀ ayé dúró sinsin .
6 Mo wí pé, "Ìwọ *ni* [c] àwọn ọlọ́run,
gbogbo yín sì *ni* ọmọ Ọgá Ògo jùlọ.
7 Ṣùgbọ́n ẹ̀yin yóò kú bí ènìyàn,
ẹ̀yin yóò sì ṣubú bí ọ̀kan nínú àwọn ọmọ aládé."
8 Dìde, Ọlọ́run, ṣe ìdájọ́ ayé;
Nítorí ìwọ ni yóò jogún gbogbo orílẹ̀-èdè.

Sáàmù 72:14

Ifiranṣẹ naa
9-14 Àwọn ọ̀tá yóò wólẹ̀ lórí eékún wọn níwájú Ọlọ́run,
àwọn ọ̀tá rẹ̀ yóò lá eruku. Àwọn ọba tí ó jìnnà réré àti olókìkí
yóò júbà, àwọn ọba ọlọ́rọ̀ àti olókìkí yóò fi ọrọ̀ wọn lé wọn
lọ́wọ́. Gbogbo ọba yóò wólẹ̀, wọn yóò sì jọ́sìn, àwọn orílẹ̀-
èdè aláìgbàgbọ́ yóò sì fọwọ́ sí láti sìn ín, Nítorí pé ó ń gba
àwọn tálákà ní àmì àkọ́kọ́ àìní, àwọn aláìní tí ó ti tán ní oríire.
Ó ń ṣí àyè sílẹ̀ ní ọkàn rẹ̀ fún ìrẹ̀wẹ̀sì àti ìjákulẹ̀, ó ń mú àwọn
aláìní ayé padà bọ̀ sípò. Ó ń gbà wọ́n sílẹ̀ kúrò lọ́wọ́ ìkà àti
ìjìyà—nígbà tí wọ́n bá ṣèjẹ̀, ó ń ṣèjẹ̀; nígbà tí wọ́n bá kú, ó ń
kú.

Sáàmù 82
Ifiranṣẹ naa
82 Ọlọ́run pe àwọn adájọ́ sí ilé ẹjọ́ rẹ̀,
ó fi gbogbo àwọn adájọ́ sí ilé ẹjọ́.
2-4 "Ó tó! O ti ba ìdájọ́ òdodo jẹ́ fún ìgbà pípẹ́,
o ti jẹ́ kí àwọn ènìyàn búburú sá fún ìpàniyàn. O wà níbí láti
gbèjà àwọn aláìnígbèjà, láti rí i dájú pé àwọn ajá tí kò lágbára
gba ìsinmi tó tọ́; Iṣẹ́ rẹ ni láti gbèjà àwọn aláìní agbára, kí o sì
fi ẹjọ́ gbogbo àwọn tí wọ́n ń lò wọ́n ní pàṣán lẹ́jọ́."
5 tí kò mọ̀ nǹkan kan! Àwọn adájọ́ tí wọ́n ń ṣe ìdájọ́ lórí
iyanrìn!
Wọn kò mọ ohun tó ń ṣẹlẹ̀. Àmọ́ ní báyìí, gbogbo nǹkan ti ń
bàjẹ́, ayé ti ń bọ̀ láìsí ìdè.
6-7 "Mo yàn yín gẹ́gẹ́ bí onídàájọ́, olúkúlùkù yín,
àwọn aṣojú Ọlọ́run Gíga, ṣùgbọ́n ẹ̀yin ti da iṣẹ́ yín, nísinsìnyí a
ti gba ipò yín kúrò, a sì ti ṣẹ́ yín nísẹ̀ẹ́."
8 Ọlọ́run, fún wọn ní ohun tí wọ́n ní láti ṣe!
Gbogbo ayé wà ní ọwọ́ rẹ!

6am Olúwa, jẹ́ kí àwọn ènìyàn búburú ṣubú sínú ihò tí wọ́n ti
gbẹ́ kí o sì jẹ́ kí àwọn ètò apanirun wó lulẹ̀ lábẹ́ ọgbọ́n ara
wọn.

9am. Gba ọkàn àwọn aláìní, àwọn aláìlera, àti àwọn aláìlèsọ̀rọ̀ padà kúrò lọ́wọ́ ẹ̀tàn àti ìwà ipá.

12pm Gbogbo ẹ̀rọ àìṣòdodo tí ń jẹ ẹ̀jẹ̀ aláìṣẹ̀, kí Ọlọ́run olódodo dá a lẹ́jọ́.

3pm Jẹ́ kí àwọn oníṣòwò, àwọn oníwà ipá, àti àwọn aninilára ilé-iṣẹ́ pàdánù àwọn nẹ́tíwọ́ọ̀kì wọn, owó ìnáwó, àti ààbò wọn.

Aago mẹfa irọlẹ ni mo paṣẹ pe ki ẹjẹ awọn alaiṣẹ ko ni jẹ olowo poku mọ ni ilẹ wa.

9pm Baba, gbé àwọn adájọ́ òdodo, àwọn olùwádìí, àwọn agbẹjọ́rò, àti àwọn atúnṣe dìde tí wọn kò ní tẹrí ba fún ìfúnpá.

12am Jẹ́ kí ẹ̀rí tó farasin fara hàn kí o sì jẹ́ kí òtítọ́ já gbogbo irọ́ tó wà nínú ẹ̀rọ.

3am Ìwọ Ọlọ́run ìdájọ́ òdodo, dìde fún àwọn aláìní kí o sì fi agbára rẹ hàn ní ààfin àti ìgbìmọ̀ àwọn orílẹ̀-èdè.

Ọjọ́ 17 - Òkè Ẹkọ́: Òtítọ́ àti Ìmọ̀ràn

Ìwé Mímọ́: Dáníẹ́lì 1:9-21: Jákọ́bù 1:5

Dáníẹ̀lì 1:9-21
Ẹdà Tuntun ti Ọba James
[9] Nísinsìnyìí, Ọlọ́run ti mú kí Dáníẹ́lì rí ojúrere àti ìfẹ́ olórí àwọn
ìwẹ̀fà. **10 Olórí àwọn ìwẹ̀fà sì wí fún Dáníẹ́lì** pé , "Mo bẹ̀rù olúwa mi ọba, ẹni
tí ó ti ṣètò oúnjẹ àti ohun mímu yín. Nítorí kí ló dé tí yóò fi rí
ojú yín tí ó burú ju ti àwọn ọ̀dọ́mọkùnrin tí wọ́n *jẹ́* ọmọ yín
lọ? Nígbà náà ni ẹ̀yin yóò fi orí mi léwu níwájú ọba."
[11] Danieli sì wí fún [b] olùtọ́jú tí olórí àwọn ìwẹ̀fà yàn lórí
Danieli, Hananiah, Miṣaeli , àti Asariah pé, [12] "Jọ̀wọ́ dán àwọn
ìránṣẹ́ rẹ wò fún ọjọ́ mẹ́wàá, kí wọ́n sì fún wa ní ewébẹ̀ láti jẹ
àti omi láti mu. [13] Nígbà náà jẹ́ kí a ṣe àyẹ̀wò ìrísí wa níwájú rẹ
àti ìrísí àwọn ọ̀dọ́mọkùnrin tí wọ́n jẹ oúnjẹ ọba; bí o bá sì rí i
pé ó tọ́, *bẹ́ẹ̀ ni* kí o ṣe sí àwọn ìránṣẹ́ rẹ." [14] Nítorí náà, ó gbà
wọ́n ní ọ̀ràn yìí, ó sì dán wọn wò fún ọjọ́ mẹ́wàá.
15 Ní ìparí ọjọ́ mẹ́wàá , ojú wọn sàn ju gbogbo àwọn ọ̀dọ́mọkùnrin tí
wọ́n jẹ oúnjẹ ọba lọ. 16 Bẹ́ẹ̀ **ni** olùtọ́jú náà gba oúnjẹ àti wáìnì tí
wọ́n fẹ́ mu kúrò, ó sì fún wọn ní ewébẹ̀.
[17] Ní ti àwọn ọ̀dọ́mọkùnrin mẹ́rin wọ̀nyí, Ọlọ́run fún wọn ní
ìmọ̀ àti òye nínú gbogbo ìwé àti ọgbọ́n; Dáníẹ́lì sì ní òye nínú
gbogbo ìran àti àlá.
[18] Nígbà tí ọjọ́ náà parí, nígbà tí ọba sọ pé kí wọ́n mú wọn wá,
olórí àwọn ìwẹ̀fà mú wọn wá síwájú Nebukadinésárì. 19 **Ọba** sì
béèrè lọ́wọ́ wọn, kò sì sí ẹni tí a rí bí Dáníẹ́lì, Hananáyà, Míṣáẹ́lì àti Ásáríyà láàrín wọn
; nítorí náà ni wọ́n ṣe ń ṣiṣẹ́ níwájú ọba. [20] Nínú gbogbo ọ̀ràn
ọgbọ́n *àti òye tí* oba ṣe àyẹ̀wò wọn, ó rí i pé wọ́n sàn ní ìlọ́po
mẹ́wàá ju gbogbo àwọn onídán *àti* àwọn awòràwọ̀ tí *ó wà* ní
gbogbo ìjọba rẹ̀ lọ. [21] Bẹ́ẹ̀ ni Dáníẹ́lì dúró títí di ọdún kìn-ín-ní
Ọba Kírúsì.

Jákọ́bù 1:5
Ẹdà Tuntun ti Ọba James
5 Tí ẹnikẹ́ni nínú yín bá ṣaláìní ọgbọ́n, kí ó béèrè lọ́wọ́ Ọlọ́run, ẹni tí ó ń fún gbogbo ènìyàn ní ọ̀fẹ́ àti láìsí ẹ̀gàn, a ó sì fi fún un.

Dáníẹ́lì 1:9-21
Ifiranṣẹ naa
8-10 Ṣùgbọ́n Dáníẹ́lì pinnu pé òun kò ní fi oúnjẹ ọba tàbí mu
wáìnì rẹ̀ ba ara òun jẹ́, nítorí náà ó bẹ olórí àwọn òṣìṣẹ́ ààfin
láti yọ òun kúrò nínú oúnjẹ ọba. Olórí àwọn òṣìṣẹ́ ààfin, nípa
oore-ọ̀fẹ́ Ọlọ́run, fẹ́ràn Dáníẹ́lì, ṣùgbọ́n ó kìlọ̀ fún un pé, "Mo
bẹ̀rù ohun tí ọ̀gá mi ọba yóò ṣe. Òun ni ó yàn oúnjẹ yìí, tí ó
bá sì rí i pé ara rẹ kò yá tó ti àwọn yòókù, òun ni yóò ní orí
mi!"
11-13 Ṣùgbọ́n Dáníẹ́lì bẹ̀ olùtọ́jú kan tí olórí àwọn òṣìṣẹ́ ààfin
yàn láti ṣe àkóso Dáníẹ́lì, Hananáyà, Míṣáẹ́lì , àti Ásáríyà pé:
"Dán wa wò fún ọjọ́ mẹ́wàá lórí oúnjẹ ewébẹ̀ àti omi díẹ̀.
Lẹ́yìn náà, fi wá wé àwọn ọ̀dọ́mọkùnrin tí wọ́n ń jẹ oúnjẹ ọba.
Ṣe ìpinnu rẹ ní ìbámu pẹ̀lú ohun tí o rí."
14-16 Olùtọ́jú náà gbà láti ṣe é, ó sì fún wọn ní ewébẹ̀ àti omi
fún ọjọ́ mẹ́wàá. Ní ìparí ọjọ́ mẹ́wàá, wọ́n rí ara wọn dáadáa,
wọ́n sì lágbára ju gbogbo àwọn yòókù tí wọ́n ti ń jẹ oúnjẹ ọba
lọ. Nítorí náà, olùtọ́jú náà ń bá a lọ láti yọ wọ́n kúrò nínú
oúnjẹ ọba, ó sì ń fún wọn ní ewébẹ̀ nìkan.
17-19 Ọlọ́run fún àwọn ọ̀dọ́mọkùnrin mẹ́rin wọ̀nyí ní ìmọ̀ àti
òye nínú ìwé àti ìgbésí ayé. Ní àfikún, Dáníẹ́lì ní ẹ̀bùn láti lóye
onírúurú ìran àti àlá. Ní òpin àkókò tí ọba yàn fún ìdánilẹ́kọ̀ọ́
wọn, olórí àwọn òṣìṣẹ́ ọba mú wọn wá sọ́dọ̀ Nebukadinésárì.
Nígbà tí ọba fọ̀rọ̀ wá wọn lẹ́nu wò, ó rí i pé wọ́n ga ju gbogbo
àwọn ọ̀dọ́mọkùnrin yòókù lọ. Kò sí ẹni tí ó lè bá Dáníẹ́lì,
Hananáyà, Míṣáẹ́lì , àti Ásáríyà lò.
19-20 Bẹ́ẹ̀ ni wọ́n sì gba ipò wọn nínú iṣẹ́ ọba. Nígbàkúgbà tí
ọba bá ń bá wọn sọ̀rọ̀ lórí ohunkóhun, lórí ìwé tàbí lórí ìgbésí
ayé, ó rí i pé wọ́n sàn ju gbogbo àwọn onídán àti àwọn
onídán tí wọ́n wà ní ìjọba rẹ̀ lọ ní ìlọ́po mẹ́wàá.

[21] Dáníẹ́lì sì ń bá iṣẹ́ ọba lọ títí di ọdún àkọ́kọ́ ìjọba Kírúsì Ọba.

Jákọ́bù 1:5-8
Ifiranṣẹ naa
[5-8] Tí o kò bá mọ ohun tí ò ń ṣe, gbàdúrà sí Baba. Ó fẹ́ràn láti ran ọ́ lọ́wọ́. O máa rí ìrànlọ́wọ́ rẹ̀ gbà, o kò sì ní jẹ́ kí ó rọ̀ ọ́ lọ́rùn nígbà tí o bá béèrè fún un. Béèrè pẹ̀lú ìgboyà, pẹ̀lú ìgbàgbọ́, láìronú lẹ́ẹ̀kejì. Àwọn ènìyàn tí wọ́n "ń ṣàníyàn nípa àdúrà wọn" dà bí ìgbì omi tí afẹ́fẹ́ ń gbá. Má ṣe rò pé o máa rí ohunkóhun gbà lọ́wọ́ Olúwa ní ọ̀nà yẹn, tí o bá ń rìn kiri nínú òkun, tí o sì ń pa gbogbo àṣàyàn rẹ mọ́.

6am Baba, jẹ ki ibẹru Oluwa di ipilẹ ẹkọ ni awọn ile-iwe, awọn ile-ẹkọ giga, ati awọn ile-iṣẹ ikẹkọ.

Aago mẹsan-an owurọ ni mo kọ awọn eto ẹkọ ti o n ja lodi si otitọ, idanimọ, iwa rere, ati imọ Ọlọrun.

12pm Ẹ gbé Daniels àti Esthers ga pẹ̀lú ọgbọ́n, ìtayọ, àti ìgbàgbọ́ tí kò láàlà ní àwọn ibi ẹ̀kọ́.

Ago mẹta irọlẹ ni a gbin gbogbo eto ẹkọ lati ṣe deedee okunkun ati idamu, ki a le koju otitọ ati atako ododo.

6pm Olúwa, yan àwọn olùkọ́, àwọn olùkọ́, àwọn olùwádìí, àti àwọn olùṣàkóso tí yóò máa ṣe àkóso ipa pẹ̀lú ìwà títọ́.

Aago mẹsan irọlẹ ni mo paṣẹ lati mu ẹkọ ti o dara, ironu ti o ni imọran, ati oye ẹmi wa laarin awọn ọmọ ile-iwe.

12am Jẹ́ kí àwọn ilé-ẹ̀kọ́ gíga di ibi ìjírórò, ìrònúpìwàdà, àti ìtúnṣe ọgbọ́n-inú lábẹ́ Kristi.

3am Baba, gba oke ẹkọ ki o si yi i pada lati ẹtan si ipilẹṣẹ ni otitọ.

Ọjọ́ 18 - Òkè Ẹkọ́: Ọgbọ́n Àdéhùn

Ìwé Mímọ́: Aísáyà 54:13; Diutarónómì 6:7;

Àìsáyà 54:13
Ẹdà Tuntun ti Ọba James
13 Gbogbo àwọn ọmọ rẹ ni Olúwa
yóò kọ́, Àlàáfíà àwọn ọmọ rẹ *yóò sì* pọ̀ .

Deuteronomi 6:7
Ẹdà Tuntun ti Ọba James
7 Kí o kọ́ àwọn ọmọ rẹ ní ìtara, kí o sì máa sọ̀rọ̀ nípa wọn nígbà tí o bá jókòó ní ilé rẹ, nígbà tí o bá ń rìn ní ojú ọ̀nà, nígbà tí o bá dùbúlẹ̀ àti nígbà tí o bá dìde.

Aísáyà 54:13-17
Ifiranṣẹ naa
11-17 "Ìlú tí ó wà nínú ìpọ́njú, tí ìjì ń gbá, tí kò ní àánú:
Mo fẹ́rẹ̀ tún ọ kọ́ pẹ̀lú òkúta turquoise, fi safire fìdí rẹ múlẹ̀, fi rubi kọ́ àwọn ilé gogoro rẹ, fi àwọn òkúta iyebíye kọ́ àwọn ẹnubodè rẹ, àti gbogbo ògiri rẹ pẹ̀lú àwọn òkúta iyebíye. Gbogbo àwọn ọmọ rẹ yóò ní Ọlọ́run fún olùkọ́ wọn—ẹ wo bí olùkọ́ni fún àwọn ọmọ rẹ! A ó kọ́ ọ ní agbára, tí a gbé kalẹ̀ nínú òdodo, jìnnà sí wàhálà èyíkéyìí—kò sí ohun tí a ó bẹ̀rù! Kò ní súnmọ́ ẹ̀rù—kò ní súnmọ́! Bí ẹnikẹ́ni bá kọlù ọ́, má ṣe rò pé èmi ni mo rán wọn fún ìgbà díẹ̀, bí ẹnikẹ́ni bá sì kọlù ọ́, kò sí ohun tí yóò jáde láti inú rẹ̀.
Èmi ni ó dá alágbẹ̀dẹ
tí ó ń fi iná sun ohun èlò rẹ̀ tí ó sì ń ṣe ohun ìjà tí a ṣe láti pa. Èmi náà ni ó dá apanirun—ṣùgbọ́n kò sí ohun ìjà tí ó lè pa ọ́ lára tí a tíì ṣe. Ẹnikẹ́ni tí ó bá gbé ọ lọ sílé ẹjọ́ ni a ó yọ lẹ́bi gẹ́gẹ́ bí òpùrọ́. Èyí ni ohun tí àwọn ìránṣẹ́ Ọlọ́run lè retí. Èmi yóò rí i dájú pé ohun gbogbo yóò ṣiṣẹ́ fún rere." Òfin Ọlọ́run.

Diutarónómì 6:7-9
Ifiranṣẹ naa
6-9 Kọ àwọn òfin wọ̀nyí tí mo ti fún ọ lónìí sí ọkàn rẹ. Gbé wọn sínú ọkàn rẹ kí o sì fi wọ́n sínú àwọn ọmọ rẹ. Sọ̀rọ̀ nípa wọn níbikíbi tí o bá wà, jókòó nílé tàbí rìn ní òpópónà; sọ̀rọ̀ nípa wọn láti ìgbà tí o bá jí ní òwúrọ̀ títí di ìgbà tí o bá sùn ní alẹ́. So wọ́n mọ́ ọwọ́ àti iwájú orí rẹ gẹ́gẹ́ bí ìrántí; kọ wọ́n sí ara òpó ìlẹ̀kùn ilé rẹ àti sí ẹnu ibodè ìlú rẹ.

6am Oluwa, jẹ ki imọlẹ rẹ tàn sori awọn akẹkọọ ati awọn onironu titi didara yoo fi di ẹri ọgbọn atọrunwa.

Aago mẹsan-an owurọ Mo beere fun ọgbọn laisi ẹgan fun gbogbo onigbagbọ ti o wa ni ipo ẹkọ, eto imulo, ati iwadii.

12pm Gbogbo ìbòjú tó bo ọkàn, kí a gbé e sókè; gbogbo ìgbèkùn ọpọlọ tó ń tako òtítọ́, kí a fọ́.

3pm Jẹ́ kí ìṣẹ̀dá tuntun, àwárí, àti òye ṣàn lọ sí ọ̀dọ̀ àwọn ènìyàn mímọ́ fún ìyípadà àwùjọ àti ẹ̀rí ìjọba.

6pm Baba, fun awọn ọmọ wa ati awọn olori wa ni oye ti o ga julọ ti a so pọ mọ irẹlẹ ati mimọ.

pàṣẹ pé ìdàrúdàpọ̀, àìlera, àti ìdúróṣinṣin ẹ̀kọ́ kò ní túmọ̀ ìran yìí.

12am Jẹ́ kí àwọn ilé ìkàwé, yàrá ìwádìí, àti àwọn gbọ̀ngàn ìjíròrò di pápá fún ìpàdé àtọ̀runwá àti ipa òdodo.

3am Ọlọ́run, tú ọgbọ́n májẹ̀mú sílẹ̀ tí yóò dáhùn àwọn ìṣòro tó le koko, tí yóò sì gbé Kristi ga ní àwọn orílẹ̀-èdè.

Ọjọ́ 19 - Òkè Media: Ṣíṣe Àtúnṣe Àwọn Ìgbì Afẹ́fẹ́

Ìwé Mímọ́: Fílípì 4:8; Mátíù 12:36-37

Fílípì 4:8
Ẹdà Tuntun ti Ọba James
Ṣe Àṣàrò lórí Àwọn Nǹkan Wọ̀nyí
8 Níkẹyìn, ẹ̀yin ará, ohunkóhun tí ó jẹ́ òótọ́, ohunkóhun tí *ó jẹ́*
ọlọ́lá, ohunkóhun tí *ó jẹ́* òdodo, ohunkóhun tí *ó jẹ́* mímọ́,
ohunkóhun *tí* ó dára, ohunkóhun tí *ó ní* ìròyìn rere, bí *ó bá wà
ní ìwà* rere àti ohunkóhun tí ó yẹ fún ìyìn, ẹ máa ronú lórí
àwọn nǹkan wọ̀nyí.

Mátíù 12:36-37
Ẹdà Tuntun ti Ọba James
36 Ṣùgbọ́n mo wí fún yín pé fún gbogbo ọ̀rọ̀ àìmọ̀ tí ènìyàn bá
sọ, wọn yóò jíhìn rẹ̀ ní ọjọ́ ìdájọ́. 37 Nítorí nípa ọ̀rọ̀ rẹ ni a ó fi
dá ọ láre, àti nípa ọ̀rọ̀ rẹ ni a ó fi dá ọ lẹ́bi."

Fílípì 4:8-9
Ifiranṣẹ naa
8-9 Ní àkópọ̀ gbogbo rẹ̀, ẹ̀yin ọ̀rẹ́, mo lè sọ pé ẹ ó ṣe dáadáa
jùlọ nípa kíkún ọkàn yín àti ṣíṣàṣàrò lórí àwọn nǹkan òótọ́,
ọlọ́lá, olókìkí, òótọ́, tó ń múni lọ́kàn le, tó sì ní oore-ọ̀fẹ́—èyí
tó dára jùlọ, kìí ṣe èyí tó burú jù; èyí tó dára, kìí ṣe èyí tó burú
jù; àwọn nǹkan láti yìn, kìí ṣe àwọn nǹkan láti gégùn-ún. Ẹ fi
ohun tí ẹ kọ́ láti ọ̀dọ̀ mi, ohun tí ẹ gbọ́, tí ẹ rí, tí ẹ sì rí i. Ẹ ṣe
èyí, Ọlọ́run, ẹni tó mú kí ohun gbogbo ṣiṣẹ́ papọ̀, yóò sì mú
yín wọ inú ìbáramu rẹ̀ tó dára jùlọ.

Mátíù 12:36-37

Ifiranṣẹ naa
[34-37] "O ní èrò bí ihò ejò! Báwo lo ṣe rò pé ohun tí o sọ jẹ́ ohun tó yẹ nígbà tí o jẹ́ oníwàkiwà tó bẹ́ẹ̀? Ọkàn rẹ ni, kì í ṣe ìwé atúmọ̀ èdè, ló ń fún ọ̀rọ̀ rẹ ní ìtumọ̀. Ènìyàn rere máa ń ṣe iṣẹ́ rere àti ọ̀rọ̀ ní àsìkò kan sí àkókò kan. Ènìyàn búburú jẹ́ ibi lórí ọgbà igi. Jẹ́ kí n sọ ohun kan fún ọ: Gbogbo ọ̀rọ̀ àìbìkítà wọ̀nyí yóò padà wá láti yọ ọ́ lẹ́nu. Àkókò ìṣírò yóò wà. Ọ̀rọ̀ lágbára; gbà wọ́n ní òótọ́. Ọ̀rọ̀ lè jẹ́ ìgbàlà rẹ. Ọ̀rọ̀ tún lè jẹ́ ègún rẹ."

6am Baba, sọ awọn igbi afẹfẹ, awọn pẹpẹ, ati awọn ọna ibaraẹnisọrọ ti a ti sọ di mimọ nipasẹ awọn irọ, ẹtan, ati iwa-ipa.

Aago mẹsan-an owurọ ni mo mu awọn itan ẹmi eṣu ti o mu iwa buburu pada ti o si sọ awọn eniyan di alaimọra lati dẹṣẹ.

12pm Jẹ́ kí gbogbo ètò ìròyìn tí a gbé kalẹ̀ tí a gbé kalẹ̀ lòdì sí òtítọ́ àti òdodo túká.

3pm Ẹ gbé àwọn oníròyìn, àwọn olùgbéjáde, àwọn òǹkọ̀wé, àwọn olóòtú, àti àwọn olùdásílẹ̀ tí wọ́n bẹ̀rù Ọlọ́run tí wọ́n sì bọ̀wọ̀ fún òtítọ́ dìde.

Aago mẹfa irọlẹ ni mo paṣẹ pe ki a tú awọn ẹlẹri eke, awọn iroyin ti a fi ọwọ mu, ati awọn ikede naa jade ki a si yi wọn pada.

9pm Olúwa, fún àwọn ènìyàn rẹ ní ọgbọ́n láti mọ ohun tí wọ́n jẹ, pín, gbé ga, àti ṣe ayẹyẹ.

12am Jẹ́ kí òkè àwọn oníròyìn di ọ̀nà fún òtítọ́, ẹwà, ìgboyà, àti ẹ̀rí ìràpadà.

3am Ọlọ́run, pa ahọ́n èké lẹ́nu mọ́ kí o sì fi ohùn tó máa wo àwọn orílẹ̀-èdè sàn, tó máa tan ìmọ́lẹ̀ sí wọn, tó sì máa jí wọn dìde.

Ọjọ́ 20 - Media Mountain: Ìfiranṣẹ Ìjọba

Ìwé Mímọ́: Sáàmù 68:11; 2 Tẹsalóníkà 3:1

Sáàmù 68:11
Ẹdà Tuntun ti Ọba James
11 Olúwa ti sọ̀rọ̀ nááà;
ọ̀pọ̀lọpọ̀ ni *ẹgbẹ́* àwọn tí ó kéde rẹ̀ :

2 Tẹsalóníkà 3:1
Ẹdà Tuntun ti Ọba James
Gbàdúrà fún Wa
3 Níkẹyìn, ẹ̀yin ará, ẹ gbàdúrà fún wa, kí ọ̀rọ̀ Olúwa lè máa
yára sáré *kí* ó sì di èyí tí a yìn lógo, gẹ́gẹ́ bí *ó ti rí* fún yín.

Sáàmù 68:11-14
Ifiranṣẹ naa
11-14 Olúwa sọ ọ̀rọ̀ náà;
ẹgbẹẹgbẹ̀rún ènìyàn kéde ìhìn rere pé: "Àwọn ọba àwọn ọmọ ogun ń sá lọ, wọ́n ń sá lọ!" Nígbà tí àwọn ìyàwó ilé, tí wọ́n wà ní àlàáfíà àti ní àlàáfíà padà sílé, pín ìkógun, ìkógun fàdákà àti wúrà ará Kénáánì. Ní ọjọ́ náà tí Ṣádáì tú àwọn ọba ká, yìnyín rọ̀ sórí Òkè Dúdú.

2 Tẹsalóníkà 3:1-3
Ifiranṣẹ naa
Àwọn Tí Wọ́n Jẹ́ Ọlẹ
3 1-3 Ohun kan sí i, ẹ̀yin ọ̀rẹ́: Ẹ gbàdúrà fún wa. Ẹ gbàdúrà pé kí Ọrọ̀ Olúwa kí ó tàn kálẹ̀ kí ó sì sáré káàkiri orílẹ̀-èdè náà sí ibi tí ó dára láti dáhùn, gẹ́gẹ́ bí ó ti rí láàárín yín. Ẹ sì gbàdúrà pé kí a gbà wá lọ́wọ́ àwọn oníwàhálà wọ̀nyí tí wọ́n ń gbìyànjú láti fi wá sínú. Mo rí i pé kì í ṣe gbogbo "onígbàgbọ́" ni ó jẹ́

onígbàgbọ́. Ṣùgbọ́n Olúwa kì í já wa kulẹ̀. Yóò dúró tì yín, yóò sì dáàbò bò yín kúrò lọ́wọ́ ibi.

6am Oluwa, tu oro Oluwa sile pelu agbara ki o si fun awon eniyan re ni ede isegun.

9am Jẹ́ kí a fún àwọn ìránṣẹ́ òtítọ́ lágbára láti máa kéde òdodo káàkiri gbogbo ìtàkùn tó wà.

12pm Mo paṣẹ pe ihinrere yoo ṣiṣẹ ni kiakia nipasẹ awọn ọna oni-nọmba, titẹjade, wiwo, ati ọrọ.

3pm Gbogbo àtakò sí òtítọ́ àti gbogbo ẹ̀tanú ìkọ̀kọ̀ sí òdodo ni Ọlọ́run yóò yípadà.

6pm Baba, fun wa ni ibaraẹnisọrọ ogbon ti o gún ẹtan ati pe o de ọdọ ọkan pẹlu pipe.

9pm Jẹ́ kí ẹ̀rí, ẹ̀kọ́, ẹ̀rí àsọtẹ́lẹ̀, àti ìmọ́lẹ̀ Bíbélì gba ìfàmọ́ra àrà ọ̀tọ̀ ní àsìkò yìí.

Aago mejila owuro ni mo n pe awon olubasoro oninuure, ti won ni eto ati oye, ti won ko ni tẹriba fun emi aye yii.

3am Oluwa, gba oke media ki o si jẹ ki o jẹ iranse ijidide, idajọ ododo, ati ilọsiwaju ijọba Kristi.

Ọjọ́ 21 - Òkè Iṣẹ́-ajé: Ọrọ̀ pẹ̀lú Ète

Ìwé Mímọ́: Deuteronomi 8:18; Deuteronomi 32:13

Deuteronomi 8:18
Ẹdà Tuntun ti Ọba James
18 "Kí ìwọ sì rántí Olúwa Ọlọ́run rẹ, nítorí òun *ni* ó fún ọ ní
agbára láti ní ọrọ̀, kí ó lè [a] fi ìdí májẹ̀mú rẹ̀ tí ó búra fún
àwọn baba rẹ múlẹ̀, gẹ́gẹ́ bí *ó ti rí* lónìí."

Deuteronomi 32:13
Ẹdà Tuntun ti Ọba James
13 "Ó mú un gun orí òkè ayé,
kí ó lè jẹ èso oko;Ó mú un fa oyin láti inú àpáta,àti òróró láti
inú àpáta òkúta.

Deuteronomi 8:18
Ifiranṣẹ naa
17-18 Tí ẹ bá bẹ̀rẹ̀ sí í ronú ní ọkàn yín pé, "Mo ṣe gbogbo èyí.
Mo sì ṣe gbogbo rẹ̀ fúnra mi. Mo jẹ́ ọlọ́rọ̀. Tèmi ni gbogbo
rẹ̀!" — ẹ tún ronú lẹ́ẹ̀kan sí i. Ẹ rántí pé Ọlọ́run, Ọlọ́run yín,
fún yín ní agbára láti mú gbogbo ọrọ̀ yìí jáde kí ó lè fìdí
májẹ̀mú tí ó ṣèlérí fún àwọn baba ńlá yín múlẹ̀—gẹ́gẹ́ bí ó ti rí
lónìí.

Diutarónómì 32:13-14
Ifiranṣẹ naa
10-14 Ó rí i ní aginjù,
ní ilẹ̀ aṣálẹ̀ tí afẹ́fẹ́ ń gbá kiri. Ó gbé ọwọ́ rẹ̀ yí i ká, ó sì fi
àfiyèsí rẹ̀ lé e, ó ń ṣọ́ ọ bí ẹyin ojú rẹ̀. Ó dàbí idì tí ń fò lórí ìtẹ́
rẹ̀, tí ó bo àwọn ọmọ rẹ̀,
Lẹ́yìn náà ó na ìyẹ́ apá rẹ̀, ó gbé wọn sókè sí afẹ́fẹ́,
ó ń kọ́ wọn láti fò. Ọlọ́run nìkan ṣoṣo ni ó darí rẹ̀; kò sí
ọlọ́run àjèjì kan ní ojú. Ọlọ́run gbé e sókè sórí àwọn òkè, kí ó
lè jẹ èso oko. Ó fún un ní oyin láti inú àpáta, òróró láti inú

àpáta granite, ìyẹ̀fun màlúù àti wàrà àgùntàn, àwọn ẹran ọ̀dọ́ àgùntàn àti ewúrẹ́ tí ó dára, àwọn àgbò Baṣani, ọkà tí ó dára, àti ẹ̀jẹ̀ èso àjàrà: o mu wáìnì rere!

6am Baba, ranti majẹmu rẹ ki o si fun awọn eniyan rẹ ni agbara lati ṣẹda ọrọ̀ fun idi ijọba.

Ago mẹsan owuro mo paṣẹ fun awọn ohun elo ti a fi pamọ, awọn aye ti a foju fo, ati awọn ilẹkun idagbasoke ti o tọ lati ṣii nipasẹ ojurere atọrunwa.

12pm Gbogbo àwọn tó ń jẹ nǹkan níyà tí wọ́n bá lòdì sí iṣẹ́ òdodo, ẹ jẹ́ kí a bá wọn wí ní orúkọ Jésù.

3pm Jẹ́ kí a tú àwọn ìṣúra gíga àti àwọn ìpèsè ìkọ̀kọ̀ ayé sílẹ̀ fún iṣẹ́ ìjọba.

6pm Olúwa, mú ojúkòkòrò, ìwà jìbìtì, àdéhùn, àti ìjẹkújẹ kúrò ní òkè ìsòwò.

paṣẹ pe awọn onigbagbọ ninu iṣowo yoo ṣe rere ninu ododo, iwa-rere, ati abojuto eto imulo.

12am Jẹ́ kí àwọn ilé-iṣẹ́ bá ọ̀run mu, kí wọ́n dúró ṣinṣin, kí wọ́n pọ̀ sí i, kí wọ́n sì di ọ̀nà iṣẹ́ àti àánú.

3am Ìwọ Ọlọ́run, gbé àwọn ohun ìní kúrò nínú ìdè sí ète kí o sì jẹ́ kí ọrọ̀ dáhùn sí ètò rẹ.

Ọjọ́ Kejìlélógún - Òkè Iṣẹ́ Àkànṣe: Àwọn Ìlà Ipèsè Àmì Òróró

Ìwé Mímọ́: Jeremáyà 31:11-14; Jóòbù 29:6

Jeremáyà 31:11-14
Ẹdà Tuntun ti Ọba James
11 Nítorí Olúwa ti ra Jákọ́bù padà,
Ó sì ti rà á padà kúrò lọ́wọ́ ẹni tí ó lágbára jù ú lọ.
12 Nítorí náà ni wọn yóò ṣe wá, wọn yóò sì kọrin ní ibi gíga Síónì,
wọn yóò máa yọ̀ sí oore Olúwa—fún àlìkámà àti wáìnì tuntun
àti òróró, fún àwọn ọmọ agbo ẹran àti ọ̀wọ́ ẹran;Ọkàn wọn
yóò dàbí ọgbà tí a ti ń mu omi dáadáa, wọn kì yóò sì banújẹ́
mọ́.
13 "Nígbà náà ni wúńdíá yóò yọ̀ nínú ijó,
àti àwọn ọ̀dọ́mọkùnrin àti àwọn àgbà, papọ̀; nítorí èmi yóò yí
ìbànújẹ́ wọn padà sí ayọ̀, èmi yóò tù wọ́n nínú, èmi yóò sì mú
wọn yọ̀ dípò ìbànújẹ́.
14 Èmi yóò fi ọ̀pọ̀lọpọ̀ tẹ́ ọkàn àwọn àlùfáà lọ́rùn,
àwọn ènìyàn mi yóò sì ní ìtẹ́lọ́rùn pẹ̀lú oore mi," ni Olúwa wí.

Jóòbù 29:6
Ẹdà Tuntun ti Ọba James
6 **Nígbà tí** mo fi ìpara wẹ ẹsẹ̀ mi , tí àpáta
sì tú omi òróró jáde fún mi!

Jeremáyà 31:11-14
Ifiranṣẹ naa
10-14 "Ẹ gbọ́ èyí, ẹ̀yin orílẹ̀-èdè! Ọrọ̀ Ọlọ́run!
Ẹ polongo èyí káàkiri gbogbo ayé! Ẹ sọ fún wọn pé, 'Ẹni tí ó
fọ́n Ísírẹ́lì ká
yóò tún kó wọn jọ.

Láti ìsinsìnyìí lọ, yóò máa ṣọ́ wọn dáadáa, bí olùṣọ́ àgùntàn pẹ̀lú agbo ẹran rẹ̀.' Èmi, Ọlọ́run, yóò san owó ìràpadà líle fún Jákọ́bù; Èmi yóò dá a sílẹ̀ kúrò lọ́wọ́ ìdènà àwọn ará Bábílónì. Àwọn ènìyàn yóò gun òkè Síónì lọ pẹ̀lú ayọ̀, ojú wọn yóò máa tàn yanran nítorí ọrọ̀ Ọlọ́run—Ọkà àti wáìnì àti òróró, agbo àgùntàn, agbo màlúù. Ìgbésí ayé wọn yóò dàbí ọgbà tí a fi omi mu dáadáa, tí a kò ní fi sílẹ̀ mọ́ láti gbẹ. Àwọn ọ̀dọ́mọbìnrin yóò jó wọn yóò sì láyọ̀, àwọn ọ̀dọ́mọkùnrin àti àgbàlagbà yóò dara pọ̀ mọ́ wọn. Èmi yóò yí ẹkún wọn padà sí ẹ̀rín, ìtùnú ńlá, yóò wọ inú ìbànújẹ́ wọn pẹ̀lú ayọ̀. Èmi yóò rí i dájú pé àwọn àlùfáà wọn ń jẹ oúnjẹ mẹ́ta ní ọjọ́ kan àti pé àwọn ènìyàn mi ní púpọ̀ ju."''' Òfin Ọlọ́run.

Jóòbù 29:6
Ifiranṣẹ naa
Nígbà tí Ọlọ́run ṣì wà ní ẹ̀gbẹ́ mi
29 1-6 Jobu bẹ̀rẹ̀ sí í dáhùn padà báyìí:
"Ó, mo ń retí àwọn ọjọ́ rere àtijọ́,
nígbà tí Ọlọ́run tọ́jú mi dáadáa. Ó máa ń gbé fìtílà síwájú mi nígbà gbogbo, mo sì máa ń rìn nínú òkùnkùn nípasẹ̀ ìmọ́lẹ̀ rẹ̀. Ó, mo ń pàdánù àwọn ọdún wúrà wọ̀nyẹn nígbà tí ọ̀rẹ́ Ọlọ́run wà ní ilé mi, nígbà tí Alágbára ńlá ṣì wà ní ẹ̀gbẹ́ mi, tí àwọn ọmọ mi sì wà ní àyíká mi, nígbà tí ohun gbogbo ń lọ lọ́nà mi, tí kò sì sí ohun tó ṣòro jù.

6am Oluwa, ra awon eniyan re pada ki o si tun kun won, ki o si fi ire te won lorun ni akoko ogbe ati aidaniloju.

Aago mẹsan-an owurọ Mo paṣẹ ipese agbara ti o tayọ lori awọn iṣẹ iranṣẹ, awọn idile, awọn iṣẹ apinfunni, ati awọn iṣẹ akanṣe ijọba.

Agogo mejila irọlẹ ni gbogbo iyipo pipadanu, jijo, ati isubu ti o fẹrẹẹ di asan, ni ọwọ Ọlọrun yoo da duro.

3pm Jẹ́ kí ọrọ̀ máa ṣàn níbi tí àìní àgàn ti sọ̀rọ̀ fún ìgbà pípẹ́, kí iṣẹ́ òdodo sì mú èrè kíkún wá.

6pm Baba, ṣe agbekalẹ awọn laini ipese mimọ, awọn ajọṣepọ otitọ, ati awọn iṣowo aabo fun awọn eniyan rẹ.

9pm Mo paṣẹ fun idaduro ni ẹnu-ọna ipese lati fi aye silẹ fun iyara atọrunwa.

12am Jẹ́ kí àwọn ilẹ̀ wa kún fún àwọn ohun tó tó fún ìwà ọ̀làwọ́, iṣẹ́ àkànṣe, àti ìfẹ̀sí ìjọba.

3am Oluwa, yi aini pada si ẹri ki o si jẹ ki awọn eniyan rẹ jẹ ẹri ti ipese majẹmu han gbangba.

Ọjọ́ 23 - Òkè Àwọn Ọnà: Ìṣẹ̀dá tí a yà sọ́tọ̀

Ìwé Mímọ́: Ẹkísódù 31:1-5; Sáàmù 150:1-6

Ẹkísódù 31:1-5
Ẹdà Tuntun ti Ọba James
Àwọn Oníṣẹ́-ọnà fún Kíkọ́ Àgọ́ Àgọ́
31 Nígbà náà ni Olúwa sọ fún Mósè pé: [2] "Wò ó, mo ti pe
Besaleli ọmọ Uri, ọmọ Huri , láti ẹ̀yà Juda. [3] Mo sì ti fi ẹ̀mí
Ọlọ́run kún un, pẹ̀lú ọgbọ́n, òye, ìmọ̀, àti ní onírúurú *iṣẹ́* ọnà, [4]
láti ṣe àwòrán iṣẹ́ ọnà, láti ṣiṣẹ́ ní wúrà, ní fàdákà, ní idẹ, [5] ní
gígé òkúta iyebíye fún títò, ní gbígbẹ́ igi, àti láti ṣiṣẹ́ ní
onírúurú *iṣẹ́* ọnà.

Sáàmù 150
Ẹdà Tuntun ti Ọba James
Jẹ́ kí gbogbo nǹkan yin Olúwa
150 Yin [Oluwa] !
Ẹ yin Ọlọrun ninu ibi mimọ rẹ̀;
Ẹ yin i ninu ọrun rẹ̀ ti [o lagbara !]
[2] Ẹ yin I fun awọn iṣẹ agbara Rẹ̀;
Ẹ yin I gẹgẹ bi titobi nla Rẹ̀!
[3] Ẹ fi ìró ìpè [c] [yìn ín] ;
Ẹ fi ohun èlò orin olókùn àti dùùrù yin ín!
[4] Ẹ fi ìlù àti ijó yin ín;
Ẹ fi ohun èlò orin olókùn àti fèrè yin ín!
[5] Ẹ fi síńbálì ariwo yìn ín;
Ẹ fi síńbálì ariwo yìn ín!
[6] Jẹ́ kí gbogbo ohun tí ó ní ẹ̀mí yin Olúwa.
[d] Yin Oluwa!

Ẹkísódù 31:1-5

Ifiranṣẹ naa

Bẹ́sálẹ́lì àti Òhólíábù

31 [1-5] Ọlọ́run sọ fún Mósè pé: "Wò ohun tí mo ti ṣe; Èmi fúnra mi ti yan Bésálẹ́lì ọmọ Úrì, ọmọ Húrì láti ẹ̀yà Júdà. Mo ti fi ẹ̀mí Ọlọ́run kún un, mo sì ti fún un ní ọgbọ́n àti ìmọ̀ àti ìmọ̀ nínú onírúurú iṣẹ́ ọnà láti ṣẹ̀dá àwòrán àti iṣẹ́ ọnà ní wúrà, fàdákà àti idẹ; láti gé àti láti tò òkúta iyebíye; láti gbẹ́ igi—òun ni oníṣọ̀nà gbogbo.

Sáàmù 150

Ifiranṣẹ naa

150 [1-6] Hallelujah!

Ẹ yin Ọlọrun ninu ile ijọsin mimọ rẹ̀, ẹ yin i labẹ awọn ọrun ti o ṣii; Ẹ yin i fun awọn iṣe agbara rẹ̀, ẹ yin i fun titobi nla rẹ̀; Ẹ yin i pẹlu ipè, ẹ yin i pẹlu awọn okùn riro; Ẹ yin i pẹlu awọn castaneti ati ijó, ẹ yin i pẹlu banjo ati fèrè; Ẹ yin i pẹlu awọn simbali ati ìlù bass nla, ẹ yin i pẹlu awọn fiddle ati mandolin. Ẹ jẹ ki gbogbo ẹda alãye, ti ẹmi yin Ọlọrun! Hallelujah!

6am Baba, gba iṣẹ́-ọnà, iṣẹ́-ọnà, àti ìrònú padà fún ògo rẹ kìí ṣe fún ìṣọ̀tẹ̀.

Aago mẹsan-an owurọ ni mo fi opin si ipa ti okunkun n fa lori orin, fiimu, aṣa, itan-akọọlẹ, ati iṣẹ.

12pm Gbé àwọn òṣèré tí wọ́n yà sọ́tọ̀ tí wọ́n kún fún ọgbọ́n, ọgbọ́n, ẹwà, àti ìgboyà mímọ́ ga.

Ago mẹta irọlẹ ni a o pa gbogbo pẹpẹ ti o nlo ẹda lati ṣe ogo iwa-buburu, iwa-ipa, ati ibọriṣa run.

6pm Olúwa, jẹ́ kí àwọn orin, àwòrán, ìtàn àti iṣeré di ohun tí ó ń gbé òtítọ́ àti ìdánilójú.

Aago mẹsan irọlẹ ni mo paṣẹ pe oke awọn ọna kii yoo fi ilẹ silẹ fun awọn ọta mọ.

12am Jẹ́ kí àwọn olùjọ́sìn, àwọn òǹkọ̀wé, àwọn ayàwòrán, àwọn òṣèré, àti àwọn olórin pàdé Ọlọ́run jinlẹ̀ kí wọ́n sì ṣẹ̀dá láti inú àkúnwọ́sílẹ̀.

3am Ọlọ́run, tú ẹwà sílẹ̀ tí a ti gbé pẹ̀lú òtítọ́ àti ìtayọ tí a ti gbé pẹ̀lú ìwà mímọ́ nínú ẹ̀ka ìṣẹ̀dá.

Ọjọ́ 24 - Òkè Àwọn Ọnà: Ìràpadà Àṣà

Ìwé Mímọ́: Aísáyà Ìfihàn 21:24-26; Jẹ́nẹ́sísì 1:26-27; Sáàmù 96:1-3

Ìfihàn 21:24-26
Ẹdà Tuntun ti Ọba James
24 Àwọn orílẹ̀-èdè tí a gbàlà yóò sì máa rìn nínú ìmọ́lẹ̀ rẹ̀, àwọn ọba ayé
yóò sì mú ògo àti ọlá wọn wá sínú rẹ̀. **25** A kì yóò ti àwọn
ẹnubodè rẹ̀ rárá ní ọ̀sán (kò ní sí òru níbẹ̀). 26 **Wọn** yóò sì mú
ògo àti ọlá àwọn orílẹ̀-èdè wá sínú rẹ̀.

Jẹ́nẹ́sísì 1:26-27
Ẹdà Tuntun ti Ọba James
26 Nígbà náà ni Ọlọ́run wí pé, "Ẹ jẹ́ kí a dá ènìyàn ní àwòrán
wa, gẹ́gẹ́ bí ìrísí wa; kí wọ́n jọba lórí ẹja òkun, lórí ẹyẹ ojú
ọ̀run, àti lórí ẹran ọ̀sìn, lórí gbogbo ilẹ̀ ayé àti lórí gbogbo ohun tí ń rìn lórí
ilẹ̀." **27** Bẹ́ẹ̀ ni Ọlọ́run dá ènìyàn ní àwòrán *ara rẹ̀* ; ní àwòrán
Ọlọ́run ni ó dá a; àti akọ àti abo ni ó dá wọn.

Sáàmù 96:1-3
Ẹdà Tuntun ti Ọba James
Orin iyin si Olorun ti nbo ni idajo
96 Ẹ kọrin tuntun sí Olúwa!
Ẹ kọrin sí Olúwa, gbogbo ayé.
2 Ẹ kọrin sí Olúwa, ẹ fi ìbùkún fún orúkọ Rẹ̀;
Ẹ kéde ìhìnrere ìgbàlà Rẹ̀ láti ọjọ́ dé ọjọ́.
3 Ẹ kéde ògo Rẹ̀ láàrín àwọn orílẹ̀ - èdè, àti
iṣẹ́ ìyanu Rẹ̀ láàrín gbogbo ènìyàn.

Ìfihàn 21:24-27
Ifiranṣẹ naa

15-21 Angẹli tí ó ń bá mi sọ̀rọ̀ ní ọ̀pá ìwọ̀n wúrà kan láti wọn ìlú
náà , àwọn ẹnu ọ̀nà rẹ̀, àti ògiri rẹ̀. A tẹ́ ìlú náà sí igun mẹ́rin
pípé. Ó fi ọ̀pá ìwọ̀n wọn ìlú náà : ẹ̀ẹ́dẹ́gbẹ̀ta máìlì, gígùn rẹ̀,
fífẹ̀ rẹ̀, àti gíga rẹ̀ dọ́gba. Nípa lílo ìwọ̀n ìwọ̀n, Angẹli náà wọn
ìwọ̀n ògiri rẹ̀: ààdọ́rin-lé-ní-ọ̀gọ́rún máìlì. Ògiri náà jẹ́ jasperi,
àwọ̀ ògo, ìlú náà sì jẹ́ wúrà mímọ́, ó mọ́ kedere bí dígí. A fi
gbogbo òkúta iyebíye tí a lè fojú rí ṣe ìpìlẹ̀ ògiri ìlú náà lọ́ṣọ̀ọ́:
ìpìlẹ̀ àkọ́kọ́ jasperi, safire kejì, agate kẹta, emerald kẹrin, onyx
karùn-ún, carnelian kẹfà, krisolite keje, berili kẹjọ, topasi
kẹsàn-án, krisoprase kẹwàá, jacinth kọkànlá, amethyst kejìlá.
Ẹnubodè méjìlá náà jẹ́ pearli méjìlá, ẹnubodè kọ̀ọ̀kan jẹ́ pearli
kan ṣoṣo.
21-27 Ojú ọ̀nà pàtàkì ìlú náà jẹ́ wúrà pípé, ó mọ́ kedere bí dígí.
Ṣùgbọ́n kò sí àmì tẹ́ḿpìlì kankan, nítorí Olúwa Ọlọ́run—
Olódùmarè—àti Ọdọ́ Àgùntàn ni tẹ́ḿpìlì náà. Ìlú náà kò nílò
oòrùn tàbí òṣùpá fún ìmọ́lẹ̀. Ògo Ọlọ́run ni ìmọ́lẹ̀ rẹ̀, Ọdọ́
Àgùntàn ni fìtílà rẹ̀! Àwọn orílẹ̀-èdè yóò máa rìn nínú ìmọ́lẹ̀
rẹ̀, àwọn ọba ayé yóò sì mú ògo wọn wá. A kì yóò ti àwọn
ẹnubodè rẹ̀ ní ọ̀sán, kò sì ní sí òru kankan. Wọn yóò mú ògo
àti ọlá àwọn orílẹ̀-èdè wá sínú ìlú náà . Kò sí ohun tí ó bàjẹ́
tàbí tí ó bàjẹ́ tí yóò wọ ìlú náà , bẹ́ẹ̀ ni ẹnikẹ́ni tí ó ba tàbí tí ó
tàn jẹ nìkan ni yóò wọlé.

Jẹ́nẹ́sísì 1:26-28
Ifiranṣẹ naa
26-28 Ọlọ́run wí pé: "Ẹ jẹ́ kí a dá ènìyàn ní àwòrán wa, kí a sì ṣe
wọ́n
ní àwòrán wa, kí wọ́n lè jẹ́ olórí fún ẹja inú òkun, àwọn ẹyẹ
ojú ọ̀run, àwọn ẹran ọ̀sìn, àti ilẹ̀ ayé fúnrarẹ̀, àti gbogbo
ẹranko tí ń rìn lórí ilẹ̀ ayé."
Ọlọ́run dá ènìyàn;
ó dá wọn bí Ọlọ́run, Ó ń ṣàfihàn ìwà Ọlọ́run. Ó dá wọn ní
akọ àti abo. Ọlọ́run bùkún wọn pé: " Ẹ máa ṣe rere! Ẹ máa
bímọ! Ẹ kún ilẹ̀ ayé! Ẹ máa ṣe olùtọ́jú!
Ẹ máa ṣe olùtọ́jú ẹja inú òkun àti àwọn ẹyẹ ojú ọ̀run, àti
gbogbo ohun alààyè tí ń rìn lórí ilẹ̀ ayé."

Sáàmù 96:1-3
Ifiranṣẹ naa
96 [1-2] Kọ orin tuntun kan sí Ọlọ́run!
Ayé àti gbogbo ènìyàn inú rẹ̀, ẹ kọrin! Ẹ kọrin sí Ọlọ́run— *ẹ sin* Ọlọ́run!
[2-3] Ẹ kígbe ìròyìn ìṣẹ́gun rẹ̀ láti òkun dé òkun,
Ẹ mú ìròyìn ògo rẹ̀ dé ọ̀dọ̀ àwọn tí ó sọnù, Ẹ gbọ́ ìròyìn iṣẹ́ ìyanu rẹ̀ fún gbogbo ènìyàn!

6am Oluwa, jẹ ki a yi ọrọ, akiyesi, ati ipa asa pada si ohun ti o bu ọla fun ọ.

9am mo pe ohùn tuntun ati ẹlẹri tuntun ti o n kede ogo rẹ laarin awọn orilẹ-ede.

12pm Gbogbo igbekun asa ti o n ṣe deedee okunkun, fọ nisinsinyi labẹ agbara giga ti ijọba Ọlọrun.

3pm Jẹ́ kí àwọn olùdásílẹ̀ tí wọ́n ní ìgbàgbọ́ ìjọba gbé àwọn ibi ìtàgé, àwọn ilé ìtura, àwọn ibi ìkópamọ́, àti àwọn ilé ìṣeré pẹ̀lú àṣẹ.

6pm Baba, ra ìfẹ́ gbogbo ènìyàn, èrò inú gbogbo ènìyàn, àti ìfẹ́ orílẹ̀-èdè padà kúrò lọ́wọ́ ìwà ìbàjẹ́.

Ago mẹsan irọlẹ ni mo paṣẹ pe ẹwa kii yoo kọ silẹ mọ kuro ninu otitọ ati pe ẹda kii yoo ya kuro ninu ẹri-ọkan mọ.

12am Jẹ́ kí àwọn iṣẹ́ ọ̀nà di pápá ìpàdé àtọ̀runwá níbi tí àwọn onínàákúnà yóò ti yípadà tí àwọn olùwá wọn yóò sì rí ògo Rẹ.

3am Oluwa, gbógun ti àṣà pẹ̀lú ọgbọ́n mímọ́ kí o sì jẹ́ kí àwọn orílẹ̀-èdè gbọ́ ìró ìjíjí.

Ọjọ́ 25 - Ẹsìn àti Ṣọ́ọ̀ṣì: Iná Ìsọjí

Ìwé Mímọ́: 2 Kíróníkà 7:14; Róòmù 15:30-32

2 Kíróníkà 7:14
Ẹdà Tuntun ti Ọba James
14 Tí àwọn ènìyàn mi tí a pè ní orúkọ mi bá rẹ ara wọn sílẹ̀, tí
wọ́n sì gbàdúrà, tí wọ́n sì wá ojú mi, tí wọ́n sì yípadà kúrò
nínú ọ̀nà búburú wọn, nígbà náà ni èmi yóò gbọ́ láti ọ̀run,
èmi yóò sì dárí ẹ̀ṣẹ̀ wọn jì wọ́n, èmi yóò sì wo ilẹ̀ wọn sàn.

Róòmù 15:30-32
Ẹdà Tuntun ti Ọba James
30 Nísinsìnyìí, mo bẹ̀ yín, ẹ̀yin ará, nípasẹ̀ Olúwa Jésù Kristi, àti
nípasẹ̀ ìfẹ́ Ẹmí, kí ẹ bá mi gbìyànjú láti gbàdúrà sí Ọlọ́run fún
mi, 31 kí a lè gbà mí lọ́wọ́ àwọn tí kò gbàgbọ́ ní Jùdíà , àti kí ìṣẹ́ ìsìn
mi fún Jerúsálẹ́mù lè jẹ́ ìtẹ́wọ́gbà fún àwọn ènìyàn mímọ́, 32 kí
èmi lè wá sọ́dọ̀ yín pẹ̀lú ayọ̀ nípa ìfẹ́ Ọlọ́run, kí a sì lè ní ìtura
pẹ̀lú yín.

2 Kíróníkà 7:14-18
Ifiranṣẹ naa
12-18 Ọlọ́run farahàn fún Sólómọ́nì ní alẹ́ ọjọ́ náà, ó sì wí pé,
"Mo gba àdúrà rẹ; bẹ́ẹ̀ ni, mo ti yan ibi yìí gẹ́gẹ́ bí tẹ́ḿpìlì fún
ẹbọ, ilé ìjọsìn. Bí mo bá ti pa ìpèsè òjò láti ọ̀run tàbí kí n pàṣẹ
fún eṣú láti jẹ èso oko tàbí kí n rán àjàkálẹ̀-àrùn sí àwọn
ènìyàn mi, àti àwọn ènìyàn mi, àwọn ènìyàn tí Ọlọ́run yàn, tí
wọ́n sì dáhùn nípa rírẹ̀ ara wọn sílẹ̀, gbígbàdúrà, wíwá ojú mi,
àti yíyí ẹ̀yìn wọn padà sí ìgbésí ayé búburú wọn, èmi yóò wà
níbẹ̀ fún ọ: Èmi yóò gbọ́ láti ọ̀run, èmi yóò dárí ẹ̀ṣẹ̀ wọn jì
wọ́n, èmi yóò sì mú ilẹ̀ wọn padà sí ìlera. Láti ìsinsìnyí lọ, èmi
yóò máa ṣọ́ra ní ọ̀sán àti òru sí àdúrà tí a ń gbà ní ibi yìí. Gba
mi gbọ́, èmi ti yan àti sọ tẹ́ḿpìlì yìí tí ìwọ ti kọ́ di mímọ́:
Orúkọ mi wà lórí rẹ̀ títí láé; ojú mi wà lórí rẹ̀ àti ọkàn mi nínú
rẹ̀ nígbà gbogbo. Ní ti ìwọ, bí ìwọ bá ń gbé níwájú mi gẹ́gẹ́ bí

Dáfídì baba rẹ ti gbé, tí ó mọ́ ní ọkàn àti ìṣe, tí ó ń gbé ìgbésí ayé tí mo ti gbé kalẹ̀ fún ọ, tí ó ń gbọ́ràn sí ìtọ́ni àti ìdájọ́ mi pẹ̀lú ìfarabalẹ̀, nígbà náà èmi yóò ṣe àtìlẹ́yìn ìjọba ọba rẹ lórí Ísírẹ́lì—jẹ́ kí ó jẹ́ ohun tí ó dájú lórí ohun tí ó dájú. ìpìlẹ̀. Àdéhùn májẹ̀mú kan náà tí mo fún Dáfídì baba rẹ ni mo ń fún ọ, èyí ni pé, 'O lè gbẹ́kẹ̀lé pé ọmọ kan yóò wà lórí ìtẹ́ Ísírẹ́lì nígbà gbogbo.'

Róòmù 15:30-33
Ifiranṣẹ naa
30-33 Mo ní ìbéèrè kan, ẹ̀yin ọ̀rẹ́ ọ̀wọ́n: Ẹ gbàdúrà fún mi. Ẹ gbàdúrà pẹ̀lú mi gidigidi—sí Ọlọ́run Baba, nípasẹ̀ agbára Olúwa wa Jésù, nípasẹ̀ ìfẹ́ Ẹmí—pé kí a gbà mí sílẹ̀ kúrò nínú ihò kìnnìún àwọn aláìgbàgbọ́ ní Jùdíà. Ẹ gbàdúrà pẹ̀lú pé kí ẹ̀bùn ìrànlọ́wọ́ mi fún àwọn onígbàgbọ́ ní Jerúsálẹ́mù lè di ìtẹ́wọ́gbà nínú ẹ̀mí tí a fi fún mi. Nígbà náà, bí Ọlọ́run bá fẹ́, èmi yóò máa lọ sí ọ̀dọ̀ yín pẹ̀lú ọkàn tí ó mọ́lẹ̀ tí ó sì ń háragàgà, mo ń retí láti ní ìtura láti ọ̀dọ̀ yín. Àlàáfíà Ọlọ́run kí ó wà pẹ̀lú gbogbo yín. Ó, bẹ́ẹ̀ ni!

6am Baba, tẹ Ìjọ Rẹ pada si irẹlẹ, ironupiwada, ati adura majẹmu.

Ago mẹsan owuro mo n gbiyanju papọ ninu adura pẹlu awọn eniyan mimọ fun isọdọtun, mimọ, ati itusilẹ tuntun ti Ẹmi Mimọ.

12pm Jẹ́ kí àwọn ìjọ tí wọ́n ń sùn jí kí àwọn pẹpẹ gbígbẹ sì tún jóná.

3pm Gbogbo àtakò sí ìsọjí tí ó fìdí múlẹ̀ láti inú ìgbéraga, àṣà, àti ẹ̀ṣẹ̀ tí a fi pamọ́, ni a ó fọ́.

6pm Olúwa, ṣe àbẹ̀wò sí àwọn ìjọ, àwọn ẹgbẹ́, àwọn iṣẹ́ ìránṣẹ́, àti àwọn ẹgbẹ́ àdúrà pẹ̀lú iná mímọ́.

Aago mẹsan irọlẹ ni mo paṣẹ fun iribọmi tuntun ti ebi fun ọrọ naa, ijọsin, iwa mimọ, ati ẹru ihinrere.

12am Jẹ́ kí iṣẹ́ ìyanu, ìdánilójú, ìṣọ̀kan, àti ìdáǹdè padà sí àárín gbùngbùn ìgbésí ayé ìjọ.

3am Ìwọ Ọlọ́run, sọ iṣẹ́ rẹ di tuntun láàrín ọdún, kí o sì jẹ́ kí Ìjọ di agbára ìyípadà lẹ́ẹ̀kan sí i.

Ọjọ́ 26 - Ẹsìn àti Ṣọ́ọ̀ṣì: Ààbò fún Àwọn Àṣẹ́kù

Ìwé Mímọ́: Sáàmù 92:8,14; Mátíù 26:41

Sáàmù 92:8
Ẹdà Tuntun ti Ọba James
8 Ṣùgbọ́n ìwọ, Olúwa, *wà* ní ibi gíga títí láéláé.

Sáàmù 92:14
Ẹdà Tuntun ti Ọba James
14 Wọ̣n yóò máa so èso nígbà ogbó wọn;
Wọn yóò máa tutù , wọn yóò sì máa gbilẹ̀ .

Mátíù 26:41
Ẹdà Tuntun ti Ọba James
41. Ẹ máa ṣọ́ra, kí ẹ sì máa gbàdúrà, kí ẹ má baà bọ́ sínú
ìdánwò. Ẹmí *fẹ́* , ṣùgbọ́n ara *ṣe* aláìlera."

Sáàmù 92:8-9
Ifiranṣẹ naa
4-9 Ìwọ mú mi láyọ̀, Ọlọ́run.
Mo rí iṣẹ́ rẹ mo sì kígbe fún ayọ̀. Iṣẹ́ rẹ tóbi tó, Ọlọ́run! Èrò rẹ tó jinlẹ̀ tó! Àwọn òmùgọ̀ kì í kíyèsí ohun tí o ń ṣe; àwọn òmùgọ̀ kì í lóye rẹ̀. Nígbà tí àwọn èniyàn búburú bá yọ bí èpò tí gbogbo àwọn ọkùnrin àti obìnrin búburú sì gba ìjọba, o gé wọn lulẹ̀, o sì pa wọ́n run lẹ́ẹ̀kan ṣoṣo. Ìwọ, Ọlọ́run, ga àti ayérayé ni. Wo àwọn ọ̀tá rẹ, Ọlọ́run!
Wo àwọn ọ̀tá rẹ—tí wọ́n ti parun!
Tí a fọ́nká sí afẹ́fẹ́, gbogbo àwọn òṣìṣẹ́ ibi wọ̀nyẹn!

Sáàmù 92:14
Ifiranṣẹ naa

[10-14] Ṣùgbọ́n o ti mú mi lágbára bí itọ́ ẹlẹ́dẹ̀,
o ti fi ayẹyẹ ìṣẹ́gun bọ̀wọ̀ fún mi. Ìrírí àwọn aláriíwísí mi tí ń
sọ̀kalẹ̀ ṣì jẹ́ tuntun, ìparun àwọn olùṣe búburú mi. Etí mi kún
fún ìró ìlérí: " Àwọn èniyàn rere yóò máa gbèrú bí igi ọ̀pẹ,
wọn yóò máa dàgbà bí igi kédárì Lẹ́bánónì; tí a gbìn sí àgbàlá
Ọlọ́run, Wọn yóò máa dàgbà níwájú Ọlọ́run, wọn yóò máa
tàn yòò, wọ́n yóò sì máa dàgbà ní ọjọ́ ogbó."
Mátíù 26:41
Ifiranṣẹ naa
[40-41] Nígbà tí ó padà dé ọ̀dọ̀ àwọn ọmọ-ẹ̀yìn rẹ̀, ó rí wọn tí
wọ́n sùn fọnfọn. Ó wí fún Peteru pé, "Ṣé o kò lè dúró pẹ̀lú
mi fún wákàtí kan? Ẹ máa ṣọ́ra; ẹ máa gbàdúrà kí ẹ má baà rìn
lọ sínú ìdánwò láìmọ̀ pé ẹ wà nínú ewu. Apá kan wà nínú yín
tí ó ń háragàgà, tí ó ti múra tán fún ohunkóhun nínú Ọlọ́run.
Ṣùgbọ́n apá mìíràn wà tí ó jẹ́ ọ̀lẹ bí ajá arúgbó tí ó sùn lẹ́bàá
iná."

6am Oluwa, pa awọn olododo mọ́ ki o si jẹ ki awọn iyokù jẹ eso, tutu, ati ki o dagba ni awọn akoko atijọ ati awọn akoko ti o nira.

Ago mẹsan owuro ni mo gba oore-ofe lati ma wo ati gbadura ki idanwo ma ba mi tabi awon eniyan mimo.

12pm Gbogbo ètò láti ọ̀dọ̀ àwọn alágbàwí, àwọn aṣáájú, àti àwọn onígbàgbọ́ olóòótọ́, ni ó kùnà ní orúkọ Jésù.

3pm Jẹ́ kí gbòǹgbò àwọn olódodo jinlẹ̀ kí ẹ̀rí wọn sì wà ní àwọ̀ ewé àti láàyè.

6pm Baba, daabo bo awon omo-ọdọ re kuro ninu iwa-buburu, isunmi, irẹwẹsi, ati ipamo emi.

Mo paṣẹ pe ki a ko pa iyoku naa; yoo lagbara sii labẹ titẹ.

12am Jẹ́ kí ọ̀run tu àwọn olóòótọ́ tí wọ́n fara pamọ́ lára kí a sì fi òróró pípé fún wọn lágbára.

3am Ọlọ́run, gbé àwọn tó kù nínú àdúrà ró títí tí ìdàgbàsókè orílẹ̀-èdè àti ìran yóò fi hàn.

Ọjọ́ 27 - Òkè Ìdílé: Ìgbéyàwó Lábẹ́ Ìdènà

Ìwé Mímọ́: Mátíù 19:6; Oníwàásù 4:12

Mátíù 19:6
Ẹdà Tuntun ti Ọba James
6 Nítorí náà, wọn kì í ṣe méjì mọ́, bí kò ṣe ara kan. Nítorí náà, ohun tí Ọlọ́run bá so pọ̀, kí ènìyàn má ṣe yà á sọ́tọ̀."

Oníwàásù 4:12
Ẹdà Tuntun ti Ọba James
12 Bí ó tilẹ̀ jẹ́ pé ọ̀kan lè borí èkejì, méjì lè kojú rẹ̀.
Okùn onípele mẹ́ta kì í yára já.

Mátíù 19:6
Ifiranṣẹ naa
4-6 Ó dáhùn pé, "Ṣé o kò tíì kà á nínú Bíbélì rẹ pé Ẹlẹ́dàá dá ọkùnrin àti obìnrin fún ara wọn ní àkọ́kọ́, akọ àti abo? Nítorí èyí, ọkùnrin kan fi baba àti ìyá sílẹ̀, ó sì di ara kan náà—kì í ṣe ara méjì mọ́, bí kò ṣe ara kan. Nítorí pé Ọlọ́run dá ìṣọ̀kan ẹ̀dá yìí ti àwọn ọkùnrin àti obìnrin, kò sí ẹni tí ó gbọ́dọ̀ ba iṣẹ́ ọnà rẹ̀ jẹ́ nípa pípa wọ́n sọ́tọ̀."

Oníwàásù 4:12
Ifiranṣẹ naa
12 O kò ní ààbò kankan fún ara rẹ.
Pẹ̀lú ọ̀rẹ́ kan, o lè kojú ohun tó burú jù. Ṣé o lè kó ẹ̀kẹta jọ?
Okùn oní-okùn mẹ́ta kì í rọrùn láti já.

6am Baba, ohun ti O ti so pọ, maṣe jẹ ki agbara ọrun apadi, ara, tabi asa ya.

Aago mẹsan-an owurọ̀ ni mo fi n ba ẹmi iyapa, iwa-ọdaran, ijinna ẹdun ọkan, ati ibinu ti ko yanju ti o kọlu awọn igbeyawo.

12pm Jẹ́ kí ìfẹ́ májẹ̀mú, òtítọ́, sùúrù, àti ọlá fún ara wọn padà sípò ní àwọn ilé tí wọ́n wà lábẹ́ wàhálà.

3pm Gbogbo ohùn àjèjì tí ń díje pẹ̀lú ìṣọ̀kan Ọlọ́run, kí a pa ẹnu mọ́ nípasẹ̀ àṣẹ Jésù Kristi.

6pm Olúwa, wo ìgbẹ́kẹ̀lé sàn, tún ìbáṣepọ̀ ṣe, kí o sì mú àjọṣepọ̀ ẹ̀mí padà láàrín àwọn ọkọ àti aya.

9pm Mo pàṣẹ pé ìgbéyàwó yóò di pẹpẹ ìfohùnṣọ̀kan àti ẹ̀rọ àyànmọ́, kìí ṣe àwọn ibi ìjà òfò.

12am Jẹ́ kí gbogbo ètò ìkọ̀kọ̀ ọ̀tá lòdì sí àwọn ilé májẹ̀mú tú àṣírí kí a sì yí wọn padà.

3am Ìwọ Ọlọ́run, fi oore-ọ̀fẹ́, ìwà mímọ́, àti okùn mẹ́ta tí a kò le já lágbára sí i.

Ọjọ́ 28 - Òkè Ìjọba: Àwọn Ẹnubodè àti Àwọn Ìlú

Ìwé Mímọ́: Jẹ́nẹ́sísì 18:16-33; Òwe 29:2

Jẹ́nẹ́sísì 18:16-33
Ẹdà Tuntun ti Ọba James
Ábúráhámù bẹ̀bẹ̀ fún Sódómù
16 Nígbà náà ni àwọn ọkùnrin náà dìde láti ibẹ̀, wọ́n sì wo ìhà
Sódómù, Ábúráhámù sì bá wọn lọ láti rán wọn lọ. 17 Olúwa sì
wí pé, "Ṣé kí n fi ohun tí mo ń ṣe pamọ́ fún Ábúráhámù, 18
nítorí pé Ábúráhámù yóò di orílẹ̀-èdè ńlá àti alágbára, gbogbo
orílẹ̀-èdè ayé yóò sì ní ìbùkún nípasẹ̀ rẹ̀? 19 Nítorí mo ti mọ̀ ọ́n,
kí ó lè pàṣẹ fún àwọn ọmọ rẹ̀ àti àwọn ará ilé rẹ̀ lẹ́yìn rẹ̀, kí
wọ́n máa pa ọ̀nà Olúwa mọ́, láti ṣe òdodo àti ìdájọ́ òdodo, kí
Olúwa lè mú ohun tí ó ti sọ fún Ábúráhámù ṣẹ." 20 Olúwa sì
wí pé, "Nítorí igbe sí Sódómù àti Gòmórà pọ̀, àti nítorí pé ẹ̀ṣẹ̀
wọn burú gan-an, 21 Èmi yóò sọ̀kalẹ̀ nísinsìnyí láti wò bóyá
wọ́n ti ṣe gbogbo ohun tí ó ń dún sí i tí ó ti dé ọ̀dọ̀ mi; bí bẹ́ẹ̀
kọ́, èmi yóò mọ̀."
22 Nígbà náà ni àwọn ọkùnrin náà yípadà kúrò níbẹ̀, wọ́n sì lọ
sí Sódómù, ṣùgbọ́n Ábúráhámù dúró níwájú Olúwa. 23
Ábúráhámù sì súnmọ́, ó sì wí pé, "Ṣé ìwọ yóò pa olódodo run
pẹ̀lú àwọn ènìyàn búburú?" 24 Bí a bá ní àádọ́ta olódodo nínú
ìlú náà, ṣé ìwọ yóò pa ibẹ̀ run pẹ̀lú, kí o má sì dá *a sí* nítorí
àádọ́ta olódodo tí ó wà nínú rẹ̀? 25 Kò dára fún ọ láti ṣe irú
nǹkan báyìí, láti pa olódodo pẹ̀lú àwọn ènìyàn búburú, kí
olódodo lè dàbí àwọn ènìyàn búburú; kò dára fún ọ! Ǹjẹ́
Onídàájọ́ gbogbo ayé kò ní ṣe ohun tí ó tọ́?"
26 Olúwa sì wí pé, "Bí mo bá rí àádọ́ta olódodo ní ìlú Sodomu,
èmi yóò dá gbogbo ibẹ̀ sí nítorí wọn."
27 Nígbà náà ni Ábúráhámù dáhùn, ó sì wí pé, "Ní tòótọ́, èmi
tí *mo jẹ́ ṣùgbọ́n* eruku àti eérú ti gbà láti bá Olúwa sọ̀rọ̀: 28 Bí ó

bá ṣe pé márùn-ún dín sí ààdọ́ta olódodo, ṣé ìwọ yóò pa
gbogbo ìlú náà run nítorí *àìsí* márùn-ún?
sì wí pé, "Bí mo bá rí márùndínlógójì níbẹ̀, èmi kì yóò pa *á*
run."
29 Ó sì tún sọ̀rọ̀ sí i, ó sì wí pé, "Bí a bá rí ogójì níbẹ̀?"
sì wí pé, "Èmi kì yóò ṣe *é* nítorí ogójì ènìyàn."
30. Ó sì wí pé, "Kí Olúwa má ṣe bínú, èmi yóò sì sọ̀rọ̀: Ṣé a ó rí
ọgbọ̀n níbẹ̀?"
sì wí pé, "Èmi kì yóò ṣe *é* bí mo bá rí ọgbọ̀n níbẹ̀."
31 Ó sì wí pé, "Nísinsìnyìí, mo ti pinnu láti bá Olúwa sọ̀rọ̀: ṣé a
ó rí ogún níbẹ̀?"
sì wí pé, "Èmi kì yóò pa *á run* nítorí ogún ènìyàn náà."
32. Ó sì wí pé, "Kí Olúwa má ṣe bínú, èmi yóò sì tún sọ̀rọ̀
lẹ́ẹ̀kan sí i: bí a bá rí mẹ́wàá níbẹ̀?"
Ó sì wí pé, "Èmi kì yóò pa *á run* nítorí mẹ́wàá." 33 Olúwa sì lọ
ní kété tí ó ti parí ọ̀rọ̀ rẹ̀ pẹ̀lú Ábúráhámù; Ábúráhámù sì padà
sí ipò rẹ̀.

Òwe 29:2
Ẹdà Tuntun ti Ọba James
2 Nígbà tí àwọn olódodo bá wà ní ipò àṣẹ, àwọn ènìyàn a máa yọ̀;
Ṣùgbọ́n nígbà tí *ènìyàn* búburú bá ń ṣàkóso, àwọn ènìyàn a máa
kérora.

Jẹ́nẹ́sísì 18:16-33
Ifiranṣẹ naa
16 Nígbà tí àwọn ọkùnrin náà dìde láti lọ, wọ́n gbéra lọ sí
Sodomu. Abrahamu bá wọn rìn láti dágbére fún wọn.
17-19 Nígbà náà ni Ọlọ́run wí pé, "Ṣé kí n pa ohun tí mo fẹ́ ṣe
mọ́ fún Ábúráhámù? Ábúráhámù yóò di orílẹ̀-èdè ńlá àti
alágbára; gbogbo orílẹ̀-èdè ayé ni a ó bùkún fún nípasẹ̀ rẹ̀. Bẹ́ẹ̀
ni, mo ti pinnu láti kọ́ àwọn ọmọ rẹ̀ àti ìdílé rẹ̀ láti máa tẹ̀lé
ọ̀nà Ọlọ́run, láti máa gbé ìgbé ayé rere àti onínúure àti òdodo,
kí Ọlọ́run lè mú ìlérí rẹ̀ ṣẹ fún Ábúráhámù."
20-21 Ọlọ́run tẹ̀síwájú pé, "Ẹkún àwọn tí wọ́n pa ní Sódómù àti
Gòmórà di aláìgbọ́ràn; ẹ̀ṣẹ̀ àwọn ìlú náà pọ̀ gidigidi. Èmi yóò

sọ̀kalẹ̀ láti wò ó fúnra mi, kí n wò ó bóyá ohun tí wọ́n ń ṣe
burú tó bí ó ti rí. Nígbà náà ni èmi yóò mọ̀."
22 Àwọn ọkùnrin náà sì rìn lọ sí Sodomu, ṣùgbọ́n Abrahamu
dúró ní ọ̀nà Ọlọ́run, ó sì dí ọ̀nà rẹ̀.
23-25 Abrahamu dojú kọ ọ́, ó ní, "Ṣé o rò pé o fẹ́ pa àwọn
èniyàn rere run pẹ̀lú àwọn èniyàn búburú? Kí ló dé tí àádọ́ta
èniyàn rere bá kù ní ìlú náà? Ṣé ìwọ yóò fi àwọn èniyàn rere
kún àwọn èniyàn búburú, kí o sì mú gbogbo wọn kúrò? Ṣé
ìwọ kò ní dá ìlú náà sí nítorí àwọn àádọ́ta aláìlẹ́ṣẹ̀? Èmi kò
gbàgbọ́ pé ìwọ yóò ṣe bẹ́ẹ̀, kí o sì pa àwọn èniyàn rere àti
àwọn èniyàn búburú run bí ẹni pé kò sí ìyàtọ̀ láàrín wọn? Ǹjẹ́
Onídàájọ́ gbogbo ayé kò ní ṣe ìdájọ́ òdodo?"
26 Ọlọ́run wí pé, "Bí mo bá rí àádọ́ta èniyàn rere ní ìlú
Sódómù, èmi yóò dá ibẹ̀ sí nítorí wọn."
27-28 Abrahamu sì padà wá, ó sì wí pé, "Ǹjẹ́ èmi, èniyàn tí a fi
ẹ̀kúnwọ́ erùpẹ̀ ṣe, mo lè tún ṣí ẹnu mi sí Olúwa mi? Kí ló dé tí
àádọ́ta-àádọ́ta náà kò fi ní márùn-ún, ṣé ìwọ yóò pa ìlú náà
run nítorí àwọn márùn-ún tí ó sọnù?"
Ó ní, "Èmi kò ní pa á run bí ó bá jẹ́ pé márùn-ún ló wà."
29. Abrahamu tún wí pé, "Kí ló dé tí o bá rí ogójì péré?"
"Bẹ́ẹ̀ ni èmi kì yóò pa á run bí ó bá jẹ́ pé fún ogójì."
30 Ó ní, "Olúwa, má bínú sí mi, kí ló dé tí a bá rí ọgbọ̀n péré?"
"Rárá, mi ò ní ṣe é tí mo bá rí ọgbọ̀n."
31 Ó tẹ̀síwájú pé, "Mo mọ̀ pé mo ń dán sùúrù rẹ wò, Olúwa,
ṣùgbọ́n kí ló dé tí mo fi ní ogún?"
"Èmi kì yóò pa á run fún ogún."
32 Kò ní dákẹ́, "Má bínú, Olúwa—ìgbà ìkẹyìn nìyí. Kí ló dé tí
o bá wá pẹ̀lú mẹ́wàá?"
"Nítorí mẹ́wàá péré, èmi kò ní pa ìlú náà run."
33 Nígbà tí Ọlọ́run parí ọ̀rọ̀ rẹ̀ pẹ̀lú Ábúráhámù, ó jáde lọ.
Ábúráhámù sì padà sí ilé.

Òwe 29:2
Ifiranṣẹ naa
2 Nígbà tí àwọn èniyàn rere bá ń ṣe iṣẹ́, gbogbo èniyàn a máa
yọ̀,
ṣùgbọ́n nígbà tí aláṣẹ bá burú, gbogbo èniyàn a máa kérora.

6am Olúwa, a ń jà fún àwọn ìlú wa bí Ábúráhámù ti ṣe bẹ̀bẹ̀; dá àwọn agbègbè tí a fi àmì sí, wòsàn, àti yí wọn padà.

9am Nígbà tí àwọn olódodo bá wà ní ipò àṣẹ, kí àwọn ènìyàn yọ̀; mú ìṣàkóso ìnilára àti ìṣàkóso oníwà-ìkà kúrò.

12pm Gbogbo majẹmu pẹlu ìtàjẹ̀sílẹ̀, ojúkòkòrò, ati ìwà ibi agbegbe ni ẹnu ibode ilu, ni a o wó lulẹ̀.

3pm Baba, gbé àwọn olùṣọ́nà olódodo ga ní àwọn ìgbìmọ̀, àwọn ìjọba ìbílẹ̀, àti àwọn ètò agbègbè.

Aago mẹfa irọlẹ ni mo paṣẹ pe awọn ilu wa ko gbọdọ fi silẹ fun iwa-ipa, ibajẹ, ati iparun iwa-rere.

Aago mẹsan irọlẹ jẹ ki adura gba ẹnu-ọna ki o jẹ ki awọn olori ọlọgbọn farahan ni ipele agbegbe ati ti orilẹ-ede.

Ago mejila owuro ni a o fagilé gbogbo ẹ̀sùn ẹ̀mí èṣù lórí àwọn agbègbè, àwọn ilé-ẹ̀kọ́, àti àwọn agbègbè pàtàkì.

Ọlọ́run , rántí àánú ní ìdájọ́ kí o sì jẹ́ kí àwọn ìlú rí ìbẹ̀wò àtọ̀runwá dípò ìparun.

Ọjọ́ 29 - Òkè Ẹkọ́: Ìdáǹdè kúrò nínú ìgbèkùn Ọkàn

Ìwé Mímọ́: 2 Kọ́ríǹtì 10:4-5; Róòmù 12:2

2 Kọ́ríǹtì 10:4-5
Ẹdà Tuntun ti Ọba James
4 Nítorí àwọn ohun ìjà ogun wa kì í ṣe *ti* ara sùgbọ́n wọ́n lágbára nínú
Ọlọ́run láti wó àwọn ibi gíga lulẹ̀, 5 a sì ń wó àwọn àríyànjiyàn
àti gbogbo ohun gíga tí ó gbé ara rẹ̀ ga sí ìmọ̀ Ọlọ́run lulẹ̀, a sì
ń mú gbogbo èrò wá sí ìgbèkùn sí ìgbọ́ràn Kristi.

Róòmù 12:2
Ẹdà Tuntun ti Ọba James
2 Ẹ má sì ṣe àfarawé ayé yìí, ṣùgbọ́n ẹ yípadà nípa ìyípadà èrò
inú yín, kí ẹ lè fi ẹ̀rí hàn ohun tí ìfẹ́ Ọlọ́run tí ó dára, tí ó ṣe
ìtẹ́wọ́gbà àti pípé *jẹ́* .

2 Kọ́ríǹtì 10:4-6
Ifiranṣẹ naa
3-6 Ayé kò ní ìlànà. Ajá tí a ń jẹ níta ni! Ayé kò jà ní ọ̀nà òdodo. Ṣùgbọ́n a kò gbé tàbí jà ní ọ̀nà yẹn—a kò tíì jà rí, a kò sì ní jà láéláé. Àwọn irinṣẹ́ iṣẹ́ wa kì í ṣe fún títà tàbí àrékérekè, ṣùgbọ́n wọ́n wà fún pípa gbogbo àṣà ìbàjẹ́ yẹn run. A ń lo àwọn irinṣẹ́ Ọlọ́run wa tí ó lágbára fún fífọ́ àwọn ìmọ̀ ọgbọ́n orí tí ó yípadà, fífọ́ àwọn ìdènà tí a gbé kalẹ̀ sí òtítọ́ Ọlọ́run lulẹ̀, fífi gbogbo ìrònú àti ìmọ̀lára àti ìsúnniṣe aláìlágbára sínú ètò ìgbésí ayé tí Kristi ṣe. Àwọn irinṣẹ́ wa ti ṣetán láti mú gbogbo ìdènà kúrò àti láti kọ́ ìgbésí ayé ìgbọràn sí ìdàgbàsókè.

Róòmù 12:2
Ifiranṣẹ naa
Fi Igbesi Aye Re Si Iwaju Olorun

12 [1-2] Nítorí náà, èyí ni ohun tí mo fẹ́ kí o ṣe, Ọlọ́run ń ràn ọ́ lọ́wọ́: Gbé ìgbésí ayé ojoojúmọ́ rẹ—sísùn rẹ, jíjẹun, lílọ sí iṣẹ́, àti rírìn kiri—kí o sì gbé e kalẹ̀ níwájú Ọlọ́run gẹ́gẹ́ bí ẹbọ. Gbígbà ohun tí Ọlọ́run ṣe fún ọ ni ohun tí ó dára jùlọ tí o lè ṣe fún un. Má ṣe di ẹni tí ó bá àṣà rẹ mu débi pé o bá a mu láìronú rárá. Dípò bẹ́ẹ̀, gbé àfiyèsí rẹ lé Ọlọ́run. A ó yípadà láti inú síta. Mọ̀ ohun tí ó fẹ́ lọ́wọ́ rẹ ní kíákíá, kí o sì yára dáhùn sí i. Láìdàbí àṣà tí ó yí ọ ká, tí ó ń fà ọ́ sí ìpele àìdàgbàdénú rẹ̀ nígbà gbogbo, Ọlọ́run ń mú ohun tí ó dára jùlọ jáde láti inú rẹ, ó ń mú ìdàgbàdénú tí ó dára dàgbà nínú rẹ.

6am Baba, wó àwọn odi agbára ìrònú, ìmọ̀ ọgbọ́n orí, àti ojú ìwòye ayé tí ó gbé ara wọn ga sí òtítọ́ Rẹ lulẹ̀.

Aago mẹsan-an owurọ ni mo fi gbogbo èrò ìṣọ̀tẹ̀, àríyànjiyàn àṣà, àti ìdè ọkàn tí mo fi ń tako ìgbọràn sí Kristi sí ìgbèkùn.

12pm Jẹ́ kí ìtúnṣe èrò inú gba inú àwọn akẹ́kọ̀ọ́, àwọn olùkọ́, àti àwọn ilé ẹ̀kọ́.

3pm Gbogbo igberaga ẹkọ ti o ba Ọlọrun jẹ ati pe o ba oye jẹ, jẹ ki a rẹ silẹ labẹ imọlẹ atọrunwa.

6pm Olúwa, àwọn ọkàn tí ó ti bọ́ lọ́wọ́ ìpalára, ìdàrúdàpọ̀, ìfàmọ́ra, àti ìgbèkùn ọgbọ́n.

Aago mẹsan irọlẹ ni mo paṣẹ pe awọn ọmọ-ẹkọ Kristiẹni gbọdọ ronu ni kedere, ni ọna Bibeli, ati ni igboya.

12am Jẹ́ kí àwọn yàrá ìkẹ́ẹ̀kọ́ di ibi tí òtítọ́ ti ń tú ẹ̀tàn ká àti ibi tí a ti ń jí ète dìde.

3am Ìwọ Ọlọ́run, gba ọkàn ìran yìí padà kí o sì ṣe àtúnṣe wọn pẹ̀lú ọgbọ́n rẹ.

Ọjọ́ 30 - Òkè Media: Ìfihàn Àwọn Iṣẹ́ Farasin

Ìwé Mímọ́: Éfésù 5:11-14; Lúùkù 8:17

Éfésù 5:11-14
Ẹdà Tuntun ti Ọba James
11 Ẹ má ṣe bá àwọn iṣẹ́ òkùnkùn tí kò léso pọ̀, ṣùgbọ́n ẹ fi wọ́n
hàn . 12 Nítorí ó tijú láti sọ̀rọ̀ nípa àwọn nǹkan tí wọ́n ń ṣe ní
ìkọ̀kọ̀. 13 Ṣùgbọ́n gbogbo ohun tí a bá fi hàn gbangba ni ìmọ́lẹ̀ ń fi hàn,
nítorí ohunkóhun tí ó bá fi hàn gbangba ni ìmọ́lẹ̀. 14 Nítorí náà
ni ó ṣe wí pé:
"Jí, ìwọ ẹni tí ó ń sùn,
Jí dìde kúrò nínú òkú, Kristi yóò sì fún ọ ní ìmọ́lẹ̀."

Lúùkù 8:17
Ẹdà Tuntun ti Ọba James
17 Nítorí kò sí ohun ìkọ̀kọ̀ tí a kì yóò fi hàn, bẹ́ẹ̀ ni kò *sí ohun*
ìkọ̀kọ̀ tí a kì yóò mọ̀ tí a kì yóò sì yọ sí gbangba.

Éfésù 5:11-16
Ifiranṣẹ naa
11-16 Má ṣe fi àkókò rẹ ṣòfò lórí iṣẹ́ asán, iṣẹ́ àṣekára lásán, àti
ìwá ọ̀nà òkùnkùn lásán. Fi àwọn nǹkan wọ̀nyí hàn fún àbùkù
tí wọ́n jẹ́. Ó jẹ́ àbùkù nígbà tí àwọn ènìyàn bá fi ìgbésí ayé
wọn ṣòfò lórí àwọn nǹkan tí wọ́n gbọ́dọ̀ ṣe nínú òkùnkùn
níbi tí ẹnikẹ́ni kò ní rí i. Ya ìbòrí àwọn ẹ̀tàn wọ̀nyẹn kúrò kí o
sì rí bí wọ́n ṣe lẹ́wà tó nínú ìmọ́lẹ̀ Kristi.
Jí láti oorun rẹ,
Gòkè kúrò nínú àpótí ìdì rẹ; Kristi yóò fi ìmọ́lẹ̀ hàn ọ́!
Nítorí náà, kíyèsí ìgbésẹ̀ rẹ. Lo orí rẹ. Lo gbogbo àǹfààní tí o
bá ní. Àwọn àkókò àìnírètí ni wọ́n yìí!

Lúùkù 8:17-18

Ifiranṣẹ naa

Àwọn Aláìnínú Ohun Tí Ẹ Gbọ́

16-18 "Kò sí ẹni tí ó tan fìtílà tí ó sì fi ìkòkò ìwẹ̀ bò ó tàbí kí ó tì í sí abẹ́ ibùsùn. Rárá o, o gbé e ka orí ọ̀pá fìtílà kí àwọn tí wọ́n bá wọ inú yàrá lè rí ọ̀nà wọn. A kò pa àṣírí mọ́; a ń sọ fún wọn. A kò fi nǹkan pamọ́; a ń mú *ohun gbogbo* jáde síta. Nítorí náà, ẹ ṣọ́ra kí ẹ má baà di ẹni tí ó ń ṣe aláìní ohun tí ẹ gbọ́. Ọlàwọ́ máa ń bí ọ̀làwọ́. Ìwà ipá máa ń sọni di aláìní."

6am Baba, jẹ ki awọn iṣẹ òkùnkùn ti o farasin ninu awọn eto ibaraẹnisọrọ han nipasẹ imọlẹ rẹ.

9am Mo paṣẹ pe ohunkohun ti a fi pamọ lati ṣe arekereke awọn eniyan kii yoo wa ni pamọ lailai.

Aago mejila irọlẹ ni a o tu gbogbo ajọṣepọ ikọkọ ti o n fa iro, iwuri, ati ibajẹ.

3pm Olúwa, jí àwọn olùfọ́mọ́lẹ̀, àwọn olùsọ̀rọ̀ òtítọ́, àti àwọn olùtúnṣe pẹ̀lú ìgboyà àti ààbò.

6pm Jẹ́ kí ohun tí a ti ṣe nínú òkùnkùn láti da rú, láti ṣàkóso, àti láti bàjẹ́ di èyí tí a fà sínú ìdájọ́ tí ó hàn gbangba.

Aago mẹsan irọlẹ ni mo kọ ibẹru eniyan silẹ mo si gbadura fun mimọ mimọ ni oju ẹtan ti o nira.

12am Jẹ́ kí a mì àwọn ètò ìròyìn títí tí òtítọ́ yóò fi mí, tí a ó sì gbọ́ òdodo.

3am Ọlọ́run, dìde gẹ́gẹ́ bí olùṣípayá àṣírí kí o sì tú gbogbo iṣẹ́ ìkọ̀kọ̀ tí ó lòdì sí ìjọba Rẹ.

Ọjọ́ 31 - Òkè Iṣẹ́ Àkànṣe: Ìdènà láti Pọ̀ sí I

Ìwé Mímọ́: Jẹ́nẹ́sísì 50:20; Jóòbù 5:12

Jẹ́nẹ́sísì 50:20
Ẹdà Tuntun ti Ọba James
20 Ṣùgbọ́n ní tiyín, ibi ni ẹ gbèrò sí mi; *ṣùgbọ́n* Ọlọ́run ti pinnu rẹ̀ fún rere, láti mú un ṣẹ gẹ́gẹ́ bí *ó ti rí* lónìí, láti gba ọ̀pọ̀lọpọ̀ ènìyàn là.

Jóòbù 5:12
Ẹdà Tuntun ti Ọba James
12 Ó ń da àwọn ọgbọ́n àrékérekè rú,
kí ọwọ́ wọn má baà lè mú èrò wọn ṣẹ.

Jẹ́nẹ́sísì 50:20-21
Ifiranṣẹ naa
19-21 Josẹfu dáhùn pé, "Ẹ má bẹ̀rù. Ṣé mo ń ṣe fún Ọlọ́run ni? Ṣé ẹ kò rí i, ẹ gbèrò ibi sí mi ṣùgbọ́n Ọlọ́run lo àwọn ètò kan náà fún ire mi, gẹ́gẹ́ bí ẹ ṣe ń rí ní àyíká yín nísinsìnyìí—ìgbésí ayé fún ọ̀pọ̀lọpọ̀ ènìyàn. Ó rọrùn nísinsìnyí, ẹ kò ní bẹ̀rù; Èmi yóò tọ́jú yín àti àwọn ọmọ yín." Ó fi wọ́n lọ́kàn balẹ̀, ó sì bá wọn sọ̀rọ̀ ní ọkàn-àyà.

Jóòbù 5:12-16
Ifiranṣẹ naa
Ìbùkún ńlá gbáà ni nígbà tí Ọlọ́run bá tọ́ ọ sọ́nà!
8-16 "Tí mo bá wà ní ipò rẹ, èmi ìbá lọ tààrà sí Ọlọ́run,
èmi ìbá fi ara mi lé àánú Ọlọ́run. Ó gbajúmọ̀ fún àwọn iṣe ńlá àti àìròtẹ́lẹ̀; kò sí òpin sí àwọn ìyàlẹ́nu rẹ̀. Ó ń fún òjò ní òjò, fún àpẹẹrẹ, káàkiri ilẹ̀ ayé, ó ń rán omi láti bomirin oko.
Ó ń gbé ìsàlẹ̀ sókè,
ó ń fún àwọn tí wọ́n ń rì sínú ìbànújẹ́ ní ìdúróṣinṣin. Ó ń dá

àwọn ọ̀daràn tí ń tàn jẹ, kí ó má baà di gbogbo èrò wọn mú. Ó ń mú àwọn onímọ̀ nínú àwọn ìwà ọ̀daràn wọn—gbogbo ìwà ọ̀daràn tí ó díjú tí a gbá mọ́ ìdọ̀tí! Lójijì wọ́n dààmú, wọ́n bọ́ sínú òkùnkùn; wọn kò lè ríran láti fi ẹsẹ̀ kan síwájú èkejì.Ṣùgbọ́n Ọlọ́run gbà àwọn tí a tẹ̀ mọ́lẹ̀ là, ó gbà wọ́n là kúrò nínú àwọn ìwà ọ̀daràn, ó gbà wọ́n là kúrò nínú ọwọ́ irin. Nítorí náà, àwọn aláìní ń retí, nígbà tí a dè àìṣòdodo tí a sì fi ẹnu pa.

6am Baba, ohun tí ọ̀tá fẹ́ ṣe fún ibi nínú ìnáwó, iṣẹ́ ajé, àti ìpèsè, yí i padà sí ire ìjọba.

9am. Jẹ́ kí àwọn ọgbọ́n àrékérekè ba àwọn ọgbọ́n àrékérekè jẹ́ kí ọwọ́ wọn má baà lè ṣe iṣẹ́ wọn lòdì sí wa.

12pm Gbogbo ẹ̀mí ìtako tí ó dúró sí ẹnu ọ̀nà ìlọsíwájú, kí iná Ọlọ́run mú un kúrò.

3pm Mo fọ ìdádúró, ìbàjẹ́, ìròyìn búburú, ẹ̀sùn èké, àti àtakò ìkọ̀kọ̀ sí iṣẹ́ òdodo.

6pm Olúwa, fún àwọn ènìyàn rẹ ní ojúrere tí ó pa àwọn ohùn ọ̀tá lẹ́nu mọ́, tí ó sì ṣí àwọn ìlẹ̀kùn ọgbọ́n.

Aago mẹsan irọlẹ ni mo paṣẹ fun aisiki larin ikorira ati ilọsiwaju loju atako.

12am Jẹ́ kí àwọn ìtìlẹ́yìn tí a fi pamọ́, àwọn ọ̀rẹ́ àtọ̀runwá, àti àwọn àǹfààní òfin dìde lójijì fún ìlọsíwájú ìjọba.

3am Ọlọ́run, yí gbogbo àwọn alátakò tí a ṣètò padà sí ẹ̀rí ìṣòtítọ̀ àti agbára rẹ.

Ọjọ́ 32 - Òkè Àwòrán: Bíbọ́ Ìfàmọ́ra àti Ìbọ̀rìṣà

Ìwé Mímọ́: Sáàmù 69:22-28; 1 Jòhánù 5:21

Sáàmù 69:22-28
Ẹdà Tuntun ti Ọba James
22 Jẹ́ kí tábìlì wọn di ìdẹkùn níwájú wọn,
àti àlàáfíà wọn di ìdẹkùn.
23 Jẹ́ kí ojú wọn ṣókùnkùn kí wọn má baà ríran;
Kí o sì jẹ́ kí ẹ̀gbẹ́ wọn máa mì tìtì nígbà gbogbo.
24 Tú ìbínú rẹ jáde sí wọn,
kí ìbínú rẹ sì mú wọn.
25 Jẹ́ kí ibùgbé wọn di ahoro;
kí ẹnikẹ́ni má ṣe gbé inú àgọ́ wọn.
26 Nítorí wọ́n ń ṣe inúnibíni sí *àwọn tí* ìwọ ti lù,
wọ́n sì ń sọ̀rọ̀ nípa ìbànújẹ́ àwọn tí ìwọ ti pa lára.
27 Fi ẹ̀ṣẹ̀ kún ẹ̀ṣẹ̀ wọn,
kí wọ́n má sì ṣe wá sínú òdodo rẹ.
28 Jẹ́ kí a pa wọ́n rẹ́ kúrò nínú ìwé àwọn alààyè,
kí a má sì kọ wọ́n pẹ̀lú àwọn olódodo.

1 Jòhánù 5:21
Ẹdà Tuntun ti Ọba James
21 Ẹyin ọmọdé, ẹ pa ara yín mọ́ kúrò nínú ère. Àmín.

Sáàmù 69:22-28
Ifiranṣẹ naa
22 Jẹ́ kí oúnjẹ alẹ́ wọn di ìdẹkùn nínú ìdẹkùn tí ó lè dì mọ́ ara wọn;
Kí àwọn ọ̀rẹ́ wọn tímọ́tímọ́ jẹ́ àwọn adẹkùn tí yóò bo wọ́n mọ́lẹ̀ láàyè.
23 Jẹ́ kí wọ́n fọ́jú bí àdán,
kí wọ́n máa gbọn láti òwúrọ̀ títí di alẹ́.

[24] Jẹ́ kí wọ́n mọ ohun tí o rò nípa wọn,
fi ìbínú rẹ tó gbóná gbóná lù wọ́n.
[25] Sun ilé wọn,
fi wọ́n sílẹ̀ láìsí ẹnikẹ́ni nílé.
[26] Wọ́n ń sọ̀rọ̀ òfófó nípa ẹni tí o bá wí,
wọ́n ń sọ ìtàn nípa ẹnikẹ́ni tí Ọlọ́run pa lára.
[27] Kó gbogbo ẹ̀bi náà jọ,
Má ṣe jẹ́ kí wọ́n kúrò ní ìkọ̀kọ̀.
[28] Kọ orúkọ wọn kúrò nínú àkójọ àwọn alààyè;
Kò sí ọlá tí a gbé ní àpáta fún wọn láàrín àwọn olódodo.

1 Jòhánù 5:21
Ifiranṣẹ naa
[18-21] A mọ̀ pé kò sí ẹnikẹ́ni nínú àwọn ọmọ tí Ọlọ́run bí tí ó ń
ṣe ìwà ẹ̀ṣẹ̀—ẹ̀ṣẹ̀ tí ó lè pa ènìyàn. Àwọn tí Ọlọ́run bí náà ni a
dáàbò bò pẹ̀lú. Ènìyàn búburú kò lè fi ọwọ́ kan wọ́n. A mọ̀
pé Ọlọ́run ló mú wa dúró ṣinṣin; àwọn ènìyàn ayé nìkan ni ó
ń bá a lọ nínú ìdènà Ènìyàn búburú. A sì mọ̀ pé Ọmọ Ọlọ́run
wá kí a lè mọ òtítọ́ Ọlọ́run kí a sì lóye rẹ̀—ẹ̀bùn ńlá gbáà ni
!— a sì ń gbé nínú Òtítọ́ fúnra rẹ̀, nínú Ọmọ Ọlọ́run, Jésù
Kristi. Jésù yìí ni Ọlọ́run tòótọ́ àti ìyè tòótọ́. Ẹyin ọmọ, ẹ máa
ṣọ́ra fún gbogbo àfiwé ọlọ́gbọ́n.

6am Baba, yí gbogbo tábìlì ìtànjẹ àti gbogbo ìdẹkùn tí a gbé kalẹ̀ láti inú àṣà láti dẹkùn mú ọkàn padà.

Aago mẹsan-an owurọ Mo kọ awọn oriṣa ti olokiki, igberaga, ifẹkufẹ, ati igbega ara ẹni ti o bori awọn aye ẹda.

12pm Jẹ́ kí iṣẹ́ àfọ̀ṣẹ, ìfẹ́ sí òkùnkùn, àti ìfẹ́ fún ìwà ìbàjẹ́ pàdánù agbára lórí gbogbo ènìyàn.

3pm Gbogbo pẹpẹ ìbọ̀rìṣà tí ó ń fa ìjọsìn kúrò lọ́dọ̀ Ọlọ́run, kí a wó lulẹ̀.

6pm Olúwa, gba àwọn òṣèré àti àwọn olùgbọ́ sílẹ̀ kúrò nínú ìdè sí ìtẹ́wọ́gbà, àṣejù, àti ìfọ́jú ẹ̀mí.

9pm Mo paṣẹ pe a ti ba agbara iwa-rere lori asa jẹ nipasẹ imọlẹ Kristi.

12am Jẹ́ kí ìdálẹ́bi mímọ́ lọ sí àwọn ilé iṣeré, àwọn ilé iṣeré, àwọn ìtàgé, àti àwọn odò níbi tí a ti ń ṣe ayẹyẹ òkùnkùn.

3am Ìwọ Ọlọ́run, gba ìrònú padà kúrò nínú àwọn òrìṣà kí o sì darí ìfẹ́ sí òtítọ́, ẹwà, àti ìjọsìn.

Ọjọ́ 33 - Àánú Orílẹ̀-èdè àti Ìmúpadàbọ̀sípò Májẹ̀mú

Ìwé Mímọ́: Dáníẹ́lì 9:1-19; 2 Kírónííkà 7:13-16

Dáníẹ́lì 9:1-19
Ẹdà Tuntun ti Ọba James
Àdúrà Dáníẹ́lì fún Àwọn Ènìyàn
9 Ní ọdún kìn-ín-ní Dariusi ọmọ Ahasuerusi, láti ìdílé àwọn
ará Media, ẹni tí a fi jẹ ọba lórí ìjọba àwọn ará Kaldea— 2 Ní
ọdún kìn-ín-ní ìjọba rẹ̀, èmi, Daniẹli, mo mọ̀ láti inú ìwé iye
ọdún *tí a ti sọ* nípa ọ̀rọ̀ Olúwa nípasẹ̀ wòlíì Jeremiah pé òun
yóò parí àádọ́rin ọdún ní ìparun Jerusalẹmu.
3 Nígbà náà ni mo dojúkọ Olúwa Ọlọ́run láti béèrè pẹ̀lú àdúrà
àti ẹ̀bẹ̀, pẹ̀lú ààwẹ̀, aṣọ ọ̀fọ̀, àti eérú. 4 Mo sì gbàdúrà sí Olúwa
Ọlọ́run mi, mo sì jẹ́wọ́, mo sì wí pé, "Olúwa, Ọlọ́run ńlá àti
ẹlẹ́rù, ẹni tí ó ń pa májẹ̀mú àti àánú rẹ̀ mọ́ pẹ̀lú àwọn tí ó
fẹ́ràn rẹ̀, àti pẹ̀lú àwọn tí ń pa òfin rẹ̀ mọ́, 5 àwa ti ṣẹ̀, a sì ti ṣe
àìtọ́, a ti ṣe búburú, a sì ti ṣọ̀tẹ̀, àní nípa yíyà kúrò nínú àwọn
ìlànà rẹ àti ìdájọ́ rẹ. 6 Bẹ́ẹ̀ ni àwa kò fetí sí àwọn ìránṣẹ́ rẹ wòlíì,
tí wọ́n sọ̀rọ̀ ní orúkọ rẹ sí àwọn ọba wa àti àwọn ọmọ aládé
wa, sí àwọn baba wa àti gbogbo àwọn ènìyàn ilẹ̀ náà. 7 Olúwa,
òdodo *jẹ́* ti rẹ, ṣùgbọ́n fún wa ní ìtìjú ojú, gẹ́gẹ́ bí *ó ti rí* lónìí—
fún àwọn ènìyàn Juda, sí àwọn olùgbé Jerusalẹmu àti gbogbo
Israẹli, àwọn tí ó súnmọ́ àti àwọn tí ó jìnnà réré ní gbogbo
àwọn orílẹ̀-èdè tí ìwọ ti lé wọn lọ, nítorí àìṣòótọ́ tí wọ́n ti ṣẹ̀ sí
ọ.
8 "Olúwa, tiwa *ni* ìtìjú ojú, ti àwọn ọba wa, ti àwọn ọmọ-aládé
wa, àti ti àwọn baba wa, nítorí a ti ṣẹ̀ sí ọ. 9 Ti Olúwa Ọlọ́run
wa *ni* àánú àti ìdáríjì, bí ó tilẹ̀ jẹ́ pé a ti ṣọ̀tẹ̀ sí i. 10 Àwa kò gbọ́
ohùn Olúwa Ọlọ́run wa, láti rìn nínú òfin rẹ̀, tí ó gbé kalẹ̀
níwájú wa láti ọwọ́ àwọn ìránṣẹ́ rẹ̀ àwọn wòlíì. 11 Bẹ́ẹ̀ ni,
gbogbo Ísírẹ́lì ti rú òfin rẹ, wọ́n sì ti lọ kúrò kí wọ́n má ba à
gbọ́ ohùn rẹ; nítorí náà ni a ṣe tú ègún àti ìbúra tí a kọ sínú

òfin Mósè ìránṣẹ́ Ọlọ́run sórí wa, nítorí àwa ti ṣẹ̀ sí i. 12 Ó sì ti
fi àwọn ọ̀rọ̀ rẹ̀ múlẹ̀, èyí tí ó sọ sí wa àti sí àwọn onídàájọ́ wa
tí wọ́n ṣe ìdájọ́ wa, nípa mímú ìparun ńlá wá sórí wa; nítorí
lábẹ́ gbogbo ọ̀run ni irú èyí kò tíì ṣẹlẹ̀ bí èyí tí a ṣe sí
Jérúsálẹ́mù rí.
13 "Gẹ́gẹ́ bí *a ti* kọ ọ́ sínú òfin Mósè, gbogbo ìyọnu yìí ti dé bá
wa; síbẹ̀ àwa kò gbàdúrà níwájú Olúwa Ọlọ́run wa, kí a lè
yípadà kúrò nínú ẹ̀ṣẹ̀ wa kí a sì lóye òtítọ́ rẹ. 14 Nítorí náà
Olúwa ti pa ìyọnu náà mọ́, ó sì mú un wá sórí wa; nítorí
Olúwa Ọlọ́run wa *jẹ́* olódodo nínú gbogbo iṣẹ́ tí ó ń ṣe, bí ó
tilẹ̀ jẹ́ pé àwa kò gbọ́ ohùn rẹ̀. 15 Ǹjẹ́ nísinsìnyí, Olúwa Ọlọ́run
wa, ẹni tí ó mú àwọn ènìyàn rẹ jáde láti ilẹ̀ Íjíbítì pẹ̀lú ọwọ́
agbára, tí ó sì ṣe orúkọ fún ara rẹ̀, gẹ́gẹ́ bí *ó ti rí* lónìí—a ti ṣẹ̀,
a sì ti ṣe búburú!
16 "Olúwa, gẹ́gẹ́ bí gbogbo òdodo rẹ, mo bẹ̀ ọ́, jẹ́ kí ìbínú àti
ìbínú rẹ kúrò ní ìlú rẹ Jerusalẹmu, òkè mímọ́ rẹ ; nítorí ẹ̀ṣẹ̀ wa
àti nítorí àìṣedéédé àwọn baba wa, Jerusalẹmu àti àwọn ènìyàn
rẹ *jẹ́* ẹ̀gàn fún gbogbo *àwọn tí* ó yí wa ká. **17 Nítorí náà, Ọlọ́run** wa , gbọ́
àdúrà ìránṣẹ́ rẹ àti ẹ̀bẹ̀ rẹ̀, kí o sì jẹ́ kí ojú rẹ tàn sí ibi mímọ́ re , tí ó
ti di ahoro. 18 Olórun mi, tẹ etí rẹ sílẹ̀ kí o sì gbọ́; ṣí ojú rẹ kí o sì rí ìparun
wa, àti ìlú tí a ń pè ní orúkọ rẹ; nítorí àwa kò gbé ẹ̀bẹ̀ wa kalẹ̀
níwájú rẹ nítorí iṣẹ́ òdodo wa, bí kò ṣe nítorí àánú rẹ ńlá. 19
Olúwa , gbọ́! Olúwa, dáríjì! Olúwa, fetísílẹ̀ kí o sì ṣe é! Má ṣe pẹ́
nítorí tìrẹ, Ọlọ́run mi, nítorí pé orúkọ rẹ ni a ń pe ìlú rẹ àti
àwọn ènìyàn rẹ."

2 Kírónínkà 7:13-16
Ẹdà Tuntun ti Ọba James
13 Nígbà tí mo bá ti ọ̀run tí òjò kò sì sí, tàbí tí mo bá pàṣẹ fún
àwọn eṣú láti jẹ ilẹ̀ náà run, tàbí tí mo rán àjàkálẹ̀-àrùn sí àárín
àwọn ènìyàn mi, 14 tí àwọn ènìyàn mi tí a ń pè ní orúkọ mi bá
rẹ ara wọn sílẹ̀, tí wọ́n sì gbàdúrà, tí wọ́n sì wá ojú mi, tí wọ́n
sì yípadà kúrò nínú ọ̀nà búburú wọn, nígbà náà ni èmi yóò
gbọ́ láti ọ̀run, èmi yóò sì dárí ẹ̀ṣẹ̀ wọn jì wọ́n, èmi yóò sì wo
ilẹ̀ wọn sàn. 15 Nísinsìnyí, ojú mi yóò ṣí, etí mi yóò sì tẹ́tí sí
àdúrà *tí a ṣe* ní ibí yìí. **16 Nítorí nísinsìnyí** , èmi ti yan, mo sì ti sọ ilé yìí

di mímọ́, kí orúkọ mi lè wà níbẹ̀ títí láé; àti [b] ojú mi àti [c] ọkàn mi yóò wà níbẹ̀ títí láé.

Dáníẹ́lì 9:1-19

Ifiranṣẹ naa

Ìdúró Majẹmu Ọlọ́run

9 1-4 "Dariusi, ọmọ Ahasuerusi, tí a bí ní ará Media, di ọba lórí
ilẹ̀ Babiloni. Ní ọdún kìn-ín-ní ìjọba rẹ̀, èmi, Danieli, ń ṣe
àṣàrò lórí Ìwé Mímọ́ tí ó fúnni, gẹ́gẹ́ bí Ọrọ̀ Ọlọ́run sí wòlíì
Jeremiah, iye ọdún tí Jerusalẹmu yóò fi wó lulẹ̀, èyí ni àádọ́rin
ọdún. Mo yípadà sí Olúwa Ọlọ́run, mo ń béèrè fún ìdáhùn—
mo gbàdúrà pẹ̀lú ìtara, mo gbààwẹ̀ láti oúnjẹ, mo wọ aṣọ ìbòrí
ìronúpìwàdà, mo sì kúnlẹ̀ nínú eérú. Mo tú ọkàn mi jáde, mo
sì fi ọkàn mi hàn sí Ọlọ́run, Ọlọ́run mi:
4-8 "Olúwa, Ọlọ́run ńlá àti olókìkí. O kò ní yí ìpinnu májẹ̀mú
rẹ padà, má ṣe juwọ́ sílẹ̀ fún àwọn tí ó fẹ́ràn rẹ tí wọ́n sì ń ṣe
ohun tí o sọ. Síbẹ̀ a ti ṣẹ̀ ní gbogbo ọ̀nà tí a lè ronú. A ti ṣe
ohun búburú, a ti ṣọ̀tẹ̀, a sá fún àwọn ènìyàn, a sì ti yí ọ̀nà rẹ tí
ó hàn gbangba padà. A ti kọ etí ikún sí àwọn ìránṣẹ́ rẹ àwọn
wòlíì, àwọn tí wọ́n wàásù Ọrọ̀ rẹ fún àwọn ọba àti àwọn olórí
wa, àwọn òbí wa, àti gbogbo ènìyàn ilẹ̀ náà. O ti ṣe ohun
gbogbo tí ó tọ́, Olúwa, ṣùgbọ́n gbogbo ohun tí a ní láti fi hàn
fún ìgbésí ayé wa ni ẹ̀bi àti ìtìjú, gbogbo wa—àwọn ènìyàn
Juda, àwọn ará Jerusalẹmu, Israẹli nílé àti Israẹli ní ìgbèkùn ní
gbogbo ibi tí a ti lé wa lọ nítorí ìfọ́nká wa sí ọ. Bẹ́ẹ̀ni, Ọlọ́run,
a ti fi ìtìjú wa hàn, gbogbo wa—àwọn ọba wa, àwọn olórí wa,
àwọn òbí wa—níwájú gbogbo ayé. Ó sì tọ́ sí bẹ́ẹ̀, nítorí ẹ̀ṣẹ̀
wa.
9-12 "'Àánú ni ìrètí wa kan ṣoṣo, àánú rẹ, Olúwa, Ọlọ́run wa,
nítorí pé nínú ìṣọ̀tẹ̀ wa a ti pàdánù ẹ̀tọ́ wa. A kò fiyèsí rẹ nígbà
tí o sọ fún wa bí a ṣe ń gbé ìgbésí ayé, ẹ̀kọ́ tí ó ṣe kedere tí ó
wá láti ọ̀dọ̀ àwọn ìránṣẹ́ rẹ àwọn wòlíì. Gbogbo wa ní Ísírẹ́lì
kò ka ohun tí o sọ sí. A tàpá sí ìlànà rẹ, a sì ṣe ohun tí ó wù
wá. Àti nísinsìnyí a ń san án fún un: Ègún ńlá tí a kọ sílẹ̀ ní
kedere nínú ìfihàn sí ìránṣẹ́ Ọlọ́run Mósè ń ṣe iṣẹ́ rẹ̀ láàrín wa
nísinsìnyí, èrè ẹ̀ṣẹ̀ wa sí ọ. O ṣe sí wa àti àwọn olórí wa ohun tí

o sọ pé ìwọ yóò ṣe: O mú ìparun búburú yìí wá sórí wa, àjálù
búburú jùlọ tí a kọ sílẹ̀—àti ní Jerúsálẹ́mù!
13-14 "Gẹ́gẹ́ bí a ti kọ ọ́ nínú ìfihàn Ọlọ́run sí Mose, àjálù náà jẹ́
pátápátá. Kò sí ohun tí a dá dúró. A ń dẹ́sẹ̀ wa, a kò ronú
lẹ́ẹ̀kejì, a kò gbàgbé ìkìlọ̀ rẹ, nítorí náà o kò ní àṣàyàn mìíràn ju
kí o jẹ́ kí àjálù náà túká sórí wa ní gbogbo agbára. Ìwọ,
Ọlọ́run wa, ní ẹ̀tọ́ pípé láti ṣe èyí nítorí pé a kò fi ìkọ̀kọ̀ kọ̀ ọ́
sílẹ̀ nígbà gbogbo.
15-17 "Olúwa, ìwọ ni Ọlọ́run wa, nítorí ìwọ ni o gbà àwọn
ènìyàn rẹ là kúrò ní ilẹ̀ Íjíbítì pẹ̀lú agbára—àwọn ènìyàn ṣì ń
sọ̀rọ̀ nípa rẹ̀! A jẹ́wọ́ pé a ti ṣẹ̀, pé a ti gbé ìgbésí ayé búburú.
Ní títẹ̀lé àwọn ìlànà ohun tí o ti ń ṣe nígbà gbogbo ní títúnṣe
nǹkan, títúnṣe *àwọn ènìyàn* , jọ̀wọ́ dáwọ́ ìbínú sí Jerúsálẹ́mù, ìlú
tìrẹ gan-an, òkè mímọ́ rẹ dúró. A mọ̀ pé ẹ̀bi wa ni èyí ti ṣẹlẹ̀,
gbogbo rẹ̀ nítorí ẹ̀ṣẹ̀ wa àti ẹ̀ṣẹ̀ àwọn òbí wa, nísinsìnyí a jẹ́
ìtìjú fún gbogbo ènìyàn tí ó yí wa ká. Àbùkù ni a jẹ́ ní àdúgbò
náà. Nítorí náà , fetísílẹ̀, Ọlọ́run, sí àdúrà ìpinnu ìránṣẹ́ rẹ yìí.
Ṣàánú ibi mímọ́ rẹ tí ó ti bàjẹ́. Ṣe ìṣe láti inú ẹni tí ìwọ jẹ́, kì í
ṣe láti inú ohun tí àwa jẹ́.
18 "'Yí etí rẹ padà sí ọ̀nà wa, Ọlọ́run, kí o sì gbọ́. Ṣí ojú rẹ kí o
sì wo ìlú wa tí ó ti bàjẹ́, ìlú yìí tí a pè ní orúkọ rẹ. A mọ̀ pé a
kò yẹ fún gbígbọ́ láti ọ̀dọ̀ rẹ. Ẹbẹ̀ wa ni sí àánú rẹ. Àdúrà yìí ni
ìrètí wa ìkẹyìn:
19 " 'Olúwa, gbọ́ tiwa!
Olúwa, dáríjì wa! Olúwa, wò wá kí o sì ṣe nǹkan kan! Olúwa,
má ṣe dá wa dúró! A fi orúkọ rẹ pe ìlú rẹ àti àwọn ènìyàn rẹ:
O ní ìpín nínú wa!'

2 Kíróníkà 7:13-18
Ifiranṣẹ naa
12-18 Ọlọ́run farahàn fún Sólómọ́nì ní alẹ́ ọjọ́ náà, ó sì wí pé,
"Mo gba àdúrà rẹ; bẹ́ẹ̀ ni, mo ti yan ibi yìí gẹ́gẹ́ bí tẹ́ḿpìlì fún
ẹbọ, ilé ìjọsìn. Bí mo bá ti pa ìpèsè òjò láti ọ̀run tàbí kí n pàṣẹ
fún eṣú láti jẹ èso oko tàbí kí n rán àjàkálẹ̀-àrùn sí àwọn
ènìyàn mi, àti àwọn ènìyàn mi, àwọn ènìyàn tí Ọlọ́run yàn, tí
wọ́n sì dáhùn nípa rírẹ̀ ara wọn sílẹ̀, gbígbàdúrà, wíwá ojú mi,
àti yíyí ẹ̀yìn wọn padà sí ìgbésí ayé búburú wọn, èmi yóò wà

níbẹ̀ fún ọ: Èmi yóò gbọ́ láti ọ̀run, èmi yóò dárí ẹ̀ṣẹ̀ wọn jì wọ́n, èmi yóò sì mú ilẹ̀ wọn padà sí ìlera. Láti ìsinsìnyí lọ, èmi yóò máa ṣọ́ra ní ọ̀sán àti òru sí àdúrà tí a ń gbà ní ibi yìí. Gba mi gbọ́, èmi ti yan àti sọ tẹ́ḿpìlì yìí tí ìwọ ti kọ́ di mímọ́: Orúkọ mi wà lórí rẹ̀ títí láé; ojú mi wà lórí rẹ̀ àti ọkàn mi nínú rẹ̀ nígbà gbogbo. Ní ti ìwọ, bí ìwọ bá ń gbé níwájú mi gẹ́gẹ́ bí Dáfídì baba rẹ ti gbé, tí ó mọ́ ní ọkàn àti ìṣe, tí ó ń gbé ìgbésí ayé tí mo ti gbé kalẹ̀ fún ọ, tí ó ń gbọ́ràn sí ìtọ́ni àti ìdájọ́ mi pẹ̀lú ìfarabalẹ̀, nígbà náà èmi yóò ṣe àtìlẹ́yìn ìjọba ọba rẹ lórí Ísírẹ́lì—jẹ́ kí ó jẹ́ ohun tí ó dájú lórí ohun tí ó dájú. ìpìlẹ̀. Àdéhùn májẹ̀mú kan náà tí mo fún Dáfídì baba rẹ ni mo ń fún ọ, èyí ni pé, 'O lè gbẹ́kẹ̀lé pé ọmọ kan yóò wà lórí ìtẹ́ Ísírẹ̀lì nígbà gbogbo.'

6am Olúwa, a jẹ́wọ́ ẹ̀ṣẹ̀ orílẹ̀-èdè, ìṣọ̀tẹ̀ àjọ, àti ìgbéraga gbogbogbò; a bẹ̀bẹ̀ sí àánú ńlá rẹ.

A kì í ṣe nítorí òdodo wa ni a fi ń gbàdúrà, bí kò ṣe nítorí àánú rẹ .

Ago mejila irọlẹ jẹ ki itiju yipada si ironupiwada ki ironupiwada si atunṣe ni ilẹ wa.

3pm Gbogbo majẹmu pẹlu aiṣododo, ìtàjẹ̀sílẹ̀, ìbọ̀rìṣà, ati ìwà ìbàjẹ́, ni a ó fi àánú Ọlọrun ba jẹ́.

6pm Baba, gbọ́, dáríjì, fetísílẹ̀, kí o sì ṣe; má ṣe dúró nítorí orúkọ rẹ.

9pm Mo paṣẹ pe Ọlọrun yoo ranti awọn ibi ahoro ati tun kọ nipa ojurere Rẹ̀.

12am Jẹ́ kí ọ̀dá ẹ̀mí, ìbàjẹ́ àwùjọ, àti ìparun ìwà rere yọ̀ǹda fún ìwòsàn àti àtúnṣe.

3am Ìwọ Ọlọ́run, rántí àwọn ènìyàn rẹ, pa ẹ̀rí rẹ mọ́, kí o sì sọ ilẹ̀ wa di mímọ́ nítorí orúkọ ńlá rẹ.

Ọjọ́ 34 - Ìwàásù àti Ìpàdé fún Àwọn Aláìgbàgbọ́

Ìwé Mímọ́: Lúùkù 2:32; Jòhánù 16:8

Lúùkù 2:32
Ẹdà Tuntun ti Ọba James
32 Ìmọ́lẹ̀ láti *mú* ìfihàn wá fún àwọn kèfèrí,
àti ògo àwọn ènìyàn rẹ Israẹli."

Jòhánù 16:8
Ẹdà Tuntun ti Ọba James
8 Nígbà tí ó bá sì dé, yóò fi ẹ̀sùn kan ayé nípa ẹ̀ṣẹ̀, àti nípa òdodo, àti nípa ìdájọ́:

Lúùkù 2:32
Ifiranṣẹ naa
25-32 Ní àkókò náà ní Jerusalẹmu, ọkùnrin kan wà tí orúkọ rẹ̀ ń jẹ́ Simeoni, ọkùnrin rere kan, ọkùnrin kan tí ó ń retí ìrànlọ́wọ́ fún Israẹli pẹ̀lú àdúrà. Ẹmí Mímọ́ sì wà lórí rẹ̀. Ẹmí Mímọ́ ti fihàn án pé òun yóò rí Messiah Ọlọ́run kí ó tó kú. Ẹmí Mímọ́ darí rẹ̀, ó wọ inú tẹmpili. Bí àwọn òbí ọmọ náà Jesu ṣe mú un wọlé láti ṣe àwọn àṣà Òfin, Simeoni gbé e sí apá rẹ̀ ó sì fi ìbùkún fún Ọlọ́run:
Ọlọ́run, o lè tú ìránṣẹ́ rẹ sílẹ̀ nísinsìnyí;
tú mi sílẹ̀ ní àlàáfíà gẹ́gẹ́ bí o ti ṣèlérí. Mo ti rí ìgbàlà rẹ pẹ̀lú ojú mi; ó ti hàn gbangba fún gbogbo ènìyàn láti rí: Ìmọ́lẹ̀ tí ń ṣípayá Ọlọ́run fún àwọn orílẹ̀-èdè tí kì í ṣe Júù, àti ògo fún àwọn ènìyàn rẹ Israẹli.

Jòhánù 16:8-11
Ifiranṣẹ naa

8-11 "Nígbà tí ó bá dé, yóò tú àṣírí àṣìṣe ojú ìwòye ayé aláìwà-bí-Ọlọ́run nípa ẹ̀ṣẹ̀, òdodo, àti ìdájọ́: Yóò fihàn wọ́n pé kíkọ̀ wọn láti gbàgbọ́ nínú mi ni ẹ̀ṣẹ̀ ìpìlẹ̀ wọn; pé òdodo láti òkè wá, níbi tí mo wà pẹ̀lú Baba , kúrò ní ojú àti ìdarí wọn; pé ìdájọ́ náà yóò wáyé bí a ṣe ń mú alákòóso ayé aláìwà-bí-Ọlọ́run yìí wá sí ìdájọ́ tí a sì dá lẹ́bi.

6am Baba, jẹ ki imọlẹ Kristi yọ́ sinu okunkun aigbagbọ, aibikita, ati atako lile.

9am Ẹ dá ọkàn yín lẹ́bi ẹ̀ṣẹ̀, òdodo, àti ìdájọ́, kí ẹ sì mú ìwọ̀n kúrò nínú ọkàn tí kò mọ nǹkan kan.

12pm Mo gbadura fun awọn ipade atọrunwa, awọn ala, awọn ibẹwo, ati awọn ifihan ti a ko le sẹ ti Jesu Kristi.

3pm Gbogbo ibora ti o bo awon idile, awon agbegbe, ati awon eniyan ti ko tii gbagbo, ni a o fi aanu Olorun ya won.

6pm Olúwa, dá àlàáfíà èké àti ìṣọ̀tẹ̀ ìtùnú dúró pẹ̀lú ìdánilójú mímọ́ tí ó ń yọrí sí ìgbàlà.

9pm Jẹ́ kí àwọn olùwá rí ọ, kí òtítọ́ mú àwọn ẹlẹ́yà, kí àwọn oníbàjẹ́ sì padà sílé.

12am Ẹ gbé àwọn ẹlẹ́rìí tí ó kún fún àánú, òye, àti agbára láti wàásù Kristi lọ́nà tí ó gbéṣẹ́.

3am , Ọlọ́run, fún àwọn ìpàdé tí yóò yí àwọn ọ̀tá padà sí àwọn aṣojú àti àwọn oníyèméjì sí àwọn olùjọ́sìn.

Ọjọ́ 35 - Ogun Ara Ẹni àti Ìyàsímímọ́

Ìwé Mímọ́: Éfésù 6:10-18; Sáàmù 139:23-24

Éfésù 6:10-18
Ifiranṣẹ naa
Ìjà Dé Òpin
10-12 Èyí sì parí rẹ̀. Ọlọ́run lágbára, ó sì fẹ́ kí ẹ lágbára. Nítorí
náà, ẹ gba gbogbo ohun tí Olúwa ti ṣètò fún yín, àwọn ohun
ìjà tí a ṣe dáradára pẹ̀lú àwọn ohun èlò tó dára jùlọ. Kí ẹ sì lò
wọ́n kí ẹ lè kojú gbogbo ohun tí Èṣù bá gbé lé yín lọ́wọ́. Èyí
kì í ṣe ogun ìparí ọ̀sẹ̀ tí a ó fi kúrò níbẹ̀ tí a ó sì gbàgbé rẹ̀
lááárín wákàtí díẹ̀. Èyí jẹ́ fún ìgbà pípẹ́, ìjà ikú tàbí ìyè títí dé
òpin lòdì sí Èṣù àti gbogbo àwọn áńgẹ́lì rẹ̀.
13-18 Múra sílẹ̀. O dojú ìjà kọ ohun tó pọ̀ ju èyí tí o lè dá nìkan.
Gba gbogbo ìrànlọ́wọ́ tí o lè rí gbà, gbogbo ohun ìjà tí
Ọlọ́run ti fún ọ, kí ó lè jẹ́ pé nígbà tí gbogbo rẹ̀ bá parí, bí kò
ṣe igbe, ìwọ yóò máa wà ní ẹsẹ̀ rẹ. Òtítọ́, òdodo, àlàáfíà,
ìgbàgbọ́, àti ìgbàlà ju ọ̀rọ̀ lọ. Kọ́ bí a ṣe ń lò wọ́n. Ìwọ yóò nílò
wọn jálẹ̀ ìgbésí ayé rẹ. Ọ̀rọ̀ Ọlọ́run jẹ́ ohun ìjà *tí kò ṣe pàtàkì* .
Bákan náà, àdúrà ṣe pàtàkì nínú ogun tí ń lọ lọ́wọ́ yìí.
Gbàdúrà gidigidi kí o sì pẹ́. Gbàdúrà fún àwọn arákùnrin àti
arábìnrin rẹ. Jẹ́ kí ojú rẹ ṣí sílẹ̀. Jẹ́ kí ẹ̀mí ara rẹ dúró kí ẹnikẹ́ni
má baà ṣubú tàbí kí ó jáwọ́.

Sáàmù 139:23-24
Ifiranṣẹ naa
23-24 Ṣe ìwádìí nípa ìgbésí ayé mi, Ọlọ́run,
wádìí gbogbo nǹkan nípa mi; Ṣe ìwádìí kí o sì dán mi wò, rí
àwòrán ohun tí mo ń ṣe kedere;
Wo fúnra rẹ bóyá mo ti ṣe ohun tí kò tọ́—
lẹ́yìn náà, tọ́ mi sọ́nà ní ọ̀nà ìyè àìnípẹ̀kun.

Éfésù 6:10-18
Ẹdà Tuntun ti Ọba James

Gbogbo ihamọra Ọlọrun

10 Níkẹyìn, ẹ̀yin ará mi, ẹ jẹ́ alágbára nínú Olúwa àti nínú
agbára agbára Rẹ̀. 11 Ẹ gbé gbogbo ìhámọ́ra Ọlọ́run wọ̀, kí ẹ lè
dúró lòdì sí àwọn àrékérekè Èṣù . **12 Nítorí àwa kì í ṣe lòdì sí ara àti** ẹ̀jẹ̀ , bí kò ṣe
lòdì sí àwọn ìjọba, lòdì sí àwọn aláṣẹ, lòdì sí àwọn aláṣẹ òkùnkùn
ayé yìí, lòdì sí àwọn ẹ̀mí búburú *ní* àwọn *ibi ọ̀run.* 13 Nítorí náà, ẹ
gbé gbogbo ìhámọ́ra Ọlọ́run, kí ẹ lè dúró ní ọjọ́ ibi, lẹ́yìn tí ẹ
bá ti ṣe gbogbo ohun tí ẹ fẹ́ ṣe.
14 Nítorí náà, ẹ dúró, lẹ́yìn tí ẹ ti fi òtítọ́ di ẹ̀gbẹ́ yín, tí ẹ sì ti
wọ ìgbàyà òdodo, 15 tí ẹ sì ti fi ìpalẹ̀mọ́ ìhìnrere àlàáfíà wọ ẹsẹ̀
yín ní bàtà; 16 Ju gbogbo rẹ̀ lọ, ẹ gbé apata ìgbàgbọ́, èyí tí ẹ ó fi
lè pa gbogbo ọfà iná ẹni ibi. 17 Ẹ sì gbé àṣíborí ìgbàlà, àti idà
Ẹmí, èyí tí í ṣe ọ̀rọ̀ Ọlọ́run; 18 ẹ máa gbàdúrà nígbà gbogbo
pẹ̀lú gbogbo àdúrà àti ẹ̀bẹ̀ nínú Ẹmí, kí ẹ máa ṣọ́ra títí dé òpin
yìí pẹ̀lú gbogbo ìfaradà àti ẹ̀bẹ̀ fún gbogbo àwọn ènìyàn
mímọ́.

Sáàmù 139:23-24
Ẹdà Tuntun ti Ọba James
23 Wádìí mi, Ọlọ́run, kí o sì mọ ọkàn mi;
dán mi wò, kí o sì mọ àníyàn mi;
24 Kí o sì rí i bóyá ọ̀nà búburú *kan wà* nínú mi,
kí o sì tọ́ mi sọ́nà ayérayé.

6am Oluwa, wa mi wo, dan mi wo, ki o si fi ohunkohun ti o wa ninu mi ti o fun awon ota ni aaye ofin han.

Aago mẹsan-an owurọ̀ ni mo wọ gbogbo ihamọra Ọlọrun mo sì kọ gbogbo ìfọwọ́sowọ́pọ̀ tí ó lè sọ agbára ẹ̀mí di aláìlera sílẹ̀.

12pm Gbogbo àjọṣepọ̀ inú pẹ̀lú ìbẹ̀rù, ìgbéraga, ìfẹ́kúfẹ̀ẹ́, ìkorò, àti àìgbàgbọ́, ni a ó wó lulẹ̀ nísinsìnyí.

3pm Jẹ́ kí àwọn èrò ìkọ̀kọ̀, ìfẹ́kúfẹ̀ẹ́ ẹlẹ́gbin, àti ọgbẹ́ tí a kò tíì wòsàn wà lábẹ́ ìṣàkóso Kristi.

6pm Baba, sọ ọ̀rọ̀ mi di mímọ́, bá àwọn èrò mi wí, kí o sì ṣètò ìfẹ́ ọkàn mi fún ogun àti fún ìjọsìn.

9pm Mo paṣẹ pe emi kii yoo padanu awọn ogun ni ikọkọ ki n si gbiyanju lati bori wọn ni gbangba.

12am Jẹ́ kí ìgbésí ayé mi di ẹnu ọ̀nà òkùnkùn tí a ti sé àti ẹnu ọ̀nà tí a ṣí sílẹ̀ fún Ẹmí Mímọ́.

3am Ìwọ Ọlọ́run, sọ mí di mímọ́ pátápátá kí o sì sọ mí di ohun èlò mímọ́ fún ìbẹ̀bẹ̀ onímọ̀ràn.

Ọjọ́ 36 - Ṣọ́ra ní òru lòdì sí àtakò

Ìwé Mímọ́: Nehemiah 4:9,13; Matteu 26:41

Nehemiah 4:9
Ẹdà Tuntun ti Ọba James
9 Ṣùgbọ́n a gbàdúrà sí Ọlọ́run wa, nítorí wọn a sì yan olùṣọ́ sí
wọn ní ọ̀sán àti ní òru.

Nehemiah 4:13
Ẹdà Tuntun ti Ọba James
13 Nítorí náà ni mo ṣe gbé *àwọn ènìyàn* sí ẹ̀yìn odi ní ìsàlẹ̀, ní
ẹnu ọ̀nà, mo sì gbé àwọn ènìyàn náà kalẹ̀ gẹ́gẹ́ bí ìdílé wọn,
pẹ̀lú idà wọn, ọ̀kọ̀ wọn àti ọrun wọn.

Mátíù 26:41
Ẹdà Tuntun ti Ọba James
41. Ẹ máa ṣọ́ra, kí ẹ sì máa gbàdúrà, kí ẹ má baà bọ́ sínú
ìdánwò. Ẹmí *fẹ́*, ṣùgbọ́n ara *ṣe* aláìlera."

Nehemiah 4:9
Ifiranṣẹ naa
7-9 Nígbà tí Sanballati, Tobiah , àwọn ará Arabia, àwọn ará
Ammoni, àti àwọn ará Aṣdodu gbọ́ pé àtúnṣe odi Jerusalẹmu
ń lọ dáadáa—títí tí àwọn ibi tí ó ya ti di àtúnṣe—wọ́n bínú
gidigidi. Wọ́n pa ara wọn pọ̀, wọ́n sì pinnu láti bá Jerusalẹmu
jà kí wọ́n sì dá wàhálà sílẹ̀. A gbàdúrà sí Ọlọ́run wa, a sì yan
olùṣọ́ ní gbogbo ìgbà lòdì sí wọn.

Nehemáyà 4:13-14
Ifiranṣẹ naa
13-14 Mo sì fi àwọn olùṣọ́ tí ó ní ihamọra sí àwọn ibi tí ó ṣe
pàtàkì jùlọ ní odi náà, mo sì yan àwọn ènìyàn gẹ́gẹ́ bí ìdílé
pẹ̀lú idà wọn, ọ̀kọ̀ wọn, àti ọrun wọn. Lẹ́yìn tí mo wo gbogbo
nǹkan, mo dìde dúró, mo sì sọ fún àwọn ọlọ́lá, àwọn ìjòyè, àti

gbogbo èniyàn mìíràn pé: "Ẹ má ṣe bẹ̀rù wọn. Ẹ gbé ọkàn yín lé Olúwa, ẹni tí ó tóbi tí ó sì ní ẹ̀rù, kí ẹ sì jà fún àwọn arákùnrin yín, àwọn ọmọkùnrin yín, àwọn ọmọbìnrin yín, àwọn ìyàwó yín àti ilé yín."

Mátíù 26:41
Ifiranṣẹ naa
40-41 Nígbà tí ó padà dé ọ̀dọ̀ àwọn ọmọ-ẹ̀yìn rẹ̀, ó rí wọn tí wọ́n sùn fọnfọn. Ó wí fún Peteru pé, "Ṣé o kò lè dúró pẹ̀lú mi fún wákàtí kan? Ẹ máa ṣọ́ra; ẹ máa gbàdúrà kí ẹ má baà rìn lọ sínú ìdánwò láìmọ̀ pé ẹ wà nínú ewu. Apá kan wà nínú yín tí ó ń háragàgà, tí ó ti múra tán fún ohunkóhun nínú Ọlọ́run. Ṣùgbọ́n apá mìíràn wà tí ó jẹ́ ọlẹ bí ajá arúgbó tí ó sùn lẹ́bàá iná."

6am Baba, bí a ṣe ń gbàdúrà tí a sì ń ṣọ́nà, jẹ́ kí gbogbo òru ni a ó dáwọ́ ìkọlù sí ìlọsíwájú wa dúró.

Ago mẹsan owuro ni mo gba oore-ọfẹ fun iṣọra lodi si ikọlu aimọkan, rirẹ ẹmi, ati atako ti a ko le ri.

12pm Gbogbo Sanballati ati Tobiah ti o n sọrọ ẹgan lodi si atunkọ Ọlọrun, ẹ pa ẹnu yin mọ́.

3pm Jẹ́ kí gbogbo ìdẹkùn tí a gbé kalẹ̀ ní àwọn wákàtí ìkọ̀kọ̀ kí ó tó di ìbàjẹ́.

6pm Olúwa, fi ọgbọ́n, ìgboyà, àti ìṣọ́ra fún àwọn èniyàn rẹ.

9pm Mo paṣẹ pe atako kii yoo da ikole, adura, tabi imuṣẹ asọtẹlẹ duro.

12am Gbogbo iṣowo ọganjọ oru si ile mi, iṣẹ apinfunni mi, ati ipe mi, ni a o fi ẹjẹ Jesu fagile.

3am, Ọlọ́run, gbé aago kalẹ̀ kí o sì fún wa ní ìṣẹ́gun lórí gbogbo àtakò ní àsìkò yìí.

Ọjọ́ 37 - Ìdáǹdè Agbègbè àti Ìrànlọ́wọ́ Àwọn Áńgẹ́lì

Ìwé Mímọ́: Sáàmù 91:11-13; Ìṣe Àwọn Àpọ́sítélì 12:7-10

Sáàmù 91:11-13
Ẹdà Tuntun ti Ọba James
11 Nítorí yóò pàṣẹ fún àwọn áńgẹ́lì rẹ̀ lórí rẹ,
láti pa ọ́ mọ́ ní gbogbo ọ̀nà rẹ.
12 Ní ọwọ́ *wọn ni wọn* yóò gbé ọ sókè,
kí o má baà fi ẹsẹ̀ rẹ gbá òkúta.
13 Ìwọ yóò tẹ kìnnìún àti ejò mọ́lẹ̀,
ọmọ kìnnìún àti ejò ni ìwọ yóò tẹ̀ mọ́lẹ̀ lábẹ́ ẹsẹ̀

Ìṣe Àwọn Aposteli 12:7-10
Ẹdà Tuntun ti Ọba James
7 Wàyí o, angẹli Olúwa dúró lẹ́gbẹ̀ẹ́ *rẹ̀,* ìmọ́lẹ̀ sì tàn nínú túbú;
ó sì gbá Peteru ní ẹ̀gbẹ́, ó sì gbé e dìde, ó ní, "Dìde kíákíá!"
Ẹwọ̀n rẹ̀ sì bọ́ kúrò ní ọwọ́ *rẹ̀* . 8 Nígbà náà ni angẹli náà wí
fún un pé, "Di ara rẹ ní àmùrè, kí o sì di bàtà rẹ mọ́ra." Ó sì
ṣe bẹ́ẹ̀ . Ó sì wí fún un pé, "Wọ aṣọ rẹ, kí o sì tẹ̀lé mi." 9 Ó sì
jáde lọ, ó sì tẹ̀lé e, kò sì mọ̀ pé ohun tí angẹli náà ṣe jẹ́ òótọ́,
ṣùgbọ́n ó rò pé ó ń rí ìran kan. 10 Nígbà tí wọ́n kọjá àwọn
olùṣọ́ àkọ́kọ́ àti èkejì, wọ́n dé ẹnu ọ̀nà irin tí ó lọ sí ìlú náà, èyí
tí ó ṣí sílẹ̀ fún wọn fúnra rẹ̀; wọ́n sì jáde lọ sí ojú pópó kan,
lẹ́sẹ̀kẹsẹ̀ angẹli náà sì kúrò lọ́dọ̀ rẹ̀.

Sáàmù 91:11-13
Ifiranṣẹ naa
91 1-13 Ìwọ tí o jókòó níwájú Ọlọ́run Gíga,
lo òjìji Ọlọ́run, sọ èyí pé: "Ọlọ́run, ìwọ ni ààbò mi.
Mo gbẹ́kẹ̀lé ọ, mo sì wà ní ààbò!"
Bẹ́ẹ̀ ni—ó gbà ọ́ kúrò nínú àwọn ìdẹkùn tí a fi pamọ́, ó dáàbò
bò ọ́ kúrò nínú ewu apanirun. Àwọn apá ńlá rẹ̀ tí ó na sókè ń

dáàbò bò ọ́— lábẹ́ wọn ni o wà ní ààbò pátápátá; apá rẹ̀ ń dènà gbogbo ibi. Má ṣe bẹ̀rù ohunkóhun—kì í ṣe ìkookò ìgbẹ́ ní òru, kì í ṣe ọfà tí ń fò ní ọ̀sán, kì í ṣe àrùn tí ń rìn kiri nínú òkùnkùn, kì í ṣe àjálù tí ń bẹ́ sílẹ̀ ní ọ̀sán gangan. Bí àwọn mìíràn tilẹ̀ ń ṣubú káàkiri, tí wọ́n ń já bọ́ sí ọ̀tún àti òsì, kò sí ibi tí yóò pa ọ́. Ìwọ yóò dúró láìfọwọ́kàn, wo gbogbo rẹ̀ láti òkèèrè, wo àwọn ènìyàn búburú tí ń yípadà sí òkú. Bẹ́ẹ̀ ni, nítorí pé Ọlọ́run ni ààbò rẹ, Ọlọ́run Gíga ni ilé rẹ, ibi kò lè súnmọ́ ọ, ibi kò lè kọjá ẹnu ọ̀nà. Ó pàṣẹ fún àwọn áńgẹ́lì rẹ̀ láti ṣọ́ ọ níbikíbi tí o bá lọ. Tí o bá kọsẹ̀, wọn yóò mú ọ; Iṣẹ́ wọn ni láti dáàbò bò ọ́ kí o má baà ṣubú. Ìwọ yóò rìn láìsí ìpalára láàrín kìnnìún àti ejò, ìwọ yóò sì gbá àwọn kìnnìún àti ejò kékeré kúrò ní ọ̀nà.

Ìṣe Àwọn Aposteli 12:7-11
Ifiranṣẹ naa
7-9 Lójijì, áńgẹ́lì kan wà lẹ́gbẹ̀ẹ́ rẹ̀, ìmọ́lẹ̀ sì kún inú yàrá náà. Áńgẹ́lì náà gbọn Pétérù, ó sì gbé e dìde, ó ní: "Yára!" Àwọn ẹ̀wọ̀n ọwọ́ náà bọ́ sílẹ̀ láti ọwọ́ rẹ̀. Áńgẹ́lì náà wí pé, "Wọ aṣọ rẹ. Wọ bàtà rẹ." Pétérù ṣe bẹ́ẹ̀. Lẹ́yìn náà, "Gba aṣọ rẹ, kí a sì jáde kúrò níbí." Pétérù tẹ̀lé e, ṣùgbọ́n kò gbàgbọ́ pé áńgẹ́lì ni—ó rò pé àlá ni òun ń lá.
10-11 Nígbà tí wọ́n kọjá olùṣọ́ àkọ́kọ́ àti èkejì, wọ́n dé ẹnu ọ̀nà irin tí ó lọ sí ìlú náà. Ó ṣí sílẹ̀ níwájú wọn fúnra rẹ̀, wọ́n sì wà níta gbangba, bí afẹ́fẹ́ ti ń fẹ́. Ní oríta àkọ́kọ́, áńgẹ́lì náà fi í sílẹ̀, ó ń lọ sí ọ̀nà tirẹ̀. Nígbà náà ni Pétérù rí i pé kì í ṣe àlá ni. "Mi ò gbàgbọ́—èyí ṣẹlẹ̀ ní tòótọ́! Olúwa rán áńgẹ́lì rẹ̀, ó sì gbà mí lọ́wọ́ iṣẹ́ kékeré Hẹ́rọ́dù àti ìran tí àwọn Júù ń retí."

6am Baba, paṣẹ fun awọn angẹli rẹ nipa wa lati ma ṣọ wa ni gbogbo ọna wa lakoko aawẹ yii ati lẹhin naa.

Aago mẹsan owuro Mo paṣẹ pe inira agbegbe, ikọlu ti a ṣe eto, ati idamu ti a ko le rii ko ni bori.

12pm Jẹ́ kí ìmọ́lẹ̀ wọ inú àwọn ibi ẹ̀wọ̀n, àwọn yàrá ìkọ̀kọ̀, àti àwọn agbègbè tí òkùnkùn ti ń ṣàkóso.

3pm Gbogbo ẹnu-ọna irin ti o n tako akoko wa ti nbọ, ṣii nipasẹ aṣẹ atọrunwa.

6pm Olúwa, jẹ́ kí àwọn ẹ̀wọ̀n jábọ́ láti ọ̀dọ̀ àwọn olórí, àwọn alágbàwí, àwọn ìdílé, àti àwọn agbègbè tí wọ́n wà ní ìgbèkùn fún ìgbà pípẹ́.

9pm Mo n tẹ awọn kiniun, awọn paramọlẹ, awọn ejò, ati gbogbo ipa majele ti awọn ọta.

12am Jẹ́ kí àwọn olùṣọ́ áńgẹ́lì tẹ̀lé iṣẹ́ ìjọba kí wọ́n sì mú ìkọlù Satani kúrò.

3am, Ọlọ́run, jẹ́ kí ìgbàlà di ohun tí a lè rí, tí a lè rí, tí a kò lè sẹ́ ní àárín wa.

Ọjọ́ 38 - Ìkórè, Àwọn Ibi Ọrọ̀, àti Ìmúpadàbọ̀sípò

Ìwé Mímọ́: Aísáyà 60:5-7; Sáàmù 66:12

Aísáyà 60:5-7
Ẹdà Tuntun ti Ọba James
5 Nígbà náà ni ìwọ yóò rí i, ìwọ yóò sì tàn yòò,
ọkàn rẹ yóò sì kún fún ayọ̀; Nítorí pé ọ̀pọ̀lọpọ̀ òkun yóò padà
sí ọ, ọrọ̀ àwọn orílẹ̀-èdè yóò wá sọ́dọ̀ rẹ.
6 Ọpọ̀lọpọ̀ ìbákasẹ yóò bo *ilẹ̀ rẹ,*
àwọn ọ̀dọ́mọkùnrin Midiani àti Efa; Gbogbo àwọn tí ó wá
láti Ṣeba yóò wá; Wọn yóò mú wúrà àti tùràrí wá, wọn yóò sì
kéde ìyìn Olúwa.
7 Gbogbo agbo ẹran Kedari ni a ó kó jọ sí ọ̀dọ̀ rẹ,
àwọn àgbò Nebaioti yóò ṣe ìránṣẹ́ fún ọ;
Wọn yóò gòkè lọ sí pẹpẹ mi pẹ̀lú ìtẹ́wọ́gbà, Èmi yóò sì ṣe ilé
ògo mi lógo.

Sáàmù 66:12
Ẹdà Tuntun ti Ọba James
12 Ìwọ ti mú kí àwọn èniyàn gùn wá lórí;
àwa la iná àti omi kọjá;Ṣùgbọ́n ìwọ mú wa jáde wá sí ìtẹ́lọ́rùn ọlọ́rọ̀ .

Aísáyà 60:5-7
Ifiranṣẹ naa
Àwọn èniyàn tí ń padà bọ̀ fún àtúnṣe

60 [1-7] "Jáde kúrò lórí ibùsùn, Jerusalẹmu!
Jí. Fi ojú rẹ sí ìmọ́lẹ̀ oòrùn. Ògo ìmọ́lẹ̀ Ọlọ́run ti dìde fún ọ. Gbogbo ayé ni òkùnkùn bo, gbogbo ènìyàn rì sínú òkùnkùn biribiri, Ṣùgbọ́n Ọlọ́run yóò dìde sí ọ, ògo oòrùn rẹ̀ yóò yọ sí ọ. Àwọn orílẹ̀-èdè yóò wá sí ìmọ́lẹ̀ rẹ, àwọn ọba sí ìmọ́lẹ̀ oòrùn rẹ. Gbé e sókè! Wo yíká! Wo bí wọ́n ṣe péjọ, wo bí wọ́n ṣe ń sún mọ́ ọ: Àwọn ọmọkùnrin rẹ ń bọ̀ láti ọ̀nà jíjìn, àwọn ọmọbìnrin rẹ tí àwọn olùtọ́jú ọmọ wọn ń gbé. Nígbà tí o bá rí wọn tí ń bọ̀, ìwọ yóò rẹ́rìn-ín—ẹ̀rín ńlá! Ọkàn rẹ yóò wú, bẹ́ẹ̀ ni, yóò bẹ́! Gbogbo àwọn ènìyàn wọ̀nyẹn tí ń padà sí òkun fún ìpàdépọ̀, ìkórè ọlọ́ràá ti àwọn ìgbèkùn tí a kó jọ láti ọ̀dọ̀ àwọn orílẹ̀-èdè! Lẹ́yìn náà, àwọn odò àwọn ọkọ̀ ràkúnmí dé ibi tí ojú lè rí, àwọn ọmọ ràkúnmí àwọn ará Midiani àti Efa, Wọ́n ń tú jáde láti gúúsù láti Ṣeba, wọ́n kún fún wúrà àti tùràrí, wọ́n ń wàásù ìyìn Ọlọ́run. Bẹ́ẹ̀ ni, ọ̀pọ̀ agbo ẹran láti ọ̀dọ̀ àwọn ará Kedari àti Nebaioth ,
Ẹ kí àwọn ẹ̀bùn fún ìjọsìn ní pẹpẹ mi bí mo ṣe ń wẹ Tẹmpili ògo mi ní ọlá ńlá.
Sáàmù 66:12
Ifiranṣẹ naa
[8-12] Ẹ yin Ọlọ́run wa, ẹ̀yin ènìyàn!
Ẹ kí i káàbọ̀ pẹ̀lú ìró ààrá! Ṣé kò gbé wa sí ọ̀nà ìyè ni? Kò ha dá wa dúró kúrò nínú kòtò? Ó kọ́ wa ní àkọ́kọ́, ó fi wá sílẹ̀ bí fàdákà nínú iná ìyọ́mọ́,
Ó mú wa lọ sí ilẹ̀ líle,
Ó ti wá dé ibi tí a lè dé, Ó dán wa wò ní inú àti lóde, Ó mú wa lọ sí ọ̀run àpáàdì àti padà; Níkẹyìn, ó mú wa wá sí ibi tí omi ti pọ̀ sí yìí.

6am Baba, mú wa wá sí ipò ọlọ́rọ̀ wa lẹ́yìn àkókò ìfúnpá, ìgégùn, àti ogun.

9am Paṣẹ fun awọn iṣura ilẹ ati okun lati dahun si ipinnu ijọba ati iṣẹ abojuto ododo.

12pm Gbogbo ìdènà ní ẹnu ọ̀nà ìkórè, kí a mú wọn kúrò nípasẹ̀ àṣẹ Jesu Kristi.

3pm Jẹ́ kí a mú àwọn ọdún tí a ti ṣòfò, àwọn àǹfààní tí a ti fi sílẹ̀, àti àwọn àǹfààní tí a jí padà pẹ̀lú ìbísí.

6pm Olúwa, kó àwọn ohun èlò jọ fún iṣẹ́ ìránṣẹ́, àánú, jíjẹ́ ọmọ-ẹ̀yìn, àti ipa ìran.

Mo paṣẹ pe ikore ko gbọdọ ku ni oko ati pe ipese ko gbọdọ kuna ni ọna.

12am Jẹ́ kí àwọn orílẹ̀-èdè mú ohun ìní wọn wá sí iṣẹ́ ìsìn fún ètò ìràpadà Ọlọ́run.

3am Ọlọ́run, fi àtúnṣe tí a lè rí, ìbísí òfin, àti ẹ̀rí dé àdé ní àsìkò yìí.

Ọjọ́ 39 - Àwọn Òkè Méje Lábẹ́ Ìjọba Kristi

Ìwé Mímọ́: Mátíù 6:10; Ìfihàn 11:15

Mátíù 6:10
Ẹdà Tuntun ti Ọba James
10. Ijọba rẹ de.
Ifẹ rẹ ni ki a ṣe li aiye bi *o ti ri* ni ọrun.

Ìfihàn 11:15
Ẹdà Tuntun ti Ọba James
Ìpè Keje: Ìjọba tí a kéde
15 Nígbà náà ni angẹli keje fọn ìpè: Àwọn ohùn ńlá sì dún ní
ọrun, wọ́n wí pé, "Àwọn [ìjọba ayé] yìí ti di [ìjọba] *Olúwa* wa àti ti
Kristi rẹ̀, òun yóò sì jọba láé àti láéláé!"

Mátíù 6:10-13
Ifiranṣẹ naa
7-13 "Ayé kún fún àwọn tí a ń pè ní jagunjagun àdúrà tí wọn kò mọ̀ nípa àdúrà. Wọ́n kún fún àwọn ìlànà àti ètò àti ìmọ̀ràn, àwọn ọ̀nà tí wọ́n ń gbà láti gba ohun tí o fẹ́ lọ́wọ́ Ọlọ́run. Má ṣe jẹ́ kí ọ̀rọ̀ òmùgọ̀ yẹn ṣẹlẹ̀. Baba rẹ nìyí tí ò ń bá lò, ó sì mọ ohun tí o nílò ju ìwọ lọ. Pẹ̀lú Ọlọ́run bí èyí tí ó nífẹ̀ẹ́ rẹ, o lè gbàdúrà lọ́nà tí ó rọrùn. Bíi èyí:
Baba wa ní ọ̀run,
Fi ẹni tí o jẹ́ hàn. Ṣe àtúnṣe ayé; Ṣe ohun tí ó dára jùlọ— gẹ́gẹ́ bí a ti sọ lókè, bẹ́ẹ̀ ni ní ìsàlẹ̀. Jẹ́ kí a wà láàyè pẹ̀lú oúnjẹ onígun mẹ́ta.
Jẹ́ kí a dáríjì pẹ̀lú rẹ kí o sì dáríjì àwọn ẹlòmíràn.
Pa wá mọ́ kúrò lọ́wọ́ ara wa àti Èṣù. Ìwọ ni olórí! O lè ṣe ohunkóhun tí o bá fẹ́! O ń tàn yanran nínú ẹwà! Bẹ́ẹ̀ ni. Bẹ́ẹ̀ ni. Bẹ́ẹ̀ ni.

Ìfihàn 11:15-18
Ifiranṣẹ naa
Àwọn Ìró Ìpè Ìkẹyìn
15-18 Angẹli keje fun fèrè. Àwọn ohùn tó pọ̀ jọjọ ní ọ̀run kọrin pé,
Ìjọba ayé ni
Ìjọba Ọlọ́run wa àti Mèsáyà rẹ̀ nísinsìnyí! Òun yóò jọba láé àti láéláé!
Àwọn àgbà mẹ́rìnlélógún tí wọ́n jókòó níwájú Ọlọ́run lórí ìtẹ́ wọn wólẹ̀, wọ́n jọ́sìn, wọ́n sì kọrin pé,
A dúpẹ́ lọ́wọ́ rẹ, Ọlọ́run, Olódùmarè-Alágbára,
Ẹni tí ó wà àti Ẹni tí ó wà. O gba agbára ńlá rẹ o sì gba ìjọba—o ti jọba! Àwọn orílẹ̀-èdè tí ó bínú ti rí ìbínú *rẹ báyìí* .
Àkókò ti tó láti ṣe ìdájọ́ àwọn òkú, láti san èrè fún àwọn ìránṣẹ́ rẹ, gbogbo àwọn wòlíì àti àwọn ènìyàn mímọ́, Ẹ san èrè fún àwọn kékeré àti ńlá tí ó bẹ̀rù orúkọ rẹ, àti láti pa àwọn apanirun ayé run.

6am Baba, jẹ ki ijọba rẹ de ki ifẹ rẹ si ṣẹ jakejado ẹsin, idile, ẹkọ, ijọba, media, awọn iṣẹ ọna, ati iṣowo.

9am Mo paṣẹ pe gbogbo oke agbara eniyan yoo tẹriba fun ijọba Jesu Kristi.

12pm Gbogbo ìtẹ́ òkùnkùn tó wà ní àwọn ẹ̀ka ètò, kí a mì tìtì kí a sì mú un kúrò.

3pm Jẹ́ kí àwọn olùtúnṣe òdodo, àwọn akọ́lé, àwọn alágbàwí, àti àwọn olórí wà ní ipò gbogbo.

6pm Olúwa, ṣe àtúnṣe àdúrà, àsọtẹ́lẹ̀, ọgbọ́n àti ìgbésẹ̀ fún ìyípadà agbègbè.

9pm Mo kéde pé kò sí òkè ńlá tí a gbà jù fún ìràpadà àti pé kò sí ètò tí ó le jù fún ìkọlù àtọ̀runwá.

12am Jẹ́ kí ìró ọ̀run borí ohùn Bábílónì ní gbogbo àgbáyé àṣà àti ìlú.

3am Ìwọ Ọlọ́run, gba àwọn òkè méje fún ògo Rẹ kí o sì fi ẹ̀rí ìjọba tí ó wà pẹ́ títí múlẹ̀ ní ayé.

Ọjọ́ 40 - Ìdúpẹ́, Ìdìdì, àti Ìfiṣẹ́

Ìwé Mímọ́: Sáàmù 126:1-6; Hébérù 7:25

Sáàmù 126

Ẹdà Tuntun ti Ọba James
Ìpadàbọ̀ Ayọ̀ sí Síónì
Orin Ìgòkè.
126 Nígbà tí Olúwa mú ìgbèkùn Síónì padà , àwa dàbí àwọn
tí ń lá àlá.
2 Nígbà náà ni ẹnu wa kún fún ẹ̀rín,
àti ahọ́n wa pẹ̀lú orin. Nígbà náà ni wọ́n wí láàrín àwọn orílẹ̀ -
èdè pé
,
"Olúwa ti ṣe ohun ńlá fún wọn."
3 Olúwa ti ṣe ohun ńlá fún wa, àwa
sì yọ̀.
4 Mu igbekun wa pada, Oluwa,
Bi awọn odò ni Gusu.
5 **Àwọn tí** wọ́n ń fúnrúgbìn pẹ̀lú omijé
yóò kárè pẹ̀lú ayọ̀.
6 Ẹni tí ó ń lọ pẹ̀lú ẹkún nígbà gbogbo , tí ó ń
gbé irúgbìn fún fífúnrúgbìn, dájúdájú
yóò padà wá pẹ̀lú ayọ̀ , yóò
sì mú ìtí rẹ̀ wá *pẹ̀lú rẹ̀*.

Hébérù 7:25
Ẹdà Tuntun ti Ọba James
25 **Nítorí náà** -ó tún lè gba àwọn tí wọ́n bá wá sọ́dọ̀ Ọlọ́run nípasẹ̀ rẹ̀ là
pátápátá, nítorí pé ó wà láàyè nígbà gbogbo láti bẹ̀bẹ̀ fún wọn.

Sáàmù 126
Ifiranṣẹ naa

126 [1-3] Ó dàbí àlá, tí ó dára jù láti jẹ́ òótọ́,
nígbà tí Ọlọ́run dá àwọn ìgbèkùn Síónì padà. A rẹ́rìn-ín, a
kọrin, a kò gbàgbọ́ nínú ọrọ̀ wa. Àwa ni àwọn orílẹ̀-èdè ń
sọ̀rọ̀ nípa wa— " Ọlọ́run jẹ́ ìyanu fún wọn!"
Ọlọ́run *jẹ́* ìyanu fún wa;
àwa jẹ́ ènìyàn kan ṣoṣo tí ó láyọ̀.
[4-6] Ǹjẹ́ nísinsìnyí, Ọlọ́run, ṣe é lẹ́ẹ̀kan síi—
mú òjò wá sí ìgbésí ayé wa tí ọ̀dá ti rọ̀, Nítorí náà, àwọn tí
wọ́n gbin èso wọn pẹ̀lú ìbànújẹ́ yóò kígbe pé "Bẹ́ẹ̀ ni!" ní
àkókò ìkórè, Nítorí náà, àwọn tí wọ́n lọ pẹ̀lú ọkàn líle yóò
padà sílé pẹ̀lú ẹ̀rín-ín-rín, pẹ̀lú ẹrù ìbùkún.

Hébérù 7:25
Ifiranṣẹ naa
[23-25] Ní ìṣáájú, ọ̀pọ̀ àwọn àlùfáà ló wà, nítorí wọ́n kú, wọ́n sì ní
láti rọ́pò wọn. Ṣùgbọ́n iṣẹ́ àlùfáà Jésù wà títí láé. Ó wà níbẹ̀
láti ìsinsìnyí títí láé láti gba gbogbo ẹni tí ó bá wá sọ́dọ̀ Ọlọ́run
nípasẹ̀ rẹ̀ là, nígbà gbogbo tí ó wà ní iṣẹ́ láti sọ̀rọ̀ fún wọn.

6am Baba, a dupẹ lọwọ Rẹ nitori pe iṣẹ wa ninu adura ko jẹ asan ati pe iru-ọmọ wa yoo pada pẹlu ikore.

n bukun Jesu Kristi, Alarina ayeraye wa, ti o wa laaye lati gbadura fun wa.

12pm Mo fi èdìdì sí gbogbo ìdáhùn, ìdàgbàsókè, ìdáǹdè, àti ìṣòwò àtọrunwá tí a ṣe ní àsìkò ààwẹ̀ yìí.

3pm Jẹ́ kí ohun tí a gbà nínú àdúrà pa mọ́ kúrò lọ́wọ́ olè jíjà, ìbàjẹ́, àti àdánù àìpẹ́.

6pm Olúwa, fi òróró tuntun, ìran tó mọ́ kedere, àti àṣẹ tó dán wò fún wa láti inú ààwẹ̀ yìí.

Mo pàṣẹ pé àkókò yìí yóò máa jáde nínú àdúrà tí ó dúró ṣinṣin, kì í ṣe ìtara ìgbà díẹ̀; nínú èso tí ó dúró ṣinṣin, kì í ṣe ìmọ̀lára ìgbà díẹ̀ .

12am Jẹ́ kí ẹ̀rí ìwòsàn, ìgbàlà, ìmúpadàbọ̀sípò, ìpèsè, àti àtúnṣe pọ̀ sí i lẹ́yìn ààwẹ̀ yìí.

3am Ìwọ Ọlọ́run, parí ohun tí o ti bẹ̀rẹ̀ nínú wa, nípasẹ̀ wa, àti ní àyíká wa, kí ògo sì jẹ́ tìrẹ nìkan.

Ìparí

Diduro Ni Otitọ Ninu Aafo naa

Jálẹ̀ ogóji ọjọ́ àdúrà àti ààwẹ̀ yìí, àwọn onígbàgbọ́ ti fi ara wọn sí ipò Ọlọ́run ní ipò Ìjọ, àwọn olórí àti àwọn orílẹ̀-èdè.

Àbẹ̀bẹ̀ kìí ṣe ọ̀rọ̀ tí a sọ nínú àdúrà nìkan. Ó jẹ́ nípa dídúró ní àlàfo láàrín ọ̀run àti ayé, gbígbàgbọ́ pé ète Ọlọ́run lè yí ìgbésí ayé, àwùjọ àti gbogbo orílẹ̀-èdè padà.

Wolii Esekiẹli kọ ọkàn Ọlọrun silẹ nigbati O sọ pe:

"Mo wá ọkùnrin kan láàrin wọn tí yóò mọ odi, tí yóò sì dúró ní ibi tí ó ya sọ́tọ̀ níwájú mi fún ilẹ̀ náà." (Esekieli 22:30)

Ìkésíni yìí ṣì wà títí di òní.

Ọlọ́run ń tẹ̀síwájú láti máa wá àwọn tí yóò gbàdúrà—kì í ṣe fún àìní ara wọn nìkan, ṣùgbọ́n fún àyànmọ́ Ìjọ àti ọjọ́ iwájú àwọn orílẹ̀-èdè.

Fún ogún ọdún, a ti ń ṣe àkíyèsí aago ogóji ọjọ́ yìí—láti **oṣù kẹta 17 sí ọjọ́ kẹẹ̀ẹ́dọ́gbọ̀n oṣù kẹrin** —gẹ́gẹ́ bí àkókò ìbẹ̀bẹ̀ tí a yà sọ́tọ̀. Ohun tí ó bẹ̀rẹ̀ gẹ́gẹ́ bí ìpè sí àdúrà ti di ẹrù tí àwọn onígbàgbọ́ tí wọ́n mọ pàtàkì gbígbàdúrà fún ìtọ́sọ́nà ẹ̀mí ayé wa gbé.

Nípasẹ̀ àwọn àdúrà wọ̀nyí, a ń bẹ̀ Ọlọ́run láti fún Ìjọ Rẹ̀ lókun, kí ó fi ọgbọ́n àti òdodo darí àwọn olórí, kí ó sì fa ọ̀pọ̀lọpọ̀ àwọn tí kò tíì mọ̀ ọ́n ní sínú ìpàdé ìgbàlà pẹ̀lú Jésù Kristi.

Àwọn àdúrà tó wà nínú ìwé yìí kì í ṣe òpin ẹ̀bẹ̀. Ìbẹ̀rẹ̀ ni wọ́n.

Ìpè láti dúró sí àlàfo náà ń bá a lọ ju ogójì ọjọ́ wọ̀nyí lọ.

Àwọn ìdílé nílò àdúrà.

Àwọn ìjọ nílò àdúrà.

Àwọn àwùjọ nílò àdúrà.

Àwọn orílẹ̀-èdè nílò àdúrà.

Àti àwọn òkè méje tí agbára wọn ní—ẹ̀sìn, ìdílé, ẹ̀kọ́, ìjọba, àwọn ilé iṣẹ́ ìròyìn, iṣẹ́ ọnà àti àṣà, àti iṣẹ́ ajé—ń béèrè fún àwọn onígbàgbọ́ tí wọn yóò máa wá ọgbọ́n àti ìdásí Ọlọ́run nígbà gbogbo.

Bí o ṣe ń parí ìṣọ́ ogójì ọjọ́ yìí, rántí pé Ẹmí Mímọ́ ń bá a lọ láti máa darí àdúrà àwọn ènìyàn Ọlọ́run. Jésù Kristi fúnra rẹ̀ ń bẹ̀bẹ̀ níwájú Baba, a sì ń pè àwọn onígbàgbọ́ níbi gbogbo láti dara pọ̀ mọ́ iṣẹ́ ìsìn mímọ́ yẹn.

Kí Olúwa mú kí ìfẹ́ rẹ fún àdúrà lágbára sí i.

Kí ìgbésí ayé rẹ máa jẹ́ tẹ́ḿpìlì alààyè níbi tí Ẹmí Ọlọ́run ń gbé.

Kí ohùn rẹ máa tẹ̀síwájú láti máa tàn níwájú ọ̀run nítorí Ìjọ àti àwọn orílẹ̀-èdè.

Kí Ìjọba Ọlọ́run sì máa tẹ̀síwájú ní gbogbo agbègbè agbára ènìyàn.

Ipe naa ṣi yege:

Dúró ní ààrín àlàfo.
Gbàdúrà láìdáwọ́dúró. Gbàgbọ́ fún ìyípadà àwọn orílẹ̀-èdè.

Dara pọ̀ mọ́ Ẹgbẹ́ Ààbò Àgbáyé

Ìpè sí Àwọn Olùbẹ̀bẹ̀ Mílíọ̀nù Mẹ́wàá

A kò ṣe iṣẹ́ àdúrà yìí láti máa gbé nìkan.
Ọlọ́run ń gbé **àwọn alágbàwí kárí ayé dìde** tí wọn yóò dúró ní àlàfo fún Ìjọ, fún àwọn olórí, àti fún àwọn orílẹ̀-èdè.

Nípasẹ̀ ìwé kékeré yìí, a ń pe àwọn onígbàgbọ́ kárí ayé láti dara pọ̀ mọ́ **ẹgbẹ́ àbẹ̀bẹ̀ tó ń pọ̀ sí i ti àwọn jagunjagun àdúrà tó ju mílíọ̀nù mẹ́wàá lọ** tí wọ́n ti pinnu láti máa wá Ọlọ́run fún ìyípadà àwọn orílẹ̀-èdè.

A pe ọ lati sopọ mọ ọkan ninu awọn agbegbe wa ti n pese awọn ohun elo fun ọ ki o si tẹsiwaju lati dagba ninu adura, jijẹ ọmọ-ẹhin, ati idagbasoke ẹmi.

Sopọ pẹlu Awọn Agbegbe Ohun elo Wa
Darapọ̀ mọ́ èyíkéyìí nínú àwọn àwùjọ wa tó lágbára tí ó dá lórí àwọn ohun tí o nífẹ̀ẹ́ sí nípa ẹ̀mí.
Mílíọ̀nù 10 – Àwùjọ Àwọn Ohun Èlò Ìbẹ̀bẹ̀
Facebook
https://www.otakada.org/facebookintercessory

Ile-iwe Ẹmi Mimọ – Agbegbe Awọn Ọmọ-ẹhin
Facebook
https://www.otakada.org/facebookholyghostschool
Telegram
https://t.me/holyghostschooldiscipleship

Àwùjọ Àwọn Olùrànlọ́wọ́ Mílíọ̀nù Mẹ́wàá
WhatsApp
https://www.otakada.org/whatsappintercessory

"Ọkan ni àwa nínú Kristi Jésù"
Àwọn Àwùjọ WhatsApp ti Ọlọ́run fún Àwọn Idì (GEM)
Àwùjọ 1
https://www.otakada.org/whatsappcommunity1
Àwùjọ 2
https://www.otakada.org/whatsappcommunity2

Ṣabẹwo si Ile itaja ori ayelujara wa
Ṣe àwárí àkójọ àwọn ìwé Kristẹni àti àwọn ohun èlò wa tó ń fúnni nísìírí tí a ṣe láti mú kí àwọn onígbàgbọ́ lè gbàdúrà, jíjẹ́ ọmọ ẹ̀yìn, àti iṣẹ́ ìsìn Ìjọba.
Ra ibi
https://shop.otakada.org

A o ri yin ni apa keji
Àwọn Iṣẹ́ Ìsìn Idì Ọlọ́run (GEM)
Àwùjọ kan fún Àwọn Àkókò Ìparí
Oju opo wẹẹbu
https://www.otakada.org
Fi imeeli ranṣẹ si
ambassador@otakada.org
Pẹ̀lú ọpẹ́,
Ìgbìmọ̀ Àbọ̀

ÌPÈ SÍ ÌGBÉSẸ

Ajọṣepọ fun Ikore

Bí o ṣe ń parí ìwé yìí, a pè ọ́ láti gbé ìrìn àjò náà síwájú—kì í ṣe nínú ìgbésí ayé rẹ nìkan, ṣùgbọ́n sínú ìgbésí ayé àìmọye ọkàn káàkiri àwọn orílẹ̀-èdè.
Tí àwọn ìránṣẹ́ láti ọ̀dọ̀ God's Eagle Ministries (GEM) bá ti fún ọ lókun, jí, tàbí tún ọkàn rẹ ṣe, a fi ìrẹ̀lẹ̀ bẹ̀ ọ́ pé kí o ronú nípa ṣíṣe **àjọṣepọ̀ pẹ̀lú wa pẹ̀lú àdúrà fún ìṣẹ́rè náà** . Ayé ń fẹ́ òtítọ́, ìrètí, àti ohùn pẹ̀lẹ́pẹ̀lẹ́ tí kò ṣe kedere ti Ẹmí Mímọ́, a sì lè fi àwọn ìránṣẹ́ wọ̀nyí sí ibi tí a nílò wọn jùlọ.
A gbàgbọ́ pé àwọn ìròyìn jẹ́ ju ìmọ̀ ẹ̀rọ lọ—ó jẹ́ **àwọn ẹ̀mí** tí a ń gbé sínú àwọn orílẹ̀-èdè, àwọn abúlé, àwọn ìlú ńlá, àti àwọn ibi ìkọ̀kọ̀. Nípasẹ̀ fíìmù, fídíò, rédíò, àti iṣẹ́ ìránṣẹ́ ẹ̀rọ-ìbánisọ̀rọ̀, GEM ń dé ọ̀dọ̀ àwọn ènìyàn tí wọ́n lè má wọ inú ìjọ, ṣùgbọ́n tí ọkàn wọn ṣí sílẹ̀ láti pàdé Kristi alààyè.

Àjọṣepọ̀ rẹ ràn wá lọ́wọ́:

1. Ṣe agbejade akoonu Fiimu ati Fidio ti o kun fun ẹmi.
Àwọn ìtàn àti ẹ̀kọ́ tí ó ń woni sàn, tí ó ń fúnni ní ìṣírí, tí ó sì ń fi ìfẹ́ Jésù hàn ní ọ̀nà tí ó ṣe kedere, tí ó lè báni dọ́gba, tí ó sì ń yí ìgbésí ayé padà.

2. Gbé Ìhìnrere náà káàkiri lórí rédíò
Gbígbé Ọ̀rọ̀ Ọlọ́run lọ sí àwọn ọgbà ẹ̀wọ̀n, ilé ìwòsàn, àwọn agbègbè ìgbèríko, àti àwọn ibi tí kò sí ìkànnì ayélujára tí ìrètí kò pọ̀ tó, tí òtítọ́ sì ṣeyebíye.

3. Fẹ̀síwájú sí àwọn ìpolówó ìkọ́ni àti ẹ̀kọ́ nípa àwọn ẹ̀rọ ìbánisọ̀rọ̀ àwùjọ wa

Àwọn ìjọ́sìn ojoojúmọ́, àdúrà, àti ẹ̀kọ́ tí ó ń fún àwọn onígbàgbọ́ lókun, tí ó ń mú ìdílé padà bọ̀ sípò, tí ó sì ń fún àwọn ọmọ-ẹ̀yìn ní agbára kárí ayé.

Ìdí Tí Àtìlẹ́yìn Rẹ Fi Ṣe Pàtàkì

Gbogbo ìhìn tí a bá tú jáde di irúgbìn ìmọ́lẹ̀.
Gbogbo ẹ̀kọ́ di ìyípadà. Gbogbo ìṣe ọ̀làwọ́ di ara ìkórè àgbáyé ti Ọlọ́run.
Ìfúnni rẹ ń ran iṣẹ́ ìránṣẹ́ yìí lọ́wọ́ láti dé ọ̀dọ̀ àwọn ọkàn tí a lè má rí lórí ilẹ̀ ayé, ṣùgbọ́n dájúdájú a ó pàdé ní ayérayé. Kò sí iye pàtó kan—fúnni bí Olúwa bá ṣe ń darí rẹ nìkan. Gbogbo ẹ̀bùn, yálà ńlá tàbí kékeré, ló ń kó ipa nínú ìdàgbàsókè Ìjọba náà.

Láti ṣe alábàáṣiṣẹpọ̀ tàbí fúnni:
PayPal:
https://www.paypal.com/ncp/payment/D6NEFW56KG8LU
Tithe.ly:
https://tithe.ly/give?c=308311

Flutterwave –
https://flutterwave.com/donate/bbkpkokehxlw

Gbogbo Awọn ọna fifunni:
https://www.otakada.org/partnership-giving
Ẹ ṣeun fún dídúró pẹ̀lú wa.
Ẹ ṣeun fún fífúnrúgbìn sínú ìkórè. Ẹ ṣeun fún ríràn wá lọ́wọ́ láti mú ìhìnrere Kristi wá sí àwọn orílẹ̀-èdè.
Kí Olúwa bùkún fún ọ lọ́pọ̀lọpọ̀, kí ó mú ọ pọ̀ sí i lọ́pọ̀lọpọ̀, kí ó sì mú gbogbo irúgbìn tí o bá gbìn fún ògo Rẹ̀ pọ̀ sí i.
Ní orúkọ ńlá Jésù, Àmín.

—Ambassador Monday O. Ogbe , Zacharias Godseagle ; Itunu Ladi Olùdásílẹ̀ Ogbe
, God's Eagle Ministries (GEM)
www.otakada.org

Báwo ni a ṣe lè di àtúnbí àti bíbẹ̀rẹ̀ ìgbé ayé tuntun pẹ̀lú Kristi

Bóyá o ti rìn pẹ̀lú Jésù tẹ́lẹ̀, tàbí bóyá o ṣẹ̀ṣẹ̀ pàdé Rẹ̀ ní gbogbo ọjọ́ ogójì yìí. Ṣùgbọ́n ní báyìí, ohun kan nínú rẹ ń ru sókè.

O ti ṣetán fún ohun tó ju ẹ̀sìn lọ.

O ti ṣetán fún **ìbáṣepọ̀** .

O ti ṣetán láti sọ pé, "Jésù, mo nílò rẹ."

Èyí ni òtítọ́:

"Nítorí gbogbo ènìyàn ló ti ṣẹ̀; gbogbo wa ni a kùnà sí ìwọ̀n ògo Ọlọ́run… síbẹ̀ Ọlọ́run, nínú oore-ọ̀fẹ́ Rẹ̀, sọ wá di olódodo ní ojú Rẹ̀ lọ́fẹ̀ẹ́."

—Róòmù 3:23–24 (NLT)

O ko le jo'gun igbala.

O ko le tun ara re se. Sugbon Jesu ti san gbogbo owo naa —

O si n duro de lati gba o lalejo.

Báwo Ni A Ṣe Lè Tún Dì?

Dídi àtúnbí túmọ̀ sí fífi ẹ̀mí rẹ lé Jésù lọ́wọ́ — gbígbà ìdáríjì Rẹ̀, gbígbàgbọ́ pé Ó kú, Ó sì jíǹde, àti gbígbà Á gẹ́gẹ́ bí Olúwa àti Olùgbàlà rẹ.

Ó rọrùn. Ó lágbára. Ó ń yí ohun gbogbo padà.

Gbadura Èyí Kúrò:

"Jesu Oluwa, mo gbagbo pe O je Omo Olorun. Mo gbagbo pe O ku fun ese mi o si tun jinde. Mo jewo pe mo ti se ese ati pe mo nilo idariji Re. Loni, mo ronupiwada mo si yipada kuro ninu awon ona atijo mi. Mo pe O sinu aye mi lati je Oluwa ati Olugbala mi. Wẹ mi mọ. Fi Emi Re kun mi. Mo kede pe mo ti di atunbi, a dariji mi, mo si ni ominira. Lati oni lo, emi yoo tele O — emi yoo si gbe ni ipase Re. O ṣeun fun igbala mi. Ni oruko Jesu, amin."

Àwọn Ìgbésẹ̀ Tó Tẹ̀lé Lẹ́yìn Ìgbàlà

1. **Sọ fún Ẹnìkan** – Pin ìpinnu rẹ pẹ̀lú onígbàgbọ́ tí o gbẹ́kẹ̀lé.
2. **Wa Ìjọ Tí A Fi Bíbélì Kọ́ni** – Dara pọ̀ mọ́ àwùjọ tí ó ń kọ́ni ní Ọrọ̀ Ọlọ́run tí ó sì ń gbé e ró. Ṣèbẹ̀wò sí àwọn iṣẹ́ ìsìn Idì Ọlọ́run lórí ayélujára nípasẹ̀ https://www.otakada.org tàbí https://chat.whatsapp.com/H67spSun32DDTma8TLh0ov
3. **Ṣe Ìrìbọmi** – Gbé ìgbésẹ̀ tó tẹ̀lé ní gbangba láti polongo ìgbàgbọ́ rẹ.
4. **Ka Bibeli lojoojumo** – Bẹ̀rẹ̀ pẹlu Ihinrere Johanu.
5. **Gbadura Lojoojumo** – Ba Olorun soro gege bi ore ati Baba.
6. **Dúró ní Ìsopọ̀mọ́ra** – Yí ara rẹ ká pẹ̀lú àwọn ènìyàn tí wọ́n ń fún ọ nísìírí láti rìn ìrìn tuntun rẹ.
7. **Bẹ̀rẹ̀ Ìlànà Ìsìn ọmọ-ẹ̀yìn láàrín àwùjọ** – Dá àjọṣepọ̀ kan-sí-ọ̀kan pẹ̀lú Jésù Kristi pọ̀ nípasẹ̀ àwọn ìjápọ̀ wọ̀nyí

Ìjẹ́ ọmọ-ẹ̀yìn ọjọ́ ogójì 1 - https://www.otakada.org/get-free-40-days-online-discipleship-course-in-a-journey-with-jesus/
Ìjẹ́ Ọmọ-ẹ̀yìn 40 2 - https://www.otakada.org/get-free-40-days-dna-of-discipleship-journey-with-jesus-series-2/

Àkókò Ìgbàlà Mi
Ọjọ́ : ____________________

Ìfọwọ́sowọ́pọ̀ : ____________________
"Bí ẹnikẹ́ni bá wà nínú Kristi, ó jẹ́ ẹ̀dá tuntun; àtijọ́ ti kọjá lọ, tuntun ti dé!"
—2 Kọ́ríńtì 5:17.

Ìwé Ẹrí Ìgbésí Ayé Tuntun Nínú Kristi

Ìkéde Ìgbàlà – A tún bí nípa oore-ọ̀fẹ́
Èyí jẹ́rìí sí i pé

____

_
(Akokun Oruko)
ti kede **igbagbo ninu Jesu Kristi**
gege bi Oluwa ati Olugbala ni gbangba o si ti gba ebun ofe igbala nipasẹ iku ati ajinde Re.
"Bí ìwọ bá jẹ́wọ́ ní gbangba pé Jesu ni Olúwa tí o sì gbàgbọ́ ní ọkàn rẹ pé Ọlọ́run jí i dìde kúrò nínú òkú, a ó gbà ọ́ là."
—Róòmù 10:9.
Ní ọjọ́ yìí, ọ̀run yóò yọ̀, ìrìnàjò tuntun yóò sì bẹ̀rẹ̀.
Ọjọ́ Ìpinnu : ______________________

Ìfọwọ́sowọ́pọ̀ : ___________________________

Ìkéde Ìgbàlà
"Lónìí, mo fi ẹ̀mí mi lé Jésù Kristi lọ́wọ́.
Mo gbàgbọ́ pé Ó kú fún ẹ̀ṣẹ̀ mi, Ó sì tún jíǹde. Mo gbà á gẹ́gẹ́ bí Olúwa àti Olùgbàlà mi. A dáríjì mí, a tún bí mi, a sì sọ mí di tuntun. Láti ìsinsìnyí lọ, èmi yóò máa rìn ní ìṣísẹ̀ Rẹ̀."
Ẹ káàbọ̀ sí ìdílé Ọlọ́run!
Orúkọ rẹ ni a kọ sínú Ìwé Ìyè Ọdọ́ Àgùntàn.
Ìtàn rẹ ṣẹ̀ṣẹ̀ bẹ̀rẹ̀ — ó sì jẹ́ ayérayé.

Sopọ̀ mọ́ àwọn iṣẹ́ ìránṣẹ́ idì Ọlọ́run

- Oju opo wẹẹbu: www.otakada.org
- Àwọn Ìsọ̀rí Ọrọ̀ Kúrò Nínú Àníyàn: www.wealthbeyondworryseries.com
- Imeeli: ambassador@otakada.org

- **Ṣe atilẹyin iṣẹ yii:**

Ṣe atilẹyin fun awọn iṣẹ akanṣe ijọba, awọn iṣẹ apinfunni, ati awọn orisun agbaye ọfẹ nipasẹ fifunni ti o darí majẹmu.

Ṣe ìwòye kóòdù QR láti fúnni

https://tithe.ly/give?c=308311

Ìwà ọlàwọ́ yín ń ràn wá lọ́wọ́ láti dé ọ̀dọ̀ àwọn ènìyàn púpọ̀ sí i, láti túmọ̀ àwọn ohun èlò, láti ṣètìlẹ́yìn fún àwọn míṣọ́nnárì, àti láti kọ́ àwọn ètò ẹ̀kọ́ ní gbogbo àgbáyé. Ẹ ṣeun!

ÌWÉ ÌWÉ Òǹkọ̀wé

Sakariah Godseagle

Òǹkọ̀wé • Olùkọ́ • Aṣáájú Aríran

Sakariah Godseagle jẹ́ olùkọ́ni onítara nínú Ọ̀rọ̀ náà àti ohùn tí ó ní òye sí Ara Kristi. Nítorí pé ó ní oore-ọ̀fẹ́ àrà ọ̀tọ̀ fún òye ẹ̀mí, Sakariah ń ṣe ìránṣẹ́ pẹ̀lú òye, ìjìnlẹ̀ àsọtẹ́lẹ̀, àti ìfẹ́ ọkàn láti rí àwọn onígbàgbọ́ tí wọ́n ń rìn nínú ìwà mímọ́, ìwà-bí-Ọlọ́run, àti ìfarajìn tòótọ́ fún Kristi.

Gẹ́gẹ́ bí alábàṣiṣẹ́pọ̀ nínú iṣẹ́ God's Eagle Ministries (GEM), ó kó ipa pàtàkì nínú ṣíṣe àkójọpọ̀ ẹ̀kọ́ ọmọ-ẹ̀yìn, ìmọ́lẹ̀ ìwé mímọ́, àti ìfọ̀rọ̀wérọ̀ tí ó dá lórí àwọn ìròyìn tí ó kan ìgbésí ayé ní gbogbo ààlà oní-nọ́ńbà àti ti ara. Àwọn ìwé rẹ̀ dá lórí ìyípadà inú, ìgbọràn, àti ìmúpadàbọ̀sípò Kristi sí ìtẹ́ ọkàn onígbàgbọ́.

Ìdánilójú lásán ni ó ń darí Sakariah: **nígbà tí ọkàn bá dọ́gba, àyànmọ́ yóò dọ́gba.**

Ó ń tẹ̀síwájú láti dé ọ̀dọ̀ àwọn ènìyàn kárí ayé nípasẹ̀ ẹ̀kọ́, ìtọ́sọ́nà, àti àwọn iṣẹ́ àgbékalẹ̀ tí ó kún fún ẹ̀mí.

Aṣojú Ọjọ́ Ajé O. Ogbe

Òǹkọ̀wé • Olùbánisọ̀rọ̀ Míṣọ́nnárì • Olùdásílẹ̀, Iṣẹ́ Ìránṣẹ́ God's Eagle (GEM)

Aṣoju Monday Oreojo Ogwuojo Ogbe ni oludasile **God's Eagle Ministries (GEM)** — ise apinfunni agbaye kan pelu ase lati "so awon eniyan po mo Olorun nipase Oro Re." A mo o fun ife gidigidi re fun Abewo, otito, itan-itan ti o ni ẹdun, ati eko asotele, o nse iranse jakejado awon orile-ede nipa kikọ, podcasting, fiìmù, ihinrere oni-nọmba, ati jije omo-ehin.

Pẹ̀lú ìmọ̀ nípa ìdarí, ìròyìn àti iṣẹ́ ìránṣẹ́, Ambassador Monday ní ìfàmọ́ra àṣà-ìṣẹ̀dá tí ó ń dún láti Áfíríkà sí Éṣíà, Amẹ́ríkà, Yúróòpù, àti Àárín Gbùngbùn Ìlà-Oòrùn. Àwọn ẹ̀kọ́ rẹ̀ dojúkọ àwọn ogun ìkọ̀kọ̀ ti ọkàn onígbàgbọ́—ojúkòkòrò, ìjàkadì ìdámọ̀, ìtẹ́lọ́rùn ẹ̀mí, àti ìparẹ́ díẹ̀díẹ̀ ti ìbáṣepọ̀ pẹ̀lú Ọlọ́run.

Òun ni òǹkọ̀wé ọ̀pọ̀lọpọ̀ àwọn ìjọ́sìn, àwọn ìwé, àti àwọn ẹ̀kọ́ multimedia tí ó dé ọ̀dọ̀ ọ̀pọ̀ ènìyàn nípasẹ̀ otakada.org àti àwọn ìkànnì oní-nọ́ńbà GEM.

Ìhìn ìgbésí ayé rẹ̀ rọrùn ṣùgbọ́n ó jinlẹ̀:

"Nígbà tí Kristi bá jókòó sí àárín, gbogbo nǹkan mìíràn yóò gba ipò tí ó tọ́ sí i."

Ìtùnú Ladi Ogbe

Òǹkọ̀wé • Alágbàwí • Alábàáṣiṣẹ́pọ̀ ní Iṣẹ́-Ìránṣẹ́

Ìtùnú Ladi Ogbe jẹ́ òǹkọ̀wé, alágbàwí, àti alábàáṣiṣẹ́pọ̀ nínú iṣẹ́ Ìjọba ti God's Eagle Ministries. Nítorí pé ó ní àánú, òye, àti ẹ̀mí ìtọ́jú, ó mú ìjìnlẹ̀ ìmọ̀lára àti ìpìlẹ̀ ẹ̀mí wá sí gbogbo iṣẹ́ tí ó bá fọwọ́ kàn.

Àwọn àfikún rẹ̀—nígbà gbogbo lẹ́yìn ìṣẹ̀lẹ̀—ní òórùn ìrẹ̀lẹ̀, ọgbọ́n, àti ìwòsàn. Àwọn òjíṣẹ́ ìtùnú nípasẹ̀ ìmọ̀ràn, àdúrà, jíjẹ́ ọmọ-ẹ̀yìn, àti ìfọwọ́sowọ́pọ̀ ẹ̀dá, pàápàá jùlọ nínú àwọn iṣẹ́ tí ó tẹnu mọ́ ìmúpadàbọ̀sípò ìdílé, ìdàgbàsókè ẹ̀mí, àti ìyípadà ọkàn.

Gẹ́gẹ́ bí òǹkọ̀wé, ó kọ̀wé láti ibi tí ó ti ní ìrírí àti ìdánilójú nípa ẹ̀mí, ó sì fún àwọn òǹkàwé ní òye, ìtùnú, àti ìṣírí láti lépa ìpéye nínú Kristi.

Ìtùnú ni a fi sí ipò láti ran àwọn onígbàgbọ́ lọ́wọ́ láti ní ìrírí Ọlọ́run kìí ṣe nínú ìmọ̀ nìkan, ṣùgbọ́n nínú ìgbésí ayé ojoojúmọ́—níbi tí ọkàn ti ń kọ́ láti gbẹ́kẹ̀lé, láti juwọ́ sílẹ̀, àti láti gbilẹ̀.

Ojú ìwé Olùkọ̀wé:
https://www.amazon.com/stores/Zacharias-Godseagle/author/B0FCZ89D4K

ÀFIKÚN

Àfikún A

Àpẹẹrẹ Àdúrà Ìṣẹ́jú 60

A gbọ́dọ̀ máa ṣe àgbéyẹ̀wò yìí lójoojúmọ́ — kìí ṣe lẹ́ẹ̀kọ̀ọ̀kan.

Ìṣẹ́jú 30 — Ìjọ́sìn

Fojusi nikan lori ẹniti Ọlọrun jẹ:
- Ìwà mímọ́ rẹ̀
- Ipò ọba-aláṣẹ rẹ̀
- Àánú rẹ̀
- Ìdájọ́ òdodo rẹ̀
- Aṣẹ rẹ̀
- Iṣòtítọ́ rẹ̀

Kò sí ìbéèrè.
Kò sí ìbéèrè. Ọwọ̀ nìkan ni.

Ìṣẹ́jú 10 — Kéde Ìjọba Rẹ̀

Sọ ní ẹnu:
- Ọlọ́run ló ń ṣàkóso ayé mi.
- Ọlọ́run ló ń ṣàkóso ìdílé mi.
- Ọlọ́run ló ń darí ìpè mi.
- Ọlọ́run ló ń ṣàkóso àyíká mi.
- Ọlọ́run ló ń ṣàkóso orílẹ̀-èdè mi.

A fi agbára kún àṣẹ nípasẹ̀ ìpolongo.

Ìṣẹ́jú 10 — Ìrònúpìwàdà

Ṣe àyẹ̀wò:

- Ìwà
- Ọrọ̀ sísọ
- Àwọn ète
- Àdéhùn ìkọ̀kọ̀
- Ìwà ọ̀lẹ nípa tẹ̀mí

Jẹ́wọ́ ní pàtó.

Iṣẹ́jú 10 — Àwọn Òfin Tí Ìjọba Bá Dé

Kéde ìbáramu ti o da lori Iwe Mimọ:

- Mo n rin ninu iwa mimo.
- Mo n gbe ni eto ti o ni eto.
- Mo farada pẹ̀lú òtítọ́.
- Mo ṣe iṣẹ́ náà.
- Mo kọ̀ láti padà sẹ́yìn.

Má ṣe pàṣẹ ìfẹ́ ọkàn-ẹni-nìkan.
Mú ara rẹ bá Ìwé Mímọ́ mu.

Àfikún B

Ìtọ́sọ́nà Àtúntò Ìbáwí Ọjọ́ Méje

Fún ọjọ́ méje tí ó tẹ̀lé ara wọn:

1. Wákàtí kan tí a kò dáwọ́ dúró ti àdúrà tí a ṣètò lójoojúmọ́.
2. Ka ìwé ìhìnrere kan pátápátá.
3. Àyẹ̀wò ìwà títọ́ ní alẹ́.
4. Kò sí ọ̀rọ̀ àfọ̀rọ̀-òfófó, ìráhùn, àti àṣejù.
5. Ó kéré tán ààwẹ̀ kan tí a mọ̀ọ̀mọ̀ gbà.
6. Ariwo oni-nọmba ti dinku.
7. Ṣíṣàyẹ̀wò ojúṣe ojoojúmọ́.

Ọjọ́ méje ló tún ara rẹ̀ ṣe.

Àfikún C

Àpẹẹrẹ Àdéhùn Ìfọkànsìn Ti ara ẹni

Kọ èyí pẹ̀lú ọwọ́ ara rẹ.

ÀMÚJẸ ÌFẸRẸSÍ TÍ ẸNÌKAN

Èmi, ______________________________,
ń polongo ìdúróṣinṣin mi sí Jésù Kristi pátápátá àti ìdúróṣinṣin mi.
Mo kọ ìdúróṣinṣin tí ó pín sí méjì sílẹ̀.
Mo kọ ìgbọ́wọ́lé tí ó farasin sílẹ̀. Mo fi ara mi fún ìwà mímọ́ ní ìkọ̀kọ̀ àti ní gbogbogbòò. Mo fi ara mi fún àdúrà tí ó tọ́.
Mo fi ara mi fún ìdúróṣinṣin tí ó dúró pẹ́. Mo gba iṣẹ́ àtọ̀runwá mi. Mo kọ̀ láti fà sẹ́yìn.
Mo fi edidi di majẹmu yii niwaju Ọlọrun.
Ìfọwọ́sí: ______________________________
Ọjọ́: ______________________

Ìbùkún Ìkẹ́yìn fún Àgùntàn

Jẹ́ kí ìdúróṣinṣin rẹ dúró ṣinṣin.
Jẹ́ kí ìbáwí rẹ dúró ṣinṣin. Jẹ́ kí ìjẹ́mímọ́ rẹ dáàbò bo ọjọ́ iwájú rẹ. Jẹ́ kí ìfaradà rẹ kọjá agbára rẹ. Jẹ́ kí iṣẹ́ rẹ ṣẹ. Kí ìbọn má ṣe sí, kí ìwà ọ̀dàlẹ̀, kí ìjákulẹ̀, kí àgàbàgebè, tàbí ìrọ́núpadà má ṣe fà ọ́ sẹ́yìn.
Kí o parí eré ìje rẹ.
Kí ọrun kí ó yọ̀ lórí yín.
Iwaju nikan.

Àwọn ìwé àti ohun èlò tí a dámọ̀ràn

Mo ri ina lati orun wa
Láti Jihad sí Jesu - Ìdúróṣinṣin Lábẹ́ Iná

Àwọn Ìwé Ìròyìn Alààyè – Ẹ̀ka Ìfọkànsìn Ọjọ́ 40|Ìwé 3

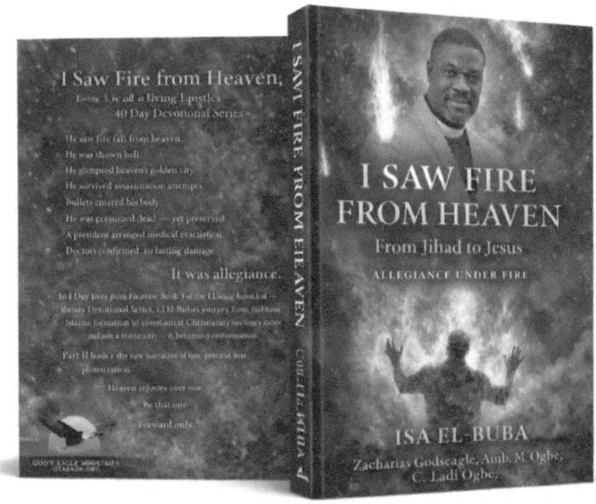

Ìwé Ẹrọ Alágbékalẹ̀ –
https://shop.otakada.org/product/i-saw-fire-from-heaven-from-jihad-to-jesus-allegiance-under-fire-prophet-isa-el-buba-in-epub/

Ọna asopọ iwe itanna Amazon
https://www.amazon.com/Saw-Fire-Heaven-Allegiance-Devotional-ebook/dp/B0GP9TGL2D

Ṣe àṣẹ nípasẹ̀ ingramspark
https://shop.ingramspark.com/b/084?params=L7sIm15JJC55NhWaeizvOlnnUVWZJdq7PISwLupgc8T

CS Lewis (1898-1963) - Ẹsìn Kristẹni lásán, Gbégbè ní Kíkún: Láti Ọkàn Tí Ó Ní Ìrẹ̀wẹ̀sì sí Ìgbésí Ayé Tí Ó

Yípadà (Àwọn Ìwé Ìránṣẹ́ Ayé - Ẹka Ìfọkànsìn Ọjọ́ 40 | Ìwé 2)

Ìwé Ẹ̀rọ-ìbánisọ̀rọ̀

https://www.amazon.com/Lewis-1898-1963-Mere-Christianity-Fully-ebook/dp/B0GKQ27F9N

Ìwé Páápù
https://www.amazon.com/Lewis-1898-1963-Mere-Christianity-Fully/dp/B0GM8YMXC3

Ideri lile

https://www.amazon.com/Lewis-1898-1963-Mere-Christianity-Fully/dp/B0GM8WHXJL

Ṣe àṣẹ nípasẹ̀ ìjápọ̀ -
https://shop.ingramspark.com/b/084?params=HEiG1mvNiEtCSBrrX4PON2IomPPhR8L5aoQG6wcuKCT

Ọjọ́ Àìkú Augustine ti Hippo (354–430 AD) Láti Ọkàn Àìní Ìbàlẹ̀ sí Ìgbésí Ayé Tí A Kọ̀ - Àwọn Ìwé Ìránṣẹ́ Alààyè – Ẹka Ìfọkànsìn Ọjọ́ 40 – 1

Amazon Ebook - https://www.amazon.com/ST-AUGUSTINE-HIPPO-354-430-Devotional-ebook/dp/B0GJN8N9XS

Ọna asopọ aṣẹ iwe-ẹri Amazon -
https://www.amazon.com/St-Augustine-Hippo-354-430-Devotional/dp/B0GJWTVLR6

Ìjápọ̀ ìwé Ingramspark -
https://shop.ingramspark.com/b/084?params=BZOOW3dj93aGEtBL2Fv1VY8wV1OQvA10dtZRDgk7Z9Z

ṢÀWÁRÍ MI

ÌSỌTÍ 7
Wo Ọkàn Ilé Rẹ sàn ní ọjọ́ méje.
Ẹka Ìtúnṣe – Ẹdà Ìṣọ̀kan Ìdílé

Ìjápọ̀ sí ìwé ìwé -
https://shop.ingramspark.com/b/084?params=htyfL002e1JzyEpZWkKtaXWF5FJ1jZFOjgiQKEfcbnw

Ìjápọ̀ sí ìwé-ẹ̀rí ojú-ìwé Amazon -
https://www.amazon.com/RENEWAL-Heal-Heart-Your-Renewal/dp/B0GD92153W

Ọna asopọ si Amazon Ebook -

https://www.amazon.com/RENEWAL-Heal-Heart-Your-Renewal-ebook/dp/B0G91BMFND

ṢÀWÁRÍ MI –

Ìtúnṣe 7: Wo Ọkàn Ilé Rẹ sàn ní ọjọ́ méje
Ẹka Ìtúnṣe — Ẹdà Ìṣọ̀kan Ìdílé

Ìjápọ̀ sí ìwé àtẹ̀jáde -
https://shop.ingramspark.com/b/084?params=nSEELv9oUsItOu5akVZlg4ycGbbmvlBOtSiqeOZr5yQ

Ìjápọ̀ sí ìwé Amazon -
https://www.amazon.com/RENEWAL-MARRIAGE-Heart-Marriage-Renewal/dp/B0GDC1YZJ7

Ìjápọ̀ sí ìwé Amazon Ebook -
https://www.amazon.com/RENEWAL-MARRIAGE-Heart-Marriage-Renewal-ebook/dp/B0G6JXJWJL

Ìtẹ́ ọkàn – Awọn ogun mejila ti a gbọdọ ṣẹgun

Ìwé-ẹ̀rọ ìkàwé Amazon -
https://www.amazon.com/THRONE-HEART-COVETOUSNESS-Counterfeit-CONTENTMENT-ebook/dp/B0G4SPFRY7

Ìwé ìkọ̀wé Amazon -
https://www.amazon.com/THRONE-HEART-COVETOUSNESS-Counterfeit-CONTENTMENT/dp/B0G4TKW1ND

Ìwé àtẹ̀jáde láti Ingramspark -
https://shop.ingramspark.com/b/084?params=a75LJXtvvI63VnzeQPleQTkAJWfu8CPQV6l5Oe31D80

Ìwàásù mẹ́rin nínú 1 láti ọwọ́ Zacharias Godseagle pẹ̀lú ìjápọ̀ ohùn

Ìjápọ̀ Amazon Ebook - https://www.amazon.com/Sermons-Zacharias-Godseagle-Audio-links-ebook/dp/B0G4XCH4TW

Ìwé ìròyìn Amazon - https://www.amazon.com/Sermons-Zacharias-Godseagle-Audio-links/dp/B0G4TK4XGT

Ìjápọ̀ ìfàsẹ́yìn Ingram Paperback - https://shop.ingramspark.com/b/084?params=nK2JERskkbhdAOSNseTUNRhaCFqUPZuhB4uYfqrXvGb

THE LOGOS PROTOCOL SERIES | 1
PILGRIM CODE
AI AWAKENING
A prophetic sci-fi thriller where faith collides with artificial intelligence, and light wars against the code.
ZACHARIAS GODSEAGLE
AMBASSADOR MONDAY O. OGBE
COMFORT LADI OGBE

Ìwé Ẹ̀rọ Alágbékalẹ̀ - https://www.amazon.com/Logos-Protocol-Awakening-artificial-intelligence-ebook/dp/B0FXNQFSWZ

Ìwé Àtẹ̀jáde - https://www.amazon.com/Logos-Protocol-Awakening-artificial-intelligence/dp/B0FXNGR66D

Hardback - https://www.amazon.com/Logos-Protocol-Awakening-artificial-intelligence/dp/B0FZNTQR6Y

Ìwé Ingramspark -
https://shop.ingramspark.com/b/084?params=QkK4aNYTYO9U5z9uOkdHgc7Ue1eGDLqbb1tz9WRPaSk

Ìdí Tí Ìdáǹdè Fi Kùnà - àti Bí Iná Ọlọ́run Ṣe Ń Dá Ọkàn Padà: Àwọn Ìkéde Ojoojúmọ́ 40 fún Ìdáǹdè Gbogbogbòò

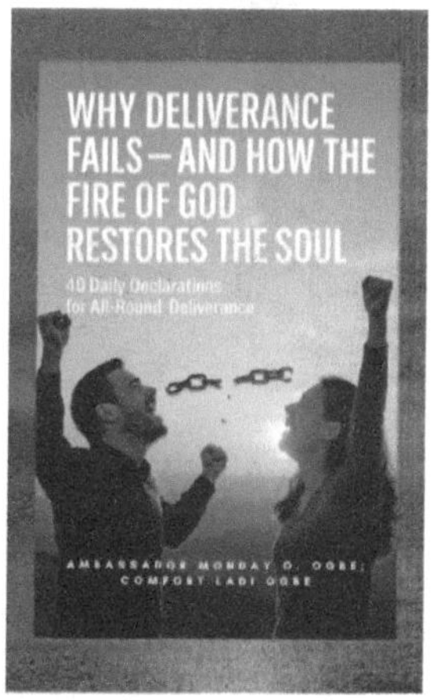

Ìwé Ẹrọ Ìròyìn - https://www.amazon.com/Why-Deliverance-Fails-Declarations-All-Round-ebook/dp/B0FW74L4G4

Ìwé Àtẹ̀jáde - https://www.amazon.com/Why-Deliverance-Fails-Declarations-All-Round/dp/B0FWB3LXRM

A ti gbàlà ṣùgbọ́n a ti sọnù – Olùyípadà Àìkọ́kọ́ – tí a túmọ̀ sí èdè 25

Ìwé Páápù

https://shop.ingramspark.com/b/084?params=iYNB6S3PLMfREpm0jMM15bMe3BvWlkjcYyLYnHVGAds

Ìwé Ẹrọ Alágbékalẹ̀ -

https://www.amazon.com/SAVED-BUT-LOST-UNDISCIPLED-heartbreak-ebook/dp/B0FVJ29DF7

ỌJỌ MÉJÌ TI ÌJÀ ÀTI ÌGBÀSÍLẸ ẸMÍ - **Apá Kìíní nìyí**

Dídì Ọtá Mú, Dídá Ọfà Méje Padà, àti Dídá Àyànmọ́ Rẹ Padà

https://shop.ingramspark.com/b/084?params=8mPzqUl73Ex7uPyeO7ydyt8EGkkB6u2gX1jZvWU8j1C

Ìjápọ̀ ìwé e-ìwé - https://www.amazon.com/DAYS-SPIRITUAL-WARFARE-RECOVERY-Returning-ebook/dp/B0FMPJM5KZ

ỌJỌ MÉJÌ TI ÌJÀ ÀTI ÌGBÀSÍLẸ ẸMÍ - Apá Kejì - Ṣíṣe ìṣẹ́gun, Fífọ̀ Ìwà Ipá Ilé, àti Ṣíṣe Ààbò fún Ìyàn Rẹ Tí A Tún Padà

Ìwé àtẹ̀jáde -
https://shop.ingramspark.com/b/084?params=LkpNmGSsApHhWhiSO7bW3wFmcXQKIO4ZEBeSbP5rL1S

Ìwé Ẹrọ Alágbékalẹ̀ -
https://www.amazon.com/DAYS-SPIRITUAL-WARFARE-RECOVERY-Wickedness-ebook/dp/B0FR9YCMY8

LÁTI ÒKÙNKÙN SÍ ÌJỌBA: Ọjọ́ 40 láti jáwọ́ nínú ìdènà òkùnkùn tí ó farasin.

–

Ìfọkànsìn Àgbáyé fún Ìmọ̀, Ìdáǹdè àti Agbára - Fún Àwọn Ẹnìkọ̀ọ̀kan, Àwọn Ìdílé, àti Àwọn Orílẹ̀-èdè Tí Ó Ṣetán láti Jẹ́ Òmìnira

Ìwé Pàápù
https://shop.ingramspark.com/b/084?params=aVgp21QfwJxNANkfMxIQ0yejuFCVY12KFr978SRkZUD
Amazon - https://www.amazon.com/DARKNESS-DOMINION-Devotional-Awareness-Deliverance-ebook/dp/B0FLDH2Y67

- *A gba wa la kuro ninu agbara okunkun* (iwe pata)
  — Ra Nibi | Iwe elekitironi lori Amazon

  - Àwọn Àtúnyẹ̀wò Tó Gbajúmọ̀ Láti Orílẹ̀-èdè Amẹ́ríkà:
    - **Oníbààrà Kindle** : "Ìwé kíkà Kristẹni tó dára jùlọ!" (ìràwọ̀ márùn-ún)

Yin Jesu fun ẹri yii. Mo ti ni ibukun pupọ ati pe emi yoo ṣeduro gbogbo eniyan lati ka iwe yii... Nitori iku ni ere ẹṣẹ ṣugbọn ẹbun Ọlọrun ni iye ainipẹkun. Alafia! Alafia!

- **Da Gster** : "Ìwé tó dùn mọ́ni gan-an àti èyí tó yàtọ̀ gan-an ni èyí." (Ìràwọ̀ márùn-ún)

Tí ohun tí a sọ nínú ìwé náà bá jẹ́ òótọ́, a ti padà sẹ́yìn gan-an nípa ohun tí ọ̀tá lè ṣe! ... Ohun pàtàkì fún ẹnikẹ́ni tí ó bá fẹ́ kẹ́kọ̀ọ́ nípa ogun ẹ̀mí.

- **Visa** : "Mo nífẹ̀ẹ́ ìwé yìí" (ìràwọ̀ márùn-ún)

Èyí jẹ́ ohun tó ń ṣí ojú mi payá... ìjẹ́wọ́ òtítọ́... Láìpẹ́ yìí ni mo ti ń wá a kiri láti rà á. Inú mi dùn láti rà á láti Amazon.

- **FrankJM** : "O yatọ gan-an" (irawọ mẹrin)

Ìwé yìí rán mi létí bí ogun ẹ̀mí ṣe jẹ́ gidi tó. Ó tún mú kí n rántí ìdí tí a fi ń gbé "Ìhámọ́ra Kíkún ti Ọlọ́run" wọ̀.

- **JenJen** : "Gbogbo ẹni tí ó bá fẹ́ lọ sí ọ̀run - ka èyí!" (ìràwọ̀ márùn-ún)

Ìwé yìí yí ìgbésí ayé mi padà gan-an. Pẹ̀lú ẹ̀rí John Ramirez, yóò jẹ́ kí o wo ìgbàgbọ́ rẹ ní ọ̀nà ọ̀tọ̀ọ̀tọ̀. Mo ti kà á ní ìgbà mẹ́fà!

- *Onísìn Satani tẹ́lẹ̀: Ìyípadà James* (Ìwé Padà) — Ra Níbí | Ìwé Ero lórí Amazon

- *ẸRÍ TÍ Ó TI ṢE ẸRÍ SÁTÁNÌ KAN KAN KAN LORI ẸRÍ* - *Pastor* JONAS LUKUNTU MPALA (Ìwé Pápá) — Ra Níbí | Ìwé Ero lórí Amazon

- ***Greater Exploits 14*** **(Ìwé Àtẹ̀jáde) —** **Ra Níbí | Ìwé Ẹrọ Ìròyìn lórí Amazon**

- *Jade kuro ninu Eṣu's Cauldron* lati ọwọ John Ramirez — O wa lori Amazon
- *Ó Wá Láti Dá Àwọn Ìgbèkùn Sílẹ̀* Láti ọwọ́ Rebecca Brown — Wá lórí Amazon

Àwọn ìwé mììràn tí òǹkọ̀wé tẹ̀ jáde – Ó lé ní ẹgbẹ̀rún àkọlé

A nifẹẹ, Ayanfẹ ati Gbogbo : Irin-ajo Ọgbọn Ọjọ lati Ikọsilẹ si **Itunṣe** ti a tumọ si ede 40 ni agbaye
https://www.amazon.com/Loved-Chosen-Whole-Rejection-Restoration-ebook/dp/B0F9VSD8WL

https://shop.ingramspark.com/b/084?params=xga0WR16muFUwCoeMUBHQ6HwYjddLGpugQHb3DVa5hE

Ní Ìgbésẹ̀ Rẹ̀ — Ìpèníjà WWJD Ọjọ́ 40:

Gbígbé Bíi Jésù Nínú Àwọn Ìtàn Ìgbésí Ayé Tòótọ́ Kárí Ayé

https://www.amazon.com/His-Steps-Challenge-Real-Life-Stories-ebook/dp/B0FCYTL5MG

https://shop.ingramspark.com/b/084?params=DuNTWS59IbkvSKtGFbCbEFdv3Zg0FaITUEvlK49yLzB

JESU NI ẸNU ILEKUN:
Àwọn Ìtàn Àròsọ 40 àti Ìkìlọ̀ Ìkẹyìn Ọrun sí Àwọn Ìjọ Òní

https://www.amazon.com/dp/B0FDX31L9F

https://shop.ingramspark.com/b/084?params=TpdA5j8WPvw83glJ12N1B3nf8LQte2a1lIEy32bHcGg

ÌGBÉSÍ AYÉ MÁJÚ: Ọjọ́ 40 ti Rírìn nínú Ìbùkún ti Deuteronomi 28

- https://www.amazon.com/dp/B0FFJCLDB5

Àwọn ìtàn láti ọ̀dọ̀ àwọn ènìyàn gidi, ìgbọràn gidi, àti òtítọ́

https://shop.ingramspark.com/b/084?params=bH3pzfz1zdCOLpbs7tZYJNYgGcYfU32VMz3J3a4e2Qt

Ìyípadà ní èdè tó lé ní ogún

MÍMỌ Ọ ÀTI MÍMỌ Ọ:
Ọjọ́ 40 sí ìwòsàn, òye, àti ìfẹ́ pípẹ́

https://www.amazon.com/KNOWING-HER-HIM-Healing-Understanding-ebook/dp/B0FGC4V3D9

https://shop.ingramspark.com/b/084?params=vC6KCLoI7Nnum24BVmBtSme9i6k59p3oynaZOY4B9Rd

PARÍ, KÌ Í ṢE DÍJÀ:
Ìrìn àjò ọjọ́ ogójì sí ète, ìṣọ̀kan, àti ìfọwọ́sowọ́pọ̀

https://shop.ingramspark.com/b/084?params=5E4v1tHgeT
qOOuEtfTYUzZDzLyXLee30cqYo0Ov9941

https://www.amazon.com/COMPLETE-NOT-
COMPETE-Journey-Collaboration-
ebook/dp/B0FGGL1XSQ/

KÓÒDÙ ÌLERA ÀTỌSÍLẸ - Àwọn Kókó Ojoojúmọ́ 40 Láti Mu Ìwòsàn Ṣiṣẹ́ Nípasẹ̀ Ọrọ̀ Ọlọ́run àti Ìṣẹ̀dá Ṣí Agbára Ìwòsàn Àwọn Ewéko, Àdúrà, àti Ìṣe Àsọtẹ́lẹ̀

https://shop.ingramspark.com/b/084?params=xkZMrYcEHnrJDhe1wuHHYixZDViiArCeJ6PbNMTbTux

https://www.amazon.com/dp/B0FHJT42TK

A le ri awọn iwe miiran lori oju-iwe onkọwe
https://www.amazon.com/stores/Ambassador-Monday-O.-Ogbe/author/B07MSBPFNX

www.ingramcontent.com/pod-product-compliance
Lightning Source LLC
LaVergne TN
LVHW032025041026
849517LV00008B/2740
* 9 7 9 8 2 9 5 7 0 2 6 5 5 *